ベトナム人のための日本語会話

日本語会話

Tiếng Nhật của Chúng Tôi

監修◦三木 淳　著者◦大井 健輔

三省堂書店／創英社

はじめに

　本書は、①ベトナム人に日本語を教える立場にいる人、そして②日本語を学ぶベトナム人を主要対象にした学習用テキストである。そして、③ベトナム語を学習する日本人にも是非手に取って頂きたいとの願いから、各所に配慮している。1992年初夏に私は初めて仕事でベトナムを訪れて以来、1993年から当地で暮らし30年になる。この間、日越の外交関係は良好に推移し、ベトナム進出した日系企業は南北で約100社から約2000社になり在住邦人は、150人から2万人、また日本に滞在するベトナム人は技能実習生、特定技能、留学、駐在等で約45万人（2022年）を数えるまでになった。両国間での人の往来が増えることは良いことだが、それに付随した異文化間のトラブルも増加傾向にあるのは確かである。その解決には相手の立場を先ずは理解することだが、その為には語学が大変重要になってくる。この本の構成は、様々な具体的な生活の場面を想定し、生きた日本語を使えるよう工夫されている。是非、分かりやすい挿絵とともに状況に応じた言い回しを学んで頂きたい。日本人のベトナム語学習について少し個人的な話をしたい。1993年、企業（日商岩井、現・双日）派遣の留学生としてハノイ総合大学に学士入学、ベトナム語を二年間学んだ。当時、日本語でベトナム語を学ぶ教科書はほとんどなく大変苦労した。その際に文法と語彙の習得に役に立ったのが当時インドシナ難民として日本で定住を目指すベトナム人が日本語を学ぶための教科書であった。この本は上記のようなベトナム人を対象に書かれたものであったが、逆にベトナム語を学ぶ日本人の私にもベトナム語の文法、単語の意味と表現を覚える上で有効活用できた。本書に関しても、学びの手段として同じように使用することもお勧めする。じつは漢字文化圏は中国、韓国、日本、台湾、ベトナムと、意外と広い。この利点は漢字を中心にした派生語の理屈を覚えてしまえばベトナム人も日本人もいくらでも語彙を容易に増やすことが可能だということである。注意→Chu y、欄干→Lan can、管理→Quan ly、寄宿舎→Ky tuc xa など同発音で同意味の単語を扱えるようになれば、両国の人達がお互い同文化圏だと再認識でき、親近感も湧いてくる。こうした観点から、本書では漢越語を学ぶ課も設けている。本書が上述した対象の①、②、③それぞれの方々向けに学習の一助となれば幸いである。今年は日越外交関係樹立50周年記念の年になる。これから未来への50年、日越関係の新たな発展を期待したい。

監修者　三木　淳

Lời nói đầu

Cuốn sách này dành cho (1) những người dạy tiếng Nhật cho người Việt Nam và (2)những người Việt Nam học tiếng Nhật. Đồng thời, tôi cũng mong muốn (3) những người Nhật học tiếng Việt nên có cuốn sách này trong tay.

Đầu mùa hè năm 1992, lần đầu tiên tôi đến Việt Nam vì công việc và đã sống ở đâyđược 30 năm kể từ năm 1993. Trong giai đoạn này, mối quan hệ ngoại giao giữa Nhật Bản và Việt Nam ngày càng trở nên tốt đẹp. Số lượng các doanh nghiệp Nhật Bản đầu tư vào Việt Nam tăng từ khoảng 100 lên đến 2.000 doanh nghiệp ở cả hai miền Nam Bắc, số lượng người Nhật Bản cư trú tại Việt Nam tăng từ 150 người lên 20.000 người. Đồng thời, số lượng người Việt Nam sinh sống ở Nhật Bản, bao gồm thực tập sinh kỹ năng, kỹ năng đặc định, du học sinh, làm việc, v.v… đạt đến khoảng 450.000 người (năm 2022). Việc tăng lên của lượt người đi lại giữa hai nước là điều tốt nhưng kèm theo đó là những rắc rối phát sinh do khác biệt về văn hóa cũng ngày càng nhiều. Giải pháp là trước hết phải hiểu được hoàn cảnh của đối phương và để làm được điều này thì ngôn ngữ rất quan trọng. Cấu trúc của cuốn sách này được thiết kế giả định các tình huống cụ thể khác nhau trong cuộc sống hàng ngày để có thể sử dụng tiếng Nhật thực tiễn. Tôi mong muốn các bạn hãy học các cụm từ theo tình huống cùng với tranh minh họa dễ hiểu.

Tôi muốn nói một chút chuyện cá nhân liên quan đến (3). Năm 1993, với tư cách lưu học sinh phái cử của doanh nghiệp (Nissho Iwai, hiện nay là Sojitz) tôi nhập học hệ cử nhân tại Đại học Tổng hợp Hà Nội và đã học tiếng Việt trong hai năm. Thời điểm này rất khó khăn vì hầu như không có giáo trình học tiếng Việt bằng tiếng Nhật. Lúc đó, cuốn sách dành cho người Việt Nam học tiếng Nhật với mục đích cư trú tại Nhật Bản với tư cách người tị nạn Đông Dương lại hữu ích cho việc học ngữ pháp và từ vựng của tôi. cuốn sách này được viết cho người Việt Nam nói trên, nhưng ngược lại với một người Nhật học tiếng Việt như tôi thì có thể sử dụng hữu hiệu trong việc ghi nhớ ngữ pháp, nghĩa của từ vựng và cách diễn đạt. Tôi cũng khuyến khích các bạn sử dụng cuốn sách đó như một công cụ học tiếng Việt. Sau này, vùng văn hóa chữ Hán sẽ có Trung Quốc, Hàn Quốc, Nhật Bản, Đài Loan, Việt Nam. Ưu điểm của việc này là cả người Việt Nam và người Nhật Bản có thể tăng vốn từ một cách đơn giản nếu nhớ được logic của từ phái sinh xoay quanh chữ Hán. Nếu biết được nhiều từ có cách phát âm giống nhau và cùng nghĩa như 注意→Chú ý, 欄干→Lan can, 管理→Quản lý ,寄宿舎→Ký túc xá thì người dân hai nước có thể nhận ra họ cùng ở một vùng văn hóa và nảy sinh cảm giác thân thuộc. Vì vậy, cuốn sách này cũng có những bài học tiếng Hán Việt. Hy vọng cuốn sách sẽ giúp ích phần nào cho việc học tập của từng đối tượng (1), (2), (3) nêu trên.

Năm nay kỷ niệm 50 năm thiết lập quan hệ ngoại giao Nhật Bản – Việt Nam. Tôi kỳ vọng những bước phát triển mới trong mối quan hệ Nhật Việt trong 50 năm tới.

Người chắp bút: **Jun Miki**

なぜ外国人の日本語は〈へん〉なのか

　ある日本人社長が

「この仕事はもうしたの？」

　とベトナム人社員に尋ねると、Ｎ１（日本語能力試験1級のこと）の彼女は「していません」というべきところを

「しません」

　と答えました。これは日本人からすると「やりたくない」にしか聞こえません。しかし日本語が完璧じゃないから「していません」と状態のことを述べているのだと解釈してやり過ごす日本人がほとんどでしょう。これはN5やN4で学習するような文法項目ですが、時にはN1すらこれを満足に使いこなせない有様です。これはベトナム語にないわけではありません。Chưa làm（まだしてない）と言います。ベトナム人は会話の中でこのChưa（まだ〜していない）を多用します。にも拘わらず日本語を話す時になると満足に使えないのです。

「先生、私のことを覚えますか？」

　など、久々に元学生から連絡があると、そのあまりに拙い表現に少々落胆せずにはいられません。日本人教師がいくらこの文が何も意味をなさないことを教えたとしても、多くのベトナム人教師が誤用を直さないので、学習者は一向に「覚えます」と「覚えています」の違いを理解しないのです。またベトナム人教師が理解していないケースも多々あります。

　これは決して些細なことではありません。なぜならば明らかに従来の日本語教育の問題点を浮き彫りにしているからです。多くのベトナム人学習者は殆どこの〈て形〉と呼ばれる形（てください、ていますなど）が使えていないようです。その思いは私だけではないのに、なぜ周囲の教師はこうした誤用を減らす努力をしないのか疑問でした。その答えは至極明快に指摘されています。

「ひとつひとつ見ていくと、日本語の教科書には「教える側の利便」が先行していることが非常に多いのに気付きます。」（編著K・A・I・T『実践にほんご指導見なおし本—語彙と文法指導編—』）

　「教える側の利便」に着眼してみましょう。日本語教育では世界的にバイブル化されている教科書があります。それを覗いてみますと

　「どうしてお酒を飲みませんか」

　　といった文章があります。ほとんどのネイティブは

　「どうしてお酒を飲まないんですか」

　と訊くでしょう。なぜこのような教え方をしているのかと言いますと、最初にこの「飲みます」という動詞の形を教えるのが利便性として優れていて、「日本語学習は楽である」と学生に錯覚をさせるような効果があるからです。「ます。ました。ませんでした。」で全ての文が言えたらこんなに楽なことはありません。

　しかしこの過剰な「ます形」の指導は学生にとっては不良債権みたいなものです。形成されるべき日本語脳にダメージを与えます。学生はあとあと、「飲んで」（て形）、「飲まない」（ない形）、「飲む」（辞書形）、「飲める」（可能動詞）などの形を積立式で学ばされ、圧倒的多数の学生は〈て形〉を見たときに愕然とします。彼らは「飲みます」の形にばかり慣れてしまっているので「飲みて」などの誤りを恒常的に犯すようになります。間違いを犯すくらいならば最初から使わなければいいという判断を学生がするのは避けられないでしょう。「していません」を「しません」と言ってしまう背景にはこうした事情があるのです。まさしく、「教える側の利便」が冒頭に挙げた学習者の誤りを量産しているとすらいえます。昨今、ベトナム人のよからぬニュースを耳にしますが、これは従来の日本語教育の弊害の一つの現われなのかもしれません。従来の指導法が日本人とのコミュニケーションをする上での障害となっているのでは、笑い話にもなりません。

　本書は徹底して日本人との会話を想定して作られました。ビジネス言葉と友達同士の言葉を同時並行に学びます。教師が友達言葉で話し、学習者がビジネス言葉で練習します。あるいは、教師がビジネス言葉で話し、学習者が友達言葉を練習します。これを繰り返していけばあっという間に日本人の会話が分かるようになります。

　ビジネス言葉だけを教える教科書は実はビジネス言葉も教えていません。といいますのは、ビジネス言葉があれば友達言葉もあり、その比較を指導しなければビジネス言葉を教えたことにはならないからです。

従いまして基本的に会話の文は、例えば動詞文は

Q〜んですか。

A〜ます。

と統一しています。動詞の活用が困難を伴うので、学習初期から「〜んですか」の文に慣れさせることで、自然な動詞活用の定着を目指しています。

日本語の特徴として、市川保子氏の日本語は英語などと比較しても動詞文を使うことが多いとの指摘があります（『初級日本語文法と教え方のポイント』）。そのうえで市川氏は「教える人も学習する人も、動詞文としっかり取り組んでください」と述べておられますが、筆者もこのご意見に左祖します。また、こうした認識が本書では反映されているとひそかに自負しております。日本語会話の丁寧体と普通体の会話を並列した教科書は管見の限りありません。

本書は現状の日本語教育に対する深刻な認識と反省に基づき作成されました。大学で教鞭をとる現場の教師や、約30年もの間ベトナムで起業し、ベトナム人を見つめ続けてきたプロの経営者らが執筆陣です。現場から離れた〈象牙の塔〉からではなく、コモンセンス（常識）を重んじ、実用的であること。これこそが私たちの考える「ベトナム人学習者のため」の意味なのです。

大井　健輔

Tại sao tiếng Nhật của người nước ngoài lại "kì quặc"

Một giám đốc người Nhật hỏi nhân viên người Việt Nam:

「この仕事はもうしたの？」(Công việc này đã làm chưa?)

Cô nhân viên có trình độ N1 (Kỳ thi năng lực tiếng Nhật cấp độ 1) lẽ ra phải nói:「していません」(Chưa làm) thì đã trả lời:

「しません」(Không làm)

Câu trả lời này đối với người Nhật thì chỉ có thể hiểu là「やりたくない」(Không muốn làm). Tuy nhiên, vì tiếng Nhật của người nước ngoài không chuẩn nên hầu như người Nhật hiểu tình huống này diễn đạt ý「していません」và bỏ qua. Đây là mẫu câu ngữ pháp học ở trình độ N5, N4 nhưng đôi khi ngay cả trình độ N1 cũng không thể sử dụng thành thạo. Mẫu câu này không hẳn là không có trong tiếng Việt. Đó là "Chưa làm"（まだしてない）. Người Việt Nam hay dùng "Chưa"（まだ～していない）trong hội thoại. Nhưng lại không thể sử dụng khi nói tiếng Nhật.

Lâu lắm rồi mới nhận được liên lạc từ học sinh cũ「先生、私のことを覚えますか？」, tôi không khỏi có chút thất vọng với cách diễn đạt quá vụng về này. Dù giáo viên người Nhật đã dạy không biết bao nhiêu lần là câu này không có nghĩa nhưng nhiều giáo viên người Việt Nam không sửa lỗi sai nên người học hầu như không phân biệt được sự khác nhau giữa「覚えます」và「覚えています」. Ngoài ra cũng có nhiều trường hợp giáo viên người Việt Nam không hiểu sự khác biệt này.

Đây hoàn toàn không phải là chuyện nhỏ. Vì nó khắc họa một cách rõ nét các vấn đề trong giáo dục tiếng Nhật từ trước tới nay. Có vẻ như nhiều học viên người Việt Nam không thể sử dụng được thể Te（てください、ています, v.v…）. Suy nghĩ này không chỉ của riêng tôi, nhưng tôi thắc mắc tại sao những giáo viên khác không nỗ lực để làm giảm việc dùng sai như thế này. Câu trả lời được chỉ ra rất rõ ràng.

"Nếu xem xét từng mục một thì sẽ nhận ra việc ưu tiên "thuận tiện cho việc giảng dạy" có rất nhiều trong các giáo trình tiếng Nhật. ("Sách hướng dẫn tiếng Nhật thực hành – Hướng dẫn từ vựng và ngữ pháp" được biên tập bởi K・A・I・T)

Hãy thử chú ý tới "sự thuận tiện cho việc giảng dạy"". Trong giáo dục tiếng Nhật, có giáo trình trở thành cuốn kinh thánh trên toàn thế giới. Khi nhìn lướt qua thì thấy có câu

「どうしてお酒を飲みませんか」. (Tại sao không uống rượu?)

Hầu như người bản địa sẽ hỏi là:

「どうして水を飲まないんですか」. (Tại sao không uống nước?). Lý do dạy theo cách này là để thuận tiện cho việc dạy dạng động từ của「飲みます」trước tiên và có tác dụng đánh lừa người học rằng "Việc học tiếng Nhật thật dễ dàng". Không có chuyện nhẹ nhàng như là có thể nói tất cả các câu bằng「ます。ました。ませんでした。」

Tuy nhiên, cách dạy quá tải thể「ます」này giống như một món nợ khó trả đối với người học. Nó phá hỏng bộ não tiếng Nhật đáng ra được hình thành. Sau đó người học được dạy tích lũy các dạng như「飲んで」(thể Te)、「飲まない」(thể Nai)、「飲む」(thể từ điển)、「飲める」(thể khả năng) và rất nhiều người choáng váng khi nhìn thấy thể Te. Họ đã quá quen thuộc với dạng「飲みます」nên thường xuyên mắc lỗi「飲みて」. So với việc mắc sai lầm như vậy, người học chắc chắn sẽ lựa chọn không sử dụng nó ngay từ đầu. Đây là lý do của tình huống nói「していません」thành「しません」. Thậm chí có thể nói "sự thuận tiện cho việc giảng dạy" đang sản xuất hàng loạt những lỗi sai của người học mà đã được đề cập ở phần đầu. Gần đây, tôi có nghe thông tin không tốt về người Việt Nam. Đó có lẽ là một trong những tác hại của giáo dục tiếng Nhật bấy lâu nay. Không có gì đáng cười nếu phương pháp giảng dạy từ trước đến nay trở thành trở ngại trong giao tiếp với người Nhật.

Cuốn sách này được viết bằng cách giả định các cuộc hội thoại với người Nhật. Bạn sẽ học đồng thời ngôn ngữ kinh doanh và ngôn ngữ bạn bè. Giáo viên nói chuyện bằng ngôn ngữ bạn bè, người học luyện tập bằng ngôn ngữ kinh doanh. Hoặc giáo viên nói bằng ngôn ngữ kinh doanh, người học luyện tập ngôn ngữ bạn bè. Nếu lặp đi lặp lại như vậy thì chẳng mấy chốc bạn sẽ hiểu được hội thoại của người Nhật.

Những giáo trình chỉ dạy ngôn ngữ kinh doanh thì thật ra vẫn chưa dạy ngôn ngữ kinh doanh. Đó là do nếu có ngôn ngữ kinh doanh thì cũng có ngôn ngữ bạn bè, nếu không dạy cách so sánh này thì sẽ không hình thành việc dạy ngôn ngữ kinh doanh

Vì vậy câu hội thoại cơ bản, ví dụ câu động từ là

Q ～んですか。

A ～ます。

thì thống nhất với nhau. Vì việc chia động từ là khó nên chúng tôi hướng tới thiết lập cách chia động từ một cách tự nhiên bằng cách cho người học làm quen với mẫu câu「～んですか」ngay từ khi bắt đầu.

Yasuko Ichikawa chỉ ra rằng một trong những đặc trưng của tiếng Nhật là sử dụng nhiều câu động từ hơn so với tiếng Anh. ("Ngữ pháp tiếng Nhật sơ cấp và mẹo dạy học"). Ngoài ra, Ichikawa cũng nói rằng "Cả người dạy và người học nên chăm chỉ luyện tập câu động từ" và tôi cũng tán thành ý kiến này. Ngoài ra, tôi cũng thầm tự tin sự công nhận như vậy được phản ánh trong cuốn sách này.

Cuốn sách này được viết ra dựa trên sự nhận thức sâu sắc và suy ngẫm nghiêm túc đối với giáo dục tiếng Nhật hiện nay. Tập thể người viết là các giáo viên giảng dạy tại các trường đại học, các nhà kinh doanh chuyên nghiệp đã khởi nghiệp ở Việt Nam trong khoảng 30 năm và luôn theo dõi người Việt Nam. Tôn trọng lẽ thường và thực tiễn, không phải từ "ngọn tháp ngà" rời xa thực tế. Đây chính là ý nghĩa của cụm từ "dành cho người học Việt Nam" mà chúng tôi suy nghĩ.

もくじ

はじめに　三木　淳……3
Lời nói đầu

序文　なぜ外国人の日本語は〈へん〉なのか　大井　健輔......5
Tại sao tiếng Nhật của người nước ngoài lại "kì quặc"

| 第1章 | Chương 1 |

1課　ひらがなカタカナの練習 14
Bài 1　Luyện tập Hiragana và Katakana

2課　教室の言葉 17
Bài 2　Các từ ngữ sử dụng trong lớp học

3課　これで日本語が分かる！......23
Bài 3　Với từng này kiến thức, bạn đã có thể nói được tiếng Nhật!

4課　質問の練習 27
Bài 4　Luyện tập đặt câu hỏi

5課　漢越語 85
Bài 5　Từ Hán Việt

コラム　N1を取得するまでの私の学習法・日本語教育に欠けているもの　グエン・レー・トゥオン 88
PHƯƠNG PHÁP HỌC TIẾNG NHẬT CỦA BẢN THÂN ĐỂ GIÀNH ĐƯỢC CHỨNG CHỈ N1 – NHỮNG ĐIỀU CÒN THIẾU TRONG VIỆC DẠY TIẾNG NHẬT

| 第2章 | Chương 2 |

1課　自己紹介 92
Bài 1　Giới thiệu bản thân

2課　趣味 101
Bài 2　Sở thích

3課　性格・好き嫌い 113
Bài 3　Tính cách Sở thích

4課　家族 128
Bài 4　Gia đình

5課　プレゼント・お年玉 141
Bài 5　Quà tặng . Tiền mừng tuổi

| 6課 食事・誘う | 152 |
| Bài 6 | Dùng bữa ・ Mời |

| 7課 日曜日 | 166 |
| Bài 7 | Chủ nhật |

コラム 日本語教師所感　真部　明 181
Cảm nhận của giáo viên tiếng Nhật

| 8課 恋人 | 183 |
| Bài 8 | Người yêu |

| 9課 火事 | 198 |
| Bài 9 | Hỏa hoạn |

| 10課 幽霊 | 211 |
| Bài 10 | Ma |

| 11課 ホウレンソウって何？ | 224 |
| Bài 11 | Hoorensoo nghĩa là gì? |

| 12課 掃除 | 237 |
| Bài 12 | Dọn dẹp |

| 13課 日本の生活 | 247 |
| Bài 13 | Cuộc sống ở Nhật |

| 14課 工事現場 | 259 |
| Bài 14 | Tại công trường xây dựng |

コラム ベトナム人の日本語会話と脳内校正と　石黒　猛 269
Hội thoại tiếng Nhật của người Việt Nam và sự hiệu chỉnh trong não bộ

| 15課 事故 | 272 |
| Bài 15 | Tai nạn |

| 16課 匂い・味 | 284 |
| Bài 16 | Mùi ・ Vị |

| 17課 電車 | 295 |
| Bài 17 | Tàu điện |

| 18課 桜 | 306 |
| Bài 18 | Sakura |

| 19課 転勤 | 316 |
| Bài 19 | Chuyển công tác |

20課 日本の生活はどうだった 328

Bài 20　Cuộc sống ở Nhật thế nào?

21課 受身形の敬語 表 現 341

Bài 21　Mẫu câu kính ngữ với thể bị động

コラム 美しい自然な日本語とは　倉田伸彦 347

Tiếng Nhật đẹp tự nhiên là gì?

コラム ベトナムで日本語 教 師をして　森本建吾 351

Làm giáo viên tiếng Nhật tại Việt Nam

付　録　Phụ lục

動詞の活用 355

Cách chia động từ

あとがき　大井　健輔……380

Lời kết

第1章
Chương 1

1課　ひらがなカタカナの練^{れんしゅう}習

Bài 1　Luyện tập Hiragana và Katakana

2課　教^{きょうしつ}室の言葉^{ことば}

Bài 2　Các từ ngữ sử dụng trong lớp học

3課　これで日本語^{にほんご}が分^わかる！

Bài 3　Với từng này kiến thức, bạn đã có
　　　thể nói được tiếng Nhật!

4課　質問^{しつもん}の練^{れんしゅう}習

Bài 4　Luyện tập đặt câu hỏi

1課 Bài 1 ひらがなカタカナの練習
Luyện tập Hiragana và Katakana

■ ひらがなの練習 Luyện tập Hiragana

■ あ行 か行 Hàng あ, Hàng か

あおい	うえ	あかい	えき	く	ここ
xanh da trời	bên trên	đỏ	nhà ga	số 9	ở đây

■ さ行 た行 Hàng さ, Hàng た

かさ	あし	おかし	いす	そこ	うち	くつ	つくえ	て	たこ
cái ô	cái chân	bánh kẹo	cái ghế	ở kia	nhà	giày	cái bàn	tay	diều

■ な行 は行 Hàng な, Hàng は

さかな	にく	いぬ	ねこ	はし	はな	ひと	ふね
cá	thịt	chó	mèo	đũa	hoa	người	thuyền

■ ま行 や行 Hàng ま, Hàng や

いま	かみ	うみ	むし	め	かいもの	やま	ゆき
bây giờ	tờ giấy	biển	con sâu	mắt	mua bán	núi	tuyết

■ ら行 わ行 Hàng ら, Hàng わ

さくら	くすり	くるま	れきし	しろい	くろい	かわ	ほん	みかん	しんかんせん
sakura	thuốc	ô tô	lịch sử	trắng	đen	sông	sách	quả quýt	tàu Shinkansen

■ が行 ざ行 Hàng が, Hàng ざ

てがみ	おんがく	かぎ	たまご	にほんご	あさごはん	ふじさん	みず	ちず	かぞく
lá thư	âm nhạc	chìa khóa	quả trứng	tiếng Nhật	bữa sáng	núi Phú Sĩ	nước	bản đồ	gia đình

■ だ行　ば行　Hàng だ, Hàng ば

くだもの	でんわ	こども	かばん	ばんごはん	はなび	しんぶん	たべもの	ぼく
trái cây	điện thoại	trẻ em	cái cặp	bữa tối	pháo hoa	tờ báo	đồ ăn	tôi (con trai)

■ ぱ行　促音＊小さいつの音　Hàng ぱ*Âm "tsu" nhỏ

えんぴつ	てんぷら	きって	きっぷ	ざっし	みっつ	よっつ	むっつ	いっぽん
Bút chì	món tầm bột rán	con tem	vé tàu xe	tạp chí	ba cái	bốn cái	sáu cái	một chai

ろっぽん	はっぽん	はっせん
sáu chai	tám chai	tám nghìn

■ 長音＊長い音　撥音＊んの音　Âm dài (âm thanh dài), âm mũi (âm "n")

にちようび	げつようび	かようび	すいようび	もくようび	きんようび	どようび
chủ nhật	thứ hai	thứ ba	thứ tư	thứ năm	thứ sáu	thứ bảy

おかあさん	おとうさん	おばあさん	おじいさん	おにいさん	おねえさん
mẹ	bố	bà	ông	anh trai	chị gái

おとうとさん	いもうとさん	せんせい	くうこう	えいご	とお
em trai	em gái	cô/ thầy giáo	sân bay	tiếng Anh	10 (số đếm)

■ 拗音＊小さいやゆよの音　Âm ghép (âm "ya", "yu", "yo" nhỏ)

きょねん	でんしゃ	じてんしゃ	しゅくだい	びじゅつかん	じしょ	おちゃ	ひゃく	さんびゃく	ろっぴゃく
năm ngoái	tàu điện	xe đạp	bài tập	bảo tàng mỹ thuật	từ điển	trà	một trăm	ba trăm	sáu trăm

きょうしつ	べんきょう	きゅうじゅう	じゅうがつ	じゅうどう	おしょうがつ	たんじょうび	びょういん
phòng học	việc học	chín mươi	tháng mười	nhu đạo	ngày tết	sinh nhật	bệnh viện

■ 似ている音の練習　Luyện tập nhưng âm giống nhau

おじいさん	おばさん	いえ	びよういん	うん
ông	bà	nhà	thẩm mỹ viện	vâng

おじさん	おばあさん	いいえ	びょういん	ううん
chú / bác (trai)	cô / dì / bác (gái)	không	bệnh viện	không

カタカナの練習 （れんしゅう） Luyện tập Katakana

バス	パン	ペン	トマト	ミルク	テニス	カメラ	バナナ	サラダ
xe buýt	bánh mì	cái bút	cà chua	sữa	ten-nít	máy ảnh	quả chuối	sa-lát

バイク	テレビ	けしゴム	スマホ
xe máy	tivi	cục tẩy	điện thoại thông minh

長音 ＊ 長い音 （ちょうおん ＊ ながいおと） Âm dài (âm thanh dài)

ノート	コーラ	スープ	プール	ケーキ	ショッピングモール	レシート
quyển vở	cocacola	súp/canh	bể bơi	bánh kem	trung tâm mua sắm	hóa đơn

アイスクリーム	タクシー	コーヒー	スーパー	セーター	ハンバーガー
kem	taxi	cà phê	siêu thị	áo len	ham-bơ-gơ

促音 ＊ 小さいツの音 （そくおん ＊ ちいさいツのおと） Âm ngắt (âm "tsu" nhỏ)

ベッド	バッド	コップ	トラック	スイッチ	ポケット	スリッパ	ロッカー	サッカー
cái giường	xấu	cái cốc	xe tải	công tắc	túi	dép đi trong nhà	tủ khóa để đồ	bóng đá

バスケット	ヨーロッパ	パンフレット	サンドイッチ	アップル	パイナップル
bóng rổ	châu Âu	tờ quảng cáo	bánh mì kẹp	quả táo	quả dứa

拗音 ＊ 小さいやゆよの音 （ようおん ＊ ちいさいやゆよのおと） Âm ghép (âm "ya", "yu", "yo" nhỏ)

シャツ	キャベツ	ジョギング	チョコ	ジュース	ニュース	メニュー	パーティー
cái áo	bắp cải	chạy bộ	sô-cô-la	nước ép	tin tức	thực đơn	bữa tiệc

国の名前 （くにのなまえ） Tên các quốc gia

イギリス	フランス	ドイツ	スイス	イタリア	スペイン	ロシア	ブラジル	アメリカ
Anh	Pháp	Đức	Thụy Sĩ	Ý	Tây Ban Nha	Nga	Brazil	Mỹ

カナダ	オーストラリア	インドネシア	インド	マレーシア	ミャンマー	シンガポール	ラオス	カンボジア
Canada	Úc	Indonesia	Ấn Độ	Malaysia	Myanmar	Singapore	Lào	Campuchia

2課
Bài 2

教室の言葉
きょうしつ　ことば
Các từ ngữ sử dụng trong lớp học

　以下の言葉を教師は積極的に使い、学生に聞くことを慣れさせなければなりません。丁寧体だけで話さず、普通体も使用し、学生にはます形で答えさせるなどの工夫をしてください。教師も学生も教室内ではできるだけこの教室用語を使用し、ベトナム語を使わないように努めてください。Bはビジネスの言い方、Mはまるこちゃんの言い方の意味です（P29参照）。

　Những từ dưới đây giáo viên phải sử dụng thật nhiều và luyện cho học sinh quen với việc nghe hiểu những từ đó. Giáo viên không chỉ nói thể lịch sự mà cần sử dụng cả thể thông thường, và hãy công phu trong việc khiến cho học sinh trả lời các câu hỏi bằng thể masu.Giáo viên và học sinh, nếu có thể hãy nỗ lực sử dụng các từ ngữ sử dụng trong lớp học và cố gắng không dùng tiếng Việt. B là hội thoại của Business,M là hội thoại của Maruko chan (tham khảo trang 29).

■ 教師の言葉　Các từ ngữ của giáo viên
きょうし　ことば

B	はじめましょう	Chúng ta hãy bắt đầu nhé
M	はじめよう	Bắt đầu nào
B	おわりましょう	Chúng ta hãy kết thúc nhé
M	おわろう	Kết thúc thôi
B	やすみましょう	Chúng ta nghỉ nhé
M	やすもう	Nghỉ nào
B	いってください	Em hãy nói đi nào
M	いって	Nói đi
B	かいてください	Em hãy viết đi nào
M	かいて	Viết đi
B	きいてください	Em hãy lắng nghe

M	きいて	Nghe đi

| B | よんでください | Em hãy đọc đi nào |
| M | よんで | Đọc đi |

| B | みてください | Em hãy nhìn đi nào |
| M | みて | Nhìn đi |

| B | おぼえてください | Em hãy ghi nhớ |
| M | おぼえて | Hãy nhớ |

| B | きょうかしょをあけてください。 | Em hãy mở sách ra |
| M | きょうかしょをあけて | Mở sách ra |

| B | きょうかしょをとじてください。 | Em hãy gấp sách vào |
| M | きょうかしょをとじて | Gấp sách vào |

| B | れんしゅうしてください | Các em hãy luyện tập đi nào |
| M | れんしゅうして | Luyện tập đi. |

| Q | Bわかりましたか | Các em đã hiểu chưa nào |
| Q | Mわかった？ | Hiểu chưa? |

| A | Bはい、わかりました | Vâng, chúng em hiểu rồi |
| A´ | Bいいえ、わかりません | Không, chúng em không hiểu |

| Q | Bいいですか | Được chưa các em |
| Q | Mいい？ | Được chưa? |

| A | Bはい、いいです。 | Được rồi. |
| A´ | Bいいえ、だめです。 | Không, không được. |

| Q | Bつぎに行ってもいいですか。 | Chúng ta chuyển sang phần tiếp theo được không? |
| Q | Mつぎ行ってもいい？ | Đi tiếp được không? |

| A | Bはい、いいです。 | Ừ, được rồi. |
| A´ | Bいいえ、まだです。 | Không, chưa được. |

■ 学生の言葉　Các từ ngữ của học sinh

せんせい	Cô giáo/Thầy giáo/Giáo viên
みなさん	Các bạn

きりつ	Các bạn đứng nghiêm
れい	Chào
ちゃくせき	(Các bạn) ngồi xuống
せんせい、トイレへいってもいいですか。	Em thưa cô/ thầy, em đi vệ sinh có được không ạ?
せんせい、みずをのんでもいいですか。 ＊自分が水を持っていない場合	Em thưa cô / thầy, em uống nước có được không ạ? (Sử dụng khi không mang theo nước của mình)
せんせい、すわってもいいですか。	Em thưa cô/ thầy, em ngồi xuống có được không ạ?
せんせい、たってもいいですか。	Em thưa cô/ thầy, em đứng dậy có được không ạ?
せんせい、もういちどおねがいします。	Thưa cô/ thầy, cô/ thầy có thể nhắc lại một lần nữa được không ạ?
せんせい、ゆっくりいってください。	Thưa cô/ thầy, cô/ thầy hãy nói chậm lại ạ.
わかりました。	Em hiểu rồi ạ.
まだわかりません。	Em vẫn chưa hiểu
きこえます。	Em nghe thấy ạ.
きこえません。	Em không nghe thấy ạ.
みえます。	Em nhìn thấy ạ.
みえません。	Em không nhìn thấy ạ.
しつれいします。＊入退室時に使います。	Em xin phép ạ. (Sử dụng khi muốn vào hoặc ra khỏi lớp học)

■ あいさつ　Chào hỏi

おはようございます	Chào buổi sáng.
こんにちは	Chào buổi chiều.
こんばんは	Chào buổi tối.
さようなら	Tạm biệt.
おやすみなさい	Chúc ngủ ngon.
ありがとうございます	Cảm ơn.
すみません	Tôi xin lỗi (Có 3 nghĩa: cảm ơn, xin lỗi, lên tiếng gọi ai đó). (感謝、謝る、呼ぶの三つの意味があります。)

■ すうじ　Số đếm

0	Không	10	Mười	20	Hai mươi
1	Một	11	Mười một	30	Ba mươi
2	Hai	12	Mười hai	40	Bốn mươi
3	Ba	13	Mười ba	50	Năm mươi
4	Bốn	14	Mười bốn	60	Sáu mươi
5	Năm	15	Mười lăm	70	Bảy mươi
6	Sáu	16	Mười sáu	80	Tám mươi
7	Bảy	17	Mười bảy	90	Chín mươi
8	Tám	18	Mười tám	100	Một trăm
9	Chín	19	Mười chín		

■ じかん　Thời gian

月 Tháng	
一月	Tháng Một
二月	Tháng Hai
三月	Tháng Ba
四月	Tháng Tư
五月	Tháng Năm
六月	Tháng Sáu
七月	Tháng Bảy
八月	Tháng Tám
九月	Tháng Chín
十月	Tháng Mười
十一月	Tháng Mười một
十二月	Tháng Mười hai
何月？	Tháng mấy?

月 Tháng	
せんせんげつ	Hai tháng trước
せんげつ	Tháng trước
こんげつ	Tháng này
らいげつ	Tháng sau
さらいげつ	Hai tháng sau
まいつき	Hàng tháng

日にち Ngày					
1	Ngày một	11	Ngày mười một	22	Ngày hai mươi hai
2	Ngày hai	12	Ngày mười hai	23	Ngày hai mươi ba
3	Ngày ba	13	Ngày mười ba	24	Ngày hai mươi tư
4	Ngày bốn	14	Ngày mười bốn	25	Ngày hai mươi lăm
5	Ngày năm	15	Ngày mười lăm	26	Ngày hai mươi sáu
6	Ngày sáu	16	Ngày mười sáu	27	Ngày hai mươi bảy
7	Ngày bảy	17	Ngày mười bảy	28	Ngày hai mươi tám
8	Ngày tám	18	Ngày mười tám	29	Ngày hai mươi chín
9	Ngày chín	19	Ngày mười chín	30	Ngày ba mươi
10	Ngày mười	20	Ngày hai mươi	31	Ngày ba mươi mốt
		21	Ngày hai mươi mốt	?	Ngày bao nhiêu?

日 Ngày	
おととい	Hôm kia
きのう	Hôm qua
きょう	Hôm nay
あした	Ngày mai
あさって	Ngày kia
まいにち	Hàng ngày

曜日 Các thứ trong tuần	
にちようび	Chủ nhật
げつようび	Thứ hai
かようび	Thứ ba
すいようび	Thứ tư
もくようび	Thứ năm
きんようび	Thứ sáu
どようび	Thứ bảy
なんようび	Thứ mấy

週 Tuần	
せんせんしゅう	Hai tuần trước
せんしゅう	Tuần trước
こんしゅう	Tuần này
らいしゅう	Tuần sau
さらいしゅう	Tuần sau nữa
まいしゅう	Hàng tuần

年　Năm	
1990	Năm một nghìn chín trăm chín mươi
1991	Năm một nghìn chín trăm chín mươi mốt
1992	Năm một nghìn chín trăm chín mươi hai
1993	Năm một nghìn chín trăm chín mươi ba
1994	Năm một nghìn chín trăm chín mươi tư
1995	Năm một nghìn chín trăm chín mươi lăm
1996	Năm một nghìn chín trăm chín mươi sáu
1997	Năm một nghìn chín trăm chín mươi bảy
1998	Năm một nghìn chín trăm chín mươi tám
1999	Năm một nghìn chín trăm chín mươi chín
2000	Năm hai nghìn
2001	Năm hai nghìn linh một
2002	Năm hai nghìn linh hai
2003	Năm hai nghìn linh ba
2004	Năm hai nghìn linh tư

2005	Năm hai nghìn linh năm
2006	Năm hai nghìn linh sáu
2007	Năm hai nghìn linh bảy
2008	Năm hai nghìn linh tám
2009	Năm hai nghìn linh chín
2010	Năm hai nghìn mười
2011	Năm hai nghìn mười một
2012	Năm hai nghìn mười hai
2013	Năm hai nghìn mười ba
2014	Năm hai nghìn mười bốn
2015	Năm hai nghìn mười lăm
2016	Năm hai nghìn mười sáu
2017	Năm hai nghìn mười bảy
2018	Năm hai nghìn mười tám
2019	Năm hai nghìn mười chín

年　Năm	
おととし	Năm kia
きょねん	Năm ngoái
ことし	Năm nay
らいねん	Năm sau
さらいねん	Năm sau nữa
まいとし/まいねん	Hàng năm

時 Giờ	
1時	Một giờ
2時	Hai giờ
3時	Ba giờ

4時	Bốn giờ
5時	Năm giờ
6時	Sáu giờ
7時	Bảy giờ

8時	Tám giờ
9時	Chín giờ
10時	Mười giờ
11時	Mười một giờ

12時	Mười hai giờ	何時?	Mấy giờ?

分 Phút		7分	Bảy phút
1分	Một phút	8分	Tám phút
2分	Hai phút	9分	Chín phút
3分	Ba phút	10分	Mười phút
4分	Bốn phút	30分	Ba mươi phút
5分	Năm phút	何分?	Mấy phút?
6分	Sáu phút		

Q & A

Q：きょうはなんがつなんにちなんようびですか。Hôm nay là tháng mấy, ngày mấy, thứ mấy?

A：～がつ～にち～ようびです。Tháng_ngày_thứ_

Q：いまなんじですか。Bây giờ là mấy giờ?

A：～じ～ふん/ぷんです。Bây giờ là _giờ_phút.

Q：ランさんのたんじょうびはいつですか。Sinh nhật của Lan là khi nào?

A：～ねん～がつ～にちです。Sinh nhật của tôi là năm_tháng_ngày_

Q：きょうのてんきはどうですか。Thời tiết hôm nay thế nào?

A：～です。Trời_.

■ てんき Thời tiết

はれ Nắng

あめ Mưa

くもり Mây

これだけで日本語が話せる！

3 課
Bài 3

Với từng này kiến thức, bạn đã có thể nói được tiếng Nhật!

日本語の全体像を見よう Chúng ta hãy cùng xem tổng quan về tiếng Nhật nhé

　　　ベトナム人がとても苦手としているのは動詞の活用です。なぜならば、ベトナム語には動詞の語形変化がないため、日本語学習においてもその影響を受けるからです。逆に言えばこれに慣れてしまえば、日本語はすぐに上手になります。

　　しかしながら多くの教科書は動詞の活用をバラバラに教えるので（木を見せて森を見せない）、逆にその学習を困難にしています。「いきます」という言葉ばかりを覚えると、ほとんどの人は「いって」という形を「いきて」などと間違えるようになります。

　　全部覚えることは難しいですから、毎回の学習で定着させるようにしましょう。動詞には3つのグループがあります。

　Vì trong tiếng Việt không có sự biến đổi của động từ nên người Việt chịu ảnh hưởng này khi học tiếng Nhật. Nói cách khác, nếu quen với cách chia động từ rồi thì sẽ nhanh chóng giỏi tiếng Nhật.

　Tuy nhiên, rất nhiều giáo trình lại dạy chia động từ một cách rời rạc (thầy bói xem voi) nên người học sẽ gặp khó khăn khi học kiểu này. Nếu cứ bắt chỉ nhớ từ "ikimasu" thì hầu như người học sẽ nhầm lẫn "itte" thành "ikite".

　Vì rất khó để nhớ toàn bộ nên hãy để người học ngấm bài thật chắc trong mỗi giờ học. Động từ tiếng Nhật có ba nhóm.

	1G	2G	3G	3G
	行<ruby>行<rt>い</rt></ruby>く	食<ruby>食<rt>た</rt></ruby>べる	来<ruby>来<rt>く</rt></ruby>る	する
	Đi	Ăn	Đến	Làm
ない形 dạng phủ định	いかない	たべない	こない	しない
ます形 dạng masu	いきます	たべます	きます	します
辞書形 dạng từ điển	いく	たべる	くる	する
可能形 dạng khả năng	いける	たべられる	こられる	できる
ば形 dạng ba	いけば	たべれば	くれば	できれば
意向形 dạng ý chí	いこう	たべよう	こよう	しよう
て形 dạng te	いって	たべて	きて	して
た形 dạng ta	いった	たべた	きた	した

Động từ trong tiếng Nhật được chia làm 3 nhóm.

Giải thích dưới đây dựa vào động từ nhóm 1. Tác giả sẽ đưa thêm cách chia động từ theo bảng chữ cái Aiueo, đồng thời sẽ ghi sẵn ý nghĩa cơ bản và ngắn gọn nhất.

日本語の動詞は３つのグループに分類されます。

ここでは1G動詞をもとに説明します。このように、「あいうえお表」に対応して動詞は活用します。ごく簡単に最小限の意味を書いておきます。

① いかない 〈ない形〉と言います。không điの意味です。普通の友達言葉です。

いかない <dạng phủ định>. Nghĩa là "không đi". Từ ngữ dùng khi nói chuyện với bạn bè thông thường.

② いきます 〈ます形〉と言います。điの意味で、丁寧なビジネス言葉です。

ikimasu <dạng masu>. Nghĩa là "đi". Từ ngữ dùng trong giao tiếp thương mại, lịch sự.

③ いく 〈辞書形〉と言います。điの意味で辞書を引くときに使います。友達言葉です。

iku <dạng từ điển>. Nghĩa là "đi", sử dụng khi tra cứu trong từ điển. Từ ngữ dùng khi nói chuyện với bạn bè.

④ いける 〈可能形〉と言います。đi đượcの意味で、友達言葉。〈いけます〉で丁寧です。

ikeru <dạng khả năng>. Nghĩa là "đi được", từ ngữ dùng khi nói chuyện với bạn bè, lịch sự của "ikemasu".

⑤ いけば 〈ば形〉と言います。仮定条件を表したり、何か助言を貰ったりする時に使います。

Ikeba <dạng ba>. Sử dụng khi thể hiện điều kiện giả định, xin lời khuyên nào đó.

⑥ いこう 〈意向形〉と言います。đi thôiのように、友達を誘う時に使います。

ikou <dạng ý chí>. Nghĩa là "đi thôi", sử dụng khi rủ bạn bè.

⑦ いって 〈て形〉と言います。「いってください」はお願いを表します。

3課　これだけで日本語が話せる！

Bài 3　Với từng này kiến thức, bạn đã có thể nói được tiếng Nhật!

itte <dạng te>. Thể hiện yêu cầu "Hãy đi".

⑧ いった　〈た形〉と言います。đã đi で友達言葉です。

itta <dạng ta>. Nghĩa là "đã đi", là từ dùng khi nói chuyện với bạn bè.

■ 例文　Ví dụ

ない　　Dạng phủ định

・学校_{がっこう}にいかない。Tớ sẽ không đi đến trường.

・学校_{がっこう}にいかなかった。Tớ đã không đi đến trường.

＊「ない」の過去形は「なかった」です。シャドーイングで定着させましょう。

Quá khứ của "nai" là "nakatta". Hãy cho người học nói đuổi để có thể nhớ kỹ.

ます形　　Dạng masu

・学校_{がっこう}にいきます。　Tôi sẽ đi đến trường.

＊丁寧な言い方です。

Cách nói lịch sự.

辞書形　　Dạng từ điển

・学校_{がっこう}にいく。Tớ sẽ đi đến trường.

・学校_{がっこう}にいくつもりです。Tôi định đi đến trường.

＊言葉の意味を辞書で調べる時に使う形です。「～つもりです」は予定をあらわします。

Đây là dạng của từ khi tra ý nghĩa trong từ điển. "~tsumori" thể hiện dự định.

可能形　　Dạng từ điển

・学校_{がっこう}にいけます。Tôi có thể đi đến trường.

・学校_{がっこう}にいけません。Tôi không thể đi đến trường.

＊可能を表します。

Thể hiện khả năng.

意向形　　Dạng ý chí

・いっしょに学校_{がっこう}にいこう！　Chúng ta cùng nhau đi đến trường đi!

・学校_{がっこう}にいこうと思います。Tôi định đi đến trường.

＊意向形は人を誘う時に使います。「～と思います」と接続するとき、行動する意思を表しますが、確信の度合いは「～つもりです」より低めです。

Chúng ta sử dụng dạng ý chí khi muốn mời rủ người khác. Nếu có "~to omoimasu" xuất hiện thì câu này thể hiện ý chí của hành động. Tuy nhiên về mức độ chắc chắn thì thấp hơn so với "~tsumori desu".

て形　Dạng te

・毎日、Ａ学校にいってます。Hàng ngày, tôi đi đến trường A.

・トイレにいってもいいですか。Tôi đi vệ sinh có được không?

＊習慣、現在進行形、「～てもいいですか」は許可を求めるなど、他にも様々な表現を持つ最重要の形です。そして間違いが最も多いです。シャドーイングでは念入りに練習し間違いがないようにしてください。

Đây là dạng động từ quan trọng nhất với nhiều cách diễn đạt như thể hiện thói quen, dạng hiện tại tiếp diễn, câu xin phép "~te mo ii desu ka?". Người học bị nhầm lẫn rất nhiều. Hãy luyện tập cẩn thận bằng cách nói đuổi để không mắc lỗi sai nhé!

た形　Dạng ta

・学校にいった。Tớ đã đi đến trường.

・学校にいったことがありません。Tôi chưa từng đi đến trường.

＊「た」は過去形を表します。「～たことがあります」で過去の経験を述べることができます。

"ta" thể hiện cho thì quá khứ. "~ta koto ga arimasu" có thể được dùng để nói về những kinh nghiệm trong quá khứ.

　これらの動詞の意味はさらに広がりをもちますので、これ以降の課で詳しく見ていきます。少なくともこれらをスムーズに言えるようにならなければ、会話の練習にはなりません。ですから各課ではシャドーイングの練習を冒頭に行い動詞の活用に慣れていただきます。この練習は日本人の会話を理解するために必須です。

Những động từ này còn mang nhiều ý nghĩa rộng nữa. Chúng ta hãy xem xét kỹ hơn ở các bài học sau. Nếu không thể nói được lưu loát những từ này thì không thể luyện tập hội thoại được. Chính vì vậy, ở mỗi bài, giáo viên sẽ cho người học luyện tập nói đuổi đầu giờ để quen với cách chia động từ. Việc luyện tập như thế này là rất cần thiết để có thể hiểu được hội thoại của người Nhật.

4課 質問の練習
Bài 4

しつもん　れんしゅう
質問の練習
Luyện tập đặt câu hỏi

「んです」とはなに？　「んです」là gì?

　この課では日本人が多用する質問「んですか。」と「の?」などを中心に練習します。「んですか」は使用頻度がきわめて高い質問の仕方です。「の?」は上司や、年上の人が用います。また友達や家族などとの会話でも使用します。

　ところで多くの教科書では本書とは全く異なり、「ますか。」の質問ばかりを練習させます。例えば以下のように。

　Trong bài này, chúng ta sẽ luyện tập xung quanh câu hỏi「んですか」và「の」mà người Nhật rất hay sử dụng.「んですか」là câu hỏi có tần suất sử dụng cao, cấp trên hoặc người lớn tuổi hay dùng「の」.　Ngoài ra, nó cũng được sử dụng trong hội thoại với bạn bè và những người trong gia đình.

　Khác với cuốn sách này, ở rất nhiều sách giáo khoa khác, họ chỉ toàn cho người học luyện tập cách hỏi "ますか". Chẳng hạn như những ví dụ ở dưới đây:

Q　どこへ　行きますか。

　Bạn đi đâu vậy?

A　学校へ　行きます。

　Tôi đi đến trường.

　ここで見られるように　Vます+か　で質問形になります。これだけは理解しておきましょう。この練習は簡単ですが、学生の会話力を高めるには有効といえるでしょうか。といいますのは、実際の日本人の会話は以下のように展開することが多いからです。

Có thể thấy ở đây là câu hỏi ở dạng「Vます＋か」.　Bạn cần hiểu rõ điều này. Việc luyện tập này tuy đơn giản nhưng liệu có hiệu quả trong việc nâng cao khả năng hội thoại của người học hay không? Thực tế, hội thoại của người Nhật thường được triển khai như sau:

Q どこに　行くんですか。　＊「へ」より「に」のほうが多い。"に" được sử dụng nhiều hơn "へ".

Bạn đi đâu vậy?

A 学校に　行きます。

Tôi đi đến trường.

A´ 学校に　行くんです。＊便宜上本書では「ます」で統一してありますが、これも間違いでは
ありません。

Để tiện theo dõi, trong cuốn sách này chúng tôi thống nhất ghi là "ます" nhưng cách này cũng
không sai.

Tôi đi đến trường.

　「ますか」には質問する相手への関心がさほど含まれていません。事実を単に聞いているだ
けで、場合によっては無感情で冷たい印象を与えます。対して「んですか」は聞き手そのもの
に関心を示し、相手のことを知りたい気持ちが強いと言えます。「んです」は感情のこもった
聞き方です。ただし、使いすぎると自分の感情を押し付けすぎる危険性もあります。もちろん
場合によっては「ますか」で質問する場合も出てきますが、まずは「ますか」よりも「んです
か」の形に慣れることが重要でしょう。この形に慣れない弊害の方が大きいと断言できます。
その最たるものは、日本人の実際の会話が全然聞き取れなくなるということです。私たちはそ
ういう学生を多く見てきました。

また、この課には誘い文句である「意向形+か」や、「ば形」の使い方も載せてあります。こ
の課に慣れたら、日本語会話の準備はほとんど大丈夫です。

Câu hỏi với 「ます」 không hàm chứa sự quan tâm của người nói đối với người nghe. Nó chỉ
đơn giản thể hiện việc bạn muốn hỏi về một sự việc nào đó. Tuỳ từng trường hợp nó còn tạo ấn
tượng về sự vô cảm, lạnh lùng. Ngược lại, 「んですか」 lại bày tỏ sự quan tâm đối với người
nghe. Có thể nói, cấu trúc này thể hiện cảm xúc mạnh mẽ muốn biết về người nghe. 「んです」
là cách hỏi làm chứa cảm xúc. Tuy nhiên, nếu lạm dụng thì nó cũng có mặt nguy hiểm là áp đặt
thái quá cảm xúc của người nói. Đương nhiên cũng có trường hợp ta sử dụng câu hỏi với 「ます
か」 nhưng điều quan trọng đầu tiên ở đây có lẽ là việc quen với câu ở dạng 「んですか」 hơn là
「ますか」. Chúng tôi có thể khẳng định rằng nếu không quen với dạng này thì những tổn hại là
rất lớn. Lớn nhất phải kể đến là việc hoàn toàn không thể nghe được hội thoại trong thực tế của
người Nhật. Trong quá trình dạy, chúng tôi đã gặp rất nhiều học sinh như thế.

Ngoài ra, trong bài này còn trình bày cả cách mời rủ sử dụng với "thể ý chí＋か" hay "thể Ba".

Nếu quen với bài học này thì việc chuẩn bị học hội thoại tiếng Nhật sẽ gần như không gặp phải
vấn đề gì.

■ Business と Maruko について　Business và Maruko

　ビジネス場面で使用されるBusinessと友達や家族間で使用されるMarukoの会話を練習しましょう。注意してほしいのはBusinessの会話スタイルとMarukoが関係がないわけではないことです。あなたの会社の上司や、目上の人は大抵あなたにMarukoで会話をするでしょう。しかし、初対面では皆さんは丁寧な言い方のBusinessスタイルで答えるのが無難です。どちらの言い方も覚えなければ最低限のコミュニケーションもできません。しかし慣れれば簡単です。

Chúng ta hãy cùng luyện tập hội thoại thương mại - sử dụng trong ngữ cảnh thương mại và hội thoại của Maruko - sử dụng khi nói chuyện với bạn bè hoặc với những người trong gia đình nhé. Điều chúng tôi muốn lưu ý ở đây đó là phong cách trong hội thoại thương mại và hội thoại của Maruko không hẳn không có mối liên quan với nhau. Chắc hẳn cấp trên của bạn hay những người lớn tuổi hầu hết sẽ nói với bạn theo cách nói chuyện của Maruko. Nhưng trong lần đầu gặp mặt, nếu bạn trả lời theo phong cách thương mại, cách nói lịch sự thì sẽ an toàn. Nếu không học hai cách nói này thì không thể giao tiếp được ở mức tối thiểu. Tuy nhiên, một khi đã quen rồi thì nó lại rất đơn giản.

■ 1G動詞の練習　Luyện tập động từ nhóm 1

	歩く	働く	行く	話す	飲む	帰る	やる
	Đi bộ	Làm việc	Đi	Nói chuyện	Uống	Đi về	Làm
ない形 Thể phủ định	歩かない	働かない	行かない	話さない	飲まない	帰らない	やらない
ます形 Thể Masu	歩きます	働きます	行きます	話します	飲みます	帰ります	やります
辞書形 Thể từ điển	歩く	働く	行く	話す	飲む	帰る	やる
可能形 Thể khả năng	歩ける	働ける	行ける	話せる	飲める	帰れる	やれる
ば形 Thể Ba	歩けば	働けば	行けば	話せば	飲めば	帰れば	やれば
意向形 Thể ý chí	歩こう	働こう	行こう	話そう	飲もう	帰ろう	やろう
て形 Thể Te	歩いて	働いて	*行って	話して	飲んで	帰って	やって
た形 Thể Ta	歩いた	働いた	*行った	話した	飲んだ	帰った	やった
	会う	読む	曲がる				
	Gặp	Đọc	Rẽ, cong				
ない形 Thể phủ định	会わない	読まない	曲がらない				
ます形 Thể Masu	会います	読みます	曲がります				
辞書形 Thể từ điển	会う	読む	曲がる				
可能形 Thể khả năng	会える	読める	曲がれる				
ば形 Thể Ba	会えば	読めば	曲がれば				
意向形 Thể ý chí	会おう	読もう	曲がろう				
て形 Thể Te	会って	読んで	曲がって				
た形 Thể Ta	会った	読んだ	曲がった				

＊「行く」は通常〈か行〉の動詞なので、「行いて」「行いた」になるはずだが、そうはならず、「行って」「行った」となる。「行く」は1Gの特殊な動詞である。

Động từ "行く" thuộc động từ nhóm 1 nên lẽ ra phải chuyển thành "行いて" "行いた" nhưng lại được chia thành "行って" "行った". Đây là động từ đặc biệt của nhóm 1.

＊名詞の部分は積極的に変えて練習してほしい。

Chúng tôi muốn bạn hãy tích cực thay các danh từ và luyện tập thật nhiều.

■ 例 Ví dụ

Q1　B　どこに　行くんですか。

　　　　Bạn đi đâu vậy?

A1　B　高校に　行きます。→　高校の部分を、スーパー、大学などに変える。

　　　　Tôi đi đến trường cấp ba. Bạn hãy thay thế 高校 bằng スーパー , 大学 nhé.

辞書形の練習　Luyện tập thể từ điển

Q1　B　どこに　行くんですか。＊「どこ」は場所の疑問詞。「に」は目的の助詞。「どこへ」でもよい。「へ」は方向。

　　　　Bạn đi đâu vậy? *"どこ" là từ để hỏi về địa điểm. "に" là trợ từ chỉ mục đích. Bạn cũng có thể hỏi là "どこへ". Trợ từ "へ" chỉ phương hướng.

A1　B　高校に　行きます。

　　　　Tôi đi đến trường cấp ba.

Q1　M　どこに　行くの？　＊助詞の「に」は省かれることもある。

　　　　Cậu đi đâu thế? *Cũng có lúc trợ từ "に" bị lược bỏ.

A1　M　高校に　行くよ。＊終助詞の「よ」は文章を柔らかくする。

　　　　Tớ đi đến trường cấp ba đấy. *Trợ từ cuối "よ" giúp cho câu mềm mại hơn.

Q2　B　いつ　大学に　行くんですか。＊「いつ」は時間や日時を尋ねる。

　　　　Khi nào bạn đi đến trường? * "いつ" dùng để hỏi về thời gian, ngày tháng.

A2　B　9月1日に　行きます。＊「に」は時間につく助詞。

　　　　Tôi sẽ đi đến trường vào ngày mùng 1 tháng 9. *Trợ từ 「に」 đứng sau từ chỉ thời gian.

Q2　M　いつ　大学に　行くの？

　　　　Khi nào cậu đến trường thế?

A2　M　9月1日に　行くよ。

Tớ sẽ đến trường vào ngày mùng 1 tháng 9.

Q3　B　何時に　行くんですか。＊「何時」は時間を尋ねる。日時を尋ねるのは「いつ」。

Mấy giờ bạn đi vậy? * "Mấy giờ" dùng để hỏi về thời gian. Hỏi về ngày tháng, ta dùng "いつ".

A3　B　3時に　行きます。

Tôi sẽ đi lúc 3 giờ.

Q3　M　何時に　行くの?

Mấy giờ cậu đi thế?

A3　M　3時に　行くよ。

Tớ sẽ đi lúc 3 giờ.

Q4　B　誰と　行くんですか。＊「誰」は分からない人を尋ねる。「と」は一緒を表す助詞。

Bạn sẽ đi cùng với ai vậy? * "誰" được dùng để hỏi về người mà mình không biết. "と" là trợ từ, nghĩa là "cùng với".

A4　B　母と　行きます。

Tôi sẽ đi cùng mẹ.

Q4　M　誰と　行くの?

Cậu sẽ đi cùng với ai thế?

A4　M　母と　行くよ。

Tớ sẽ đi cùng mẹ.

Q5　B　友達も　行くんですか。＊「も」は何かを付け加える助詞。

Chị sẽ đi cùng bạn chứ ạ? * Trợ từ "も" với nghĩa là "cũng".

A5　B　はい、友達も　行きます。＊「はい」は英語のYesと同じ。

Vâng, tôi sẽ đi cùng bạn tôi. * "はい" giống nghĩa của từ Yes trong tiếng Anh.

A5´B　いいえ、友達は　いきません。＊「いいえ」は英語のNoと同じ。「は」は否定を意味する

助詞。「友達もは」とはならず、「も」は省かれる。

Không, bạn tôi không đi ạ. * "いいえ" giống nghĩa của từ No trong tiếng Anh. "は" là trợ từ mang nghĩa phủ định. Ta không nói "友達もは", trợ từ "も" đã bị lược bỏ.

Q5　M　友達も　行くの?

Bạn của cậu cũng đi cùng à?

A5　M　うん、友達も　行くよ。

Ừ, bạn tớ cũng đi đấy.

A5´ M ううん、友達は　行かないよ。

Không, bạn tớ không đi đâu.

Q6 B 何で　行くんですか。＊「何」は内容を聞いている。「で」は手段を意味する助詞。

Bạn đi đến đó bằng phương tiện gì vậy? *「何」hỏi về nội dung.「で」là trợ từ mang ý nghĩa là cách thức, phương tiện.

A6 B 電車で　行きます。

Tôi đi bằng tàu điện.

Q6 M 何で　行くの?

Cậu đi gì đến đó thế?

A6 M 電車で　行くよ。

Tớ đi bằng tàu điện.

Q7 B どこから　どこまで　行くんですか。＊「から」は行動の起点を表す助詞。「まで」は行動の終点を意味する助詞。

Bạn đi từ đâu đến đâu vậy? * "から" là trợ từ thể hiện điểm xuất phát của hành động.「まで」là trợ từ mang ý nghĩa là điểm cuối của hành động.

A7 B 家から　学校まで　行きます。

Tôi đi từ nhà đến trường.

Q7 M どこから　どこまで　行くの?

Cậu đi từ đâu đến đâu thế?

A7 M 家から　学校まで　行くよ。

Tớ đi từ nhà đến trường.

Q8 B 何時に　家に　帰るんですか。

Mấy giờ bạn về nhà vậy?

A8 B 4時に　帰ります。

Tôi sẽ về nhà lúc 4 giờ.

Q8 M 何時に　家に　帰るの?

Mấy giờ cậu về nhà thế?

A8 M 4時に　帰るよ。

Tớ sẽ về lúc 4 giờ.

た形の練習　Luyện tập thể Ta

Q1　B　昨日　どこに　行ったんですか。

Hôm qua bạn đã đi đâu vậy?

A1　B　美術館に　行きました。

Hôm qua tôi tới bảo tàng mỹ thuật.

Q1　M　昨日　どこに　行ったの?

Hôm qua cậu đã đi đâu vậy?

A1　M　美術館に　行ったよ。

Hôm qua tớ đã tới bảo tàng mỹ thuật đấy.

Q2　B　いつ　アルバイトに　行ったんですか。

Bạn đã đi làm thêm ngày nào vậy?

A2　B　9月1日に　行きました。

Tôi đã đi làm thêm vào ngày mùng 1 tháng 9.

Q2　M　いつ　アルバイトに　行ったの?

Cậu đã đi làm thêm ngày nào vậy?

A2　M　9月1日に　行ったよ。

Tớ đã đi làm thêm vào ngày mùng 1 tháng 9.

Q3　B　昨日　何時に　映画館に　行ったんですか。＊「の」は名詞と名詞をつなぐ助詞。

Hôm qua bạn đã đi đến rạp chiếu phim lúc mấy giờ vậy?　＊「の」là trợ từ dùng để nối 2 danh từ.

A3　B　3時に　行きました。

Tôi đã đi đến đó lúc 3 giờ.

Q3　M　昨日　何時に　映画館に　行ったの?

Hôm qua cậu đã đi đến rạp chiếu phim lúc mấy giờ vậy?

A3　M　3時に　行ったよ。

Tớ đã đi đến đó lúc 3 giờ đấy.

Q4　B　一昨日　誰と　スーパーに　行ったんですか。

Hôm kia bạn đã đi siêu thị với ai vậy?

A4　B　母と　行きました。

Tôi đã đi cùng mẹ.

Q4　M　一昨日　誰と　スーパーに　行ったの?

Hôm kia cậu đã đi siêu thị với ai vậy?

A4　M　母と　行ったよ。

Tớ đã đi cùng mẹ đấy.

Q5　B　友達も　行ったんですか。

Bạn của bạn cũng đã đi chứ?

A5　B　はい、友達も　行きました。

Vâng, bạn tôi cũng đã đi.

A5´B　いいえ、友達は　行きませんでした。

Không, bạn tôi đã không đi.

Q5　M　友達も　行ったの?

Bạn của cậu cũng đã đi chứ?

A5　M　うん、友達も　行ったよ。

Ừ, bạn của tớ cũng đã đi đấy.

A5´M　ううん、友達は　行かなかったよ。

Không, bạn tớ đã không đi.

Q6　B　何で　行ったんですか。

Bạn đã đi đến đó bằng phương tiện gì?

A6　B　電車で　行きました。

Tôi đã đi đến đó bằng tàu điện.

Q6　M　何で　行ったの?

Cậu đã đi đến đó bằng gì thế?

A6　M　電車で　行ったよ。

Tớ đã đi đến đó bằng tàu điện đấy.

Q7　B　一昨日　どこから　どこまで　行ったんですか。

Hôm qua bạn đã đi từ đâu đến đâu vậy?

A7　B　家から　学校まで　行きました。

Tôi đã đi từ nhà đến trường.

Q7　M　一昨日　どこから　どこまで　行ったの?

Hôm qua cậu đã đi từ đâu đến đâu thế?

A7　M　家から　学校まで　行ったよ。

Tớ đã đi từ nhà đến trường.

Q8　B　昨夜　何時に　家に　帰ったんですか。

Tối qua mấy giờ bạn về đến nhà vậy?

A8　B　7時に　帰りました。

7 giờ tôi về đến nhà.

Q8　M　昨夜　何時に家に帰ったの?

Tối qua mấy giờ cậu về đến nhà thế?

A8　M　7時に　帰ったよ。

7 giờ tớ về đến nhà.

Q9　B　日本に　行ったことがあるんですか。＊Vたことがあるんですか/ありますか。経験を聞く表現。

Bạn đã từng đi Nhật bao giờ chưa? * Vたことがあるんですか/ありますか。Là mẫu câu hỏi về kinh nghiệm.

A9　B　はい、あります。

Vâng, tôi đã đi rồi.

A9´B　いいえ、一度もありません。

Tôi chưa đến đó lần nào cả.

Q9　M　日本に　行ったことがあるの?

Cậu đã từng đi Nhật bao giờ chưa?

A9　M　うん、あるよ。

Ừ, tớ đã đi rồi.

A9´M　ううん、一度もないよ。

Chưa, tớ chưa đến đó lần nào cả.

Q10　B　日本に　行ったら、どこに　行きたいんですか。　＊1たらは仮定を表す。＊2ます→

たい　はしたいことを表す。行きます→行きたい

Nếu đi Nhật thì bạn muốn đi đâu vậy? *1 たら là mẫu câu giả định　　*2ます→たい

muốn làm gì đó. 行きます→行きたい：muốn đi

A10　B　東京に　行ったり、大阪に　行ったりしたいです。＊たり～たり　二つ以上の行動を

言う場合に使う。　したい→muốn làm

Tôi muốn đi đến Tokyo, Osaka. *たり～たり sử dụng trong trường hợp muốn liệt kê

hai hành động trở lên.

Q10　M　日本に　行ったら、どこに　行きたいの?

Nếu đi Nhật thì cậu muốn đi đâu thế?

A10　M　東京に　行ったり、大阪に　行ったりしたいよ。

Tớ muốn đi đến Tokyo, Osaka.

ない形の練習　Luyện tập thể Nai

Q1　B　今日　会社に　行かないんですか。

Hôm nay bạn không đi đến công ty à?

A1　B　はい、今日　会社には　行きません。明日　行きます。＊「は」は否定の助詞。今日

会社にはいかないが、他のどこかに行くという含みがある。

Vâng, hôm nay tôi không đi đến công ty. Ngày mai tôi mới tới. (「は」là trợ từ phủ

định. Câu này có nghĩa là hôm nay tôi không tới công ty và còn hàm ý là tôi sẽ đi nơi

khác.)

Q1　M　今日　会社に　行かないの?

Hôm nay cậu không đi đến công ty à?

A1　M　うん、今日　会社には　行かないよ。明日　行くよ。

Ừ, hôm nay tớ không đi đến công ty. Ngày mai tớ mới tới cơ.

Q2　B　9時に　学校に　行かないんですか。

Bạn không đi đến trường lúc 9 giờ à?

A2　B　はい、9時には　行きません。10時に行きます。

Vâng, tôi không đi đến trường lúc 9 giờ. 10 giờ tôi mới đi.

Q2　M　9時に　学校に　行かないの?

Cậu không đi đến trường lúc 9 giờ à?

A2　M　うん、9時には　行かないよ。10時に行くよ。

Ừ, tớ không đi đến trường lúc 9 giờ. 10 giờ tớ mới đi cơ.

Q3　B　友達と　図書館に　行かないんですか。

Bạn không đi đến thư viện với bạn của bạn à?

A3　B　はい、友達とは　行きません。一人で行きます。

Vâng, tôi không đi với bạn. Tôi đi một mình.

Q3　M　友達と　図書館に　行かないの?

Cậu không đi đến thư viện với bạn à?

A3　M　うん、友達とは　行かないよ。一人で行くよ。

Ừ, tớ không đi với bạn. Tớ đi một mình thôi.

Q4　B　タクシーで　大学に　行かないんですか。

Bạn không đi taxi đến trường đại học à?

A4　B　はい、タクシーでは　行きません。歩いて行きます。

Vâng, tôi không đi taxi. Tôi đi bộ đến trường.

Q4　M　タクシーで　大学に　行かないの?

Cậu không đi taxi đến trường đại học à?

A4　M　うん、タクシーでは　行かないよ。歩いて行くよ。

Ừ, tớ không đi taxi. Tớ đi bộ đến trường đấy.

Q5　B　一緒に　おいしいすし屋に　行きませんか。　＊行きませんか　否定形で丁寧に相手を誘う。対して「行きますか。」はやや強め。

Bạn cùng đi đến nhà hàng sushi ngon với tôi chứ? *行きませんか là cách mời rủ người nghe một cách lịch sự ở thể phủ định.

A5　B　ええ、行きましょう。　＊答える時は、「ましょう」という。

Vâng, ta đi thôi. *Khi trả lời, ta sẽ nói "ましょう".

A5´　　B　すみません。ちょっと…。　＊都合の悪い時の常套句が「ちょっと…」

Xin lỗi. Tôi… *Trong trường hợp hoàn cảnh không cho phép ta dùng cụm từ cố định "ちょっと…"

Q5　M　一緒に　おいしいすし屋に　行かない?　＊Vないのもう一つの機能が誘い。よく使用される。

Cậu cùng đi đến nhà hàng sushi ngon với tớ không? (Thêm một chức năng nữa thường hay được sử dụng của「Vない」đó là mời rủ.)

A5　M　うん、行こう。　＊答える時は、V意向形。

　　　　Ừ, đi đi. *Khi trả lời ta dùng động từ thể ý chí.

A5´　M　ごめん。ちょっと…。

　　　　Xin lỗi. Tớ…

Q6　B　家に　帰らないんですか。

　　　　Bạn không về à?

A6　B　はい、帰りません。

　　　　Vâng, tôi không về.

Q6　M　家に　帰らないの?

　　　　Cậu không về à?

A6　M　うん、帰らないよ。

　　　　Ừ, tớ không về.

なかった形の練習＊ない形の過去形　Luyện tập Nakatta*Thì quá khứ của thể Nai

Q1　B　昨日　会社に　行かなかったんですか。

　　　　Hôm qua anh không đi đến công ty à?

A1　B　はい、昨日　会社には　行きませんでした。今日　行きました。

　　　　Vâng, hôm qua tôi không đi đến công ty. Hôm nay tôi đã đến.

Q1　M　昨日　会社に　行かなかったの?

　　　　Hôm qua cậu không đi đến công ty à?

A1　M　うん、昨日　会社には　行かなかったよ。今日　行ったよ。

　　　　Ừ, hôm qua tớ không đi đến công ty. Hôm nay tớ đã đến rồi.

Q2　B　9時に　学校に　行かなかったんですか。

　　　　Bạn đã không đi đến trường lúc 9 giờ à?

A2　B　はい、9時には　行きませんでした。10時に　行きました。

　　　　Vâng, tôi đã không đi đến trường lúc 9 giờ. Tôi đã tới trường lúc 10 giờ.

Q2　M　9時に　学校に　行かなかったの?

Cậu không đi đến trường lúc 9 giờ à?

A2　M　うん、9時には　行かなかったよ。10時に　行ったよ。

Ừ, tớ đã không đi đến trường lúc 9 giờ. Tớ đã tới trường lúc 10 giờ.

Q3　B　友達と　図書館に　行かなかったんですか。

Bạn không đi đến thư viện cùng bạn của bạn à?

A3　B　はい、友達とは　行きませんでした。一人で　行きました。

Vâng, tôi đã không đi với bạn. Tôi đi một mình.

Q3　M　友達と　図書館に　行かなかったの？

Cậu không đi đến thư viện cùng bạn à?

A3　M　うん、友達とは　行かなかったよ。一人で　行ったよ。

Ừ, tớ đã không đi với bạn. Tớ đi một mình.

Q4　B　タクシーで　大学に　行かなかったんですか。

Bạn đã không đi đến trường đại học bằng taxi à?

A4　B　はい、タクシーでは　行きませんでした。歩いて　行きました。

Vâng, tôi đã không đi bằng taxi. Tôi đã đi bộ đến trường.

Q4　M　タクシーで　大学に　行かなかったの？

Cậu đã không đi đến trường đại học bằng taxi à?

A4　M　うん、タクシーでは　行かなかったよ。歩いて　行ったよ。

Ừ, tớ đã không đi bằng taxi. Tớ đã đi bộ đến trường đấy.

Q5　B　先々週　家に　帰らなかったですか。＊家には「うち」と「いえ」の二つの読み方がある。

Tuần trước nữa bạn đã không về nhà à? *Chữ Kanji 家 có hai cách đọc là "うち" và "いえ".

A5　B　はい、帰りませんでした。

Vâng, tôi đã không về nhà.

Q5　M　先々週　家に　帰らなかったの？

Tuần trước nữa cậu đã không về nhà à?

A5　M　うん、帰らなかったよ。

Ừ, tớ đã không về nhà.

可能形の練習 <small>かのうけい</small> <small>れんしゅう</small> Luyện tập thể khả năng

Q1　B　9時に レストランに 行けるんですか。
　　　　Bạn có thể đi đến nhà hàng vào lúc 9 giờ được không?

A1　B　はい、9時に 行けます。
　　　　Vâng, tôi có thể đến đó lúc 9 giờ.

Q1　M　9時に レストランに 行けるの?
　　　　Cậu có thể đi đến nhà hàng vào lúc 9 giờ chứ?

A1　M　うん、9時に 行けるよ。
　　　　Ừ, tớ đến được vào lúc 9 giờ.

Q2　B　9時に 病院に 行けたんですか。
　　　　Bạn đã đi đến được bệnh viện lúc 9 giờ chứ?

A2　B　はい、9時に 行けました。
　　　　Vâng, tôi đã đi đến được bệnh viện lúc 9 giờ.

Q2　M　9時に 病院に 行けたの?
　　　　Cậu đã đi đến được bệnh viện lúc 9 giờ chứ?

A2　M　うん、9時に 行けたよ。
　　　　Ừ, tớ đã đi đến được bệnh viện lúc 9 giờ.

Q3　B　今日 デートに 行けないんですか。
　　　　Hôm nay bạn không thể đi hẹn hò được à?

A3　B　はい、今日 デートには 行けません。
　　　　Vâng, hôm nay tôi không thể đi hẹn hò được.

Q3　M　今日 デートに 行けないの?
　　　　Hôm nay cậu không thể đi hẹn hò được à?

A3　M　うん、今日 デートには 行けないよ。
　　　　Ừ, hôm nay tớ không thể đi hẹn hò được.

Q4　B　昨日 デートに 行けなかったんですか。
　　　　Hôm qua bạn đã không thể đi hẹn hò được à?

A4　B　はい、昨日 デートには 行けませんでした。

Vâng, hôm qua tôi đã không thể đi hẹn hò được.

Q4　M　昨日　デートに　行けなかったの?

Hôm qua cậu đã không thể đi hẹn hò được à?

A4　M　うん、昨日　デートには　行けなかったよ。

Ừ, hôm qua tớ đã không thể đi hẹn hò được.

Q5　B　歩いて　大学に　行けなかったんですか。

Bạn đã không thể đi bộ đến trường đại học được à?

A5　B　はい、歩いては　行けませんでした。タクシーで　行けました。

Vâng, tôi đã không thể đi bộ đến trường đại học được. Tôi đã đến được bằng taxi.

Q5　M　歩いて　大学に　行けなかったの?

Cậu đã không thể đi bộ đến trường đại học được à?

A5　M　うん、歩いては　行けなかったよ。タクシーで　行けたよ。

Ừ, tớ đã không thể đi bộ đến trường đại học được. Tớ đã đến được bằng taxi.

Q6　B　家に　帰れないんですか。

Bạn không thể về nhà được à?

A6　B　はい、帰れません。もう電車がありませんから。

Vâng, tôi không thể về nhà được. Vì không còn tàu điện nữa rồi.

Q6　M　家に　帰れないの?

Cậu không thể về nhà được à?

A6　M　うん、帰れないよ。もう電車がないから。

Ừ, tớ không thể về nhà được. Vì không còn tàu điện nữa rồi.

て形の練習　Luyện tập thể Te

B　　　あそこに　行ってください。

Bạn hãy đi ra kia.

M　　　あっち　行って。

Đi ra kia đi.

＊「お疲れ様です」は使用頻度が高く、仕事終わりなどで相手を労う優しい言葉。

"お疲れ様です" (bạn vất vả rồi) là từ có tần suất sử dụng cao, dùng để ghi nhận một cách ân cần, thể hiện sự quan tâm trước những cố gắng của đối phương trong những tình huống như khi kết thúc công việc…

B　今日は　お疲れ様でした。もう帰ってもいいですよ。
　　Hôm nay cháu đã vất vả rồi. Cháu về được rồi đấy.

M　今日は　お疲れ様。もう帰ってもいいよ。
　　Hôm nay cậu đã vất vả rồi. Về được rồi đấy.

Q1　B　どこで　働いているんですか。＊「働く」の助詞は「で」。「で」は活動する場所を表す。
　　　　Chị đang làm việc ở đâu ạ? (Trợ từ đi với động từ「働く」là「で」.「で」biểu thị địa điểm diễn ra hoạt động.)

A1　B　ホーチミンで　働いています。
　　　　Tôi đang làm việc ở thành phố Hồ Chí Minh.

A1´B　働いていません。無職です。
　　　　Tôi không làm việc ở đâu cả. Tôi không có việc làm.

Q1　M　どこで　働いてるの？＊Marukoでは「ている→てる」になり、「い」は省かれる。
　　　　Chị đang làm việc ở đâu ạ? (Trợ từ đi với động từ「働く」là「で」.「で」biểu thị địa điểm diễn ra hoạt động.)

A1　M　ホーチミンで　働いてるよ。
　　　　Tớ đang làm việc ở thành phố Hồ Chí Minh đấy.

A1´M　働いてないよ。無職だよ。
　　　　Tớ không làm việc ở đâu cả. Tớ không có việc làm.

Q2　B　先ほどから　伊藤君を　見ませんが、彼は　どこに　行っているんですか。
　　　　Từ ban nãy tôi đã không nhìn thấy cậu Ito rồi, cậu ấy đang đi đâu vậy?

A2　B　今　パン屋に　行っています。
　　　　Bây giờ anh ấy đang tới cửa hàng bánh mì ạ.

Q2　M　さっきから　伊藤君を　見ないけど、彼は　どこに　行っているの？
　　　　Từ ban nãy tớ đã không nhìn thấy cậu Ito rồi, cậu ấy đang đi đâu vậy?

A2　M　今　パン屋に　行ってるよ。
　　　　Bây giờ cậu ấy đang tới cửa hàng bánh mì.

＊何かをすることを意味する、1Gの「やる」と3Gの「する」は最頻出の動詞です。意味は同じです

が、「やる」のほうが強い意志を感じさせます。

*Động từ "やる" thuộc nhóm 1 và động từ "する" thuộc nhóm 3 là những động từ được sử dụng với tần suất nhiều nhất. Ý nghĩa của hai động từ này giống nhau (đều có nghĩa là "làm") nhưng "やる" khiến ta cảm nhận về ý chí "làm" có phần mạnh mẽ hơn.

Q3　B　日曜日は　何を　やっているんですか。

　　　　　Chủ nhật bạn thường làm gì vậy?

A3　B　アニメを　見ています。　＊「見る」は2G動詞の項を参照。

　　　　　Tôi hay xem phim hoạt hình. *Tham khảo động từ "見る" ở nhóm 2.

A3´B　掃除を　しています。

　　　　　Tôi hay dọn dẹp.

A3´B　マンガを　読んでいます。

　　　　　Tôi thường đọc truyện tranh.

A3´B　ブログを　書いています。

　　　　　Tôi hay viết blog.

A3´B　日本語を　勉強しています。

　　　　　Tôi thường học tiếng Nhật.

Q3　M　日曜日は　何を　やってるの?

　　　　　Chủ nhật cậu thường làm gì thế?

A3　M　アニメを　見てるよ。

　　　　　Tớ hay đọc truyện tranh.

A3´M　掃除を　してるよ。

　　　　　Tớ hay dọn dẹp.

A3´M　マンガを　読んでるよ。

　　　　　Tớ thường đọc truyện tranh.

A3´M　ブログを　書いてるよ。

　　　　　Tớ hay viết blog.

A3´M　日本語を　勉強してるよ。

　　　　　Tớ thường học tiếng Nhật đấy.

意向形の練習　Luyện tập thể ý chí

Q1　B　土曜日　一緒に　レストランに　行きましょうか。

　　　　　Thứ bảy bạn cùng đi đến nhà hàng với tôi chứ?

A1　B　はい、一緒に　行きましょう。

Vâng, chúng ta cùng đi nhé.

Q1　M　土曜日　一緒に　レストランに　行こうか?

Thứ bảy cậu cùng đi đến nhà hàng với tớ chứ?

A1　M　うん、一緒に　行こう。

Ừ, cùng đi nhé.

Q2　B　今度一緒に　ビールを飲みましょうか。

Lần tới chúng ta cùng uống bia với nhau nhé?

A2　B　はい、一緒に　飲みましょう。

Vâng ạ, ta cùng uống nhé.

Q2　M　今度一緒に　ビールを飲もうか?

Lần tới ta cùng uống bia đi?

A2　M　うん、一緒に　飲もう。

Ừ, uống đi.

Q3　B　今度動物園で　会いましょうか。

Lần tới chúng ta gặp nhau ở vườn bách thú chứ?

A3　B　はい、今度会いましょう。

Vâng, lần tới ta gặp nhau ở đó đi ạ.

Q3　M　今度動物園で　会おうか。

Lần tới chúng ta gặp nhau ở vườn bách thú nhé?

A3　M　うん、今度会おう。

Ừ, lần tới gặp ở đó đi.

Q4　B　火曜日　喫茶店で　話しましょうか。

Thứ ba chúng ta sẽ nói chuyện ở quán cà phê chứ?

A4　B　はい、話しましょう。

Vâng, ta nói chuyện ở đó đi.

Q4　M　火曜日　喫茶店で　話そうか?

Thứ ba ta nói chuyện ở quán cà phê nhé?

A4　M　うん、話そう。

Ừ, nói chuyện ở đó đi.

ば形の練習　Luyện tập thể Ba

Q1　B　すみません。このレストランには　どうやって行けばいいですか。＊「は」話題を表す助詞。質問者の関心は「このレストラン」。

Xin lỗi. Làm thế nào để đi đến được nhà hàng này ạ? *Trợ từ "は" thể hiện cho chủ đề nói. Sự quan tâm người đặt câu hỏi là về "nhà hàng này".

A1　B　右を曲がって、まっすぐ行ってください。左に　ありますよ。＊曲がって　て形は二つ以上の行動について述べられる。＊「を」移動する場所を表す助詞。「に」存在を表す助詞。

Bạn rẽ phải rồi đi thẳng. Nhà hàng nằm ở bên tay trái đấy. *曲がって Thể Te dùng khi có từ hai hành động trở lên. Trợ từ "を" thể hiện địa điểm di chuyển. Trợ từ "に" biểu thị sự tồn tại.

Q1　M　ごめん。このレストランには　どうやって行けばいいの？

Xin lỗi. Tớ đi thế nào thì đến được nhà hàng này?

A1　M　右を　曲がって、まっすぐ行って。左に　あるよ。

Cậu rẽ phải rồi đi thẳng. Nhà hàng nằm ở bên tay trái đấy.

Q2　B　日本語が　上手になりたいです。どうすればいいですか。＊「なります→たい」で願望を表す。

Tôi muốn giỏi tiếng Nhật. Phải làm thế nào ạ? (「なります→たい」thể hiện mong muốn, nguyện vọng.)

A2　B　毎日　この本を　読めば上手になります。

Nếu đọc cuốn sách này hàng ngày thì bạn sẽ giỏi tiếng Nhật.

Q2　M　日本語が　上手に　なりたいよ。どうすればいいの？

Tớ muốn giỏi tiếng Nhật. Tớ phải làm thế nào?

A2　M　毎日　この本を　読めば上手になるよ。

Nếu đọc cuốn sách này hàng ngày thì cậu sẽ giỏi tiếng Nhật đấy.

Q3　B　日本語の会話が　上手になりたいんですが、どうすればいいですか。

Tôi muốn giỏi giao tiếp bằng tiếng Nhật. Tôi phải làm thế nào ạ?

A3　B　毎日　日本語を　話せば上手になります。

Nếu bạn nói tiếng Nhật hàng ngày thì bạn sẽ giỏi tiếng Nhật.

Q3　M　日本語の会話が　上手になりたいんだけど、どうすればいいの？

Tớ muốn giỏi giao tiếp bằng tiếng Nhật. Tớ phải làm thế nào?

A3　M　毎日　日本語を　話せば上手になるよ。

Nếu nói tiếng Nhật hàng ngày thì cậu sẽ giỏi tiếng Nhật đấy.

特別な1G動詞〈ある〉　Động từ đặc biệt〈ある〉nhóm 1

	ある
	Có（đồ vật）
ない形 Thể phủ định	＊ない
ます形 Thể Masu	あります
辞書形 Thể từ điển	ある
可能形 Thể khả năng	
ば形 Thể Ba	あれば
意向形 Thể ý chí	
て形 Thể Te	あって
た形 Thể Ta	あった

Q1　B　来週の水曜日テストが　あるんですか。

Thứ tư tuần sau có bài kiểm tra phải không?

A1　B　はい、あります。

Vâng, có đấy.

A1´B　いいえ、ありません。

Không, không có đâu.

Q1　M　来週の水曜日テスト　あるの？　＊助詞の「が」や「を」は省かれることが多い。

Thứ tư tuần sau có bài kiểm tra à?　*Trợ từ "が" và "を" hay bị lược bỏ.

A1　M　うん、あるよ。

Ừ, có đấy.

A1´M　ううん、ない。

Không, không có.

Q2　B　先週の　月曜日友達の　パーティーが　あったんですか。

Thứ hai tuần trước em có tiệc với bạn bè à?

A2　B　はい、ありました。

Vâng ạ.

A2´B　いいえ、ありませんでした。

Không, không có ạ.

Q2　M　先週の　月曜日　友達の　パーティ　あったの？

Thứ hai tuần trước cậu có tiệc với mấy đứa bạn à?

A2　M　うん、あったよ。

Ừ, đúng thế.

A2´　M　ううん、なかったよ。

Không, không có.

Q3　B　今年は　運動会が　ないんですか。

Năm nay không có ngày hội thể thao ạ?

A3　B　はい、ありません。

Vâng, không có.

A3´　B　いいえ、あります。

Không, có ạ.

Q3　M　今年は　運動会が　ないの？

Năm nay không có ngày hội thể thao à?

Q3　M　うん、ないよ。

Không, không có đâu.

Q3　M　ううん、あるよ。

Không, có đấy.

Q4　B　去年は　オリンピックが　なかったんですか。

Năm ngoái không có Olympic ạ?

A4　B　はい、ありませんでした。

Vâng, không có.

A4´　B　いいえ、ありました。

Không, có ạ.

Q4　M　去年は　オリンピックが　なかったの？

Năm ngoái không có Olympic à?

A4　M　うん、なかったよ。

Không, không có đâu.

A4´　M　ううん、あったよ。

Không, có chứ.

2G動詞の練習　Luyện tập động từ nhóm 2

	食べる	起きる	寝る	勤める	見る
	Ăn	Thức dậy	Ngủ	Làm việc	Nhìn, xem
ない形 Thể phủ định	食べない	起きない	寝ない	勤めない	見ない
ます形 Thể Masu	食べます	起きます	寝ます	勤めます	見ます
辞書形 Thể từ điển	食べる	起きる	寝る	勤める	見る
可能形 Thể khả năng	食べられる	起きられる	寝られる	勤められる	見られる
ば形 Thể Ba	食べれば	起きれば	寝れば	勤めれば	見れば
意向形 Thể ý chí	食べよう	起きよう	寝よう	勤めよう	見よう
て形 Thể Te	食べて	起きて	寝て	勤めて	見て
た形 Thể Ta	食べた	起きた	寝た	勤めた	見た

辞書形の練習　Luyện tập thể từ điển

Q1　B　今日は　何を　食べるんですか。
　　　　Hôm nay bạn sẽ ăn gì?

A1　B　ステーキを　食べます。
　　　　Tôi sẽ ăn món bò bít tết.

Q1　M　今日は　何を　食べるの?
　　　　Hôm nay cậu sẽ ăn gì thế?

A1　M　ステーキを　食べるよ。
　　　　Tớ sẽ ăn món bò bít tết đấy.

Q2　B　どこで　食べるんですか。
　　　　Bạn sẽ ăn ở đâu vậy?

A2　B　レストランで　食べます。
　　　　Tôi sẽ ăn ở nhà hàng.

Q2　M　どこで　食べるの?
　　　　Cậu sẽ ăn ở đâu vậy thế?

A2　M　レストランで　食べるよ。

Tớ sẽ ăn ở nhà hàng đấy.

Q3　B　<ruby>何時<rt>なんじ</rt></ruby>に　<ruby>晩御飯<rt>ばんごはん</rt></ruby>を　<ruby>食<rt>た</rt></ruby>べるんですか。

Bạn sẽ ăn cơm tối lúc mấy giờ?

A3　B　6<ruby>時<rt>じ</rt></ruby>に　<ruby>食<rt>た</rt></ruby>べます。

Tôi sẽ ăn lúc 6 giờ.

Q3　M　<ruby>何時<rt>なんじ</rt></ruby>に　<ruby>晩御飯<rt>ばんごはん</rt></ruby>を　<ruby>食<rt>た</rt></ruby>べるの?

Cậu sẽ ăn tối lúc mấy giờ thế?

A3　M　6<ruby>時<rt>じ</rt></ruby>に　<ruby>食<rt>た</rt></ruby>べるよ。

Tớ sẽ ăn lúc 6 giờ.

Q4　B　<ruby>誰<rt>だれ</rt></ruby>と　<ruby>食<rt>た</rt></ruby>べるんですか。

Bạn sẽ ăn cùng với ai vậy?

A4　B　<ruby>母<rt>はは</rt></ruby>と　<ruby>食<rt>た</rt></ruby>べます。

Tôi sẽ ăn cùng mẹ.

Q4　M　<ruby>誰<rt>だれ</rt></ruby>と　<ruby>食<rt>た</rt></ruby>べるの?

Cậu sẽ ăn cùng với ai thế?

A4　M　<ruby>母<rt>はは</rt></ruby>と　<ruby>食<rt>た</rt></ruby>べるよ。

Tớ sẽ ăn cùng mẹ đấy.

Q5　B　お<ruby>父<rt>とう</rt></ruby>さんも　<ruby>一緒<rt>いっしょ</rt></ruby>に　<ruby>食<rt>た</rt></ruby>べるんですか。

Bố bạn cũng sẽ ăn cùng chứ?

A5　B　はい、<ruby>父<rt>ちち</rt></ruby>も　<ruby>食<rt>た</rt></ruby>べます。

Vâng, bố tôi cũng ăn cùng.

Q5　M　お<ruby>父<rt>とう</rt></ruby>さんも　<ruby>一緒<rt>いっしょ</rt></ruby>に　<ruby>食<rt>た</rt></ruby>べるの?

Bố cậu cũng sẽ ăn cùng chứ?

A5　M　うん、<ruby>父<rt>ちち</rt></ruby>も　<ruby>食<rt>た</rt></ruby>べるよ。

Ừ, bố tớ cũng ăn cùng.

<ruby>た形<rt>けい</rt></ruby>の<ruby>練習<rt>れんしゅう</rt></ruby>　Luyện tập thể Ta

Q1　B　<ruby>昨日<rt>きのう</rt></ruby>は　<ruby>何<rt>なに</rt></ruby>を　<ruby>食<rt>た</rt></ruby>べたんですか。

Hôm qua bạn đã ăn gì vậy?

A1　B　パンを　食べました。

Tôi đã ăn bánh mì.

Q1　M　昨日は　何を　食べたの?

Hôm qua cậu đã ăn gì thế?

A1　M　パンを　食べたよ。

Tớ đã ăn bánh mì.

Q2　B　どこで　食べたんですか。

Hôm qua bạn đã ăn ở đâu vậy?

A2　B　友達の家で　食べました。

Tôi đã ăn ở nhà bạn tôi.

Q2　M　どこで　食べたの?

Hôm qua cậu đã ăn ở đâu thế?

A2　M　友達の家で　食べたよ。

Tớ đã ăn ở nhà bạn tớ.

Q3　B　一昨日は　何時に　晩御飯を　食べたんですか。

Hôm kia bạn đã ăn tối lúc mấy giờ vậy?

A3　B　6時に　食べました。

Tôi đã ăn lúc 6 giờ.

Q3　M　一昨日は　何時に　晩御飯を　食べたの?

Hôm kia cậu đã ăn tối lúc mấy giờ thế?

A3　M　6時に　食べたよ。

Tớ đã ăn lúc 6 giờ.

Q4　B　3日前は　誰と　食べたんですか。

3 ngày trước bạn đã ăn tối cùng ai vậy?

A4　B　姉と　食べました。

Tôi đã ăn tối cùng chị tôi.

Q4　M　3日前は　誰と　食べたの?

3 ngày trước cậu đã ăn tối cùng ai thế?

A4　M　姉と　食べたよ。

Tớ đã ăn tối cùng chị tớ.

Q5　B　お兄さんも　一緒に　食べたんですか。

Anh trai bạn cũng đã ăn cùng chứ?

A5　B　兄も　食べました。

Anh trai tôi cũng ăn cùng.

Q5　M　お兄さんも　一緒に　食べたの?

Anh trai cậu cũng đã ăn cùng chứ?

A5　M　兄も　食べたよ。

Anh trai tớ cũng ăn cùng đấy.

Q6　B　何で　ステーキを　食べたんですか。

Bạn đã ăn món bò bít tết bằng gì vậy?

A6　B　フォークとナイフで　食べました。

Tôi đã ăn bằng dĩa và dao.

Q6　M　何で　ステーキを　食べたの?

Cậu đã ăn bò bít tết bằng gì thế?

A6　M　フォークとナイフで　食べたよ。

Tớ đã ăn bằng dĩa vào dao.

Q7　B　何時に　寝たんですか。

Bạn đã ngủ lúc mấy giờ vậy?

A7　B　9時に　寝ました。

Tôi đã ngủ lúc 9 giờ.

Q7　M　何時に　寝たの?

Cậu đã ngủ lúc mấy giờ thế?

A7　M　9時に　寝たよ。

Tớ đã ngủ lúc 9 giờ đấy.

Q8　B　何時に　起きたんですか。

Bạn đã thức dậy lúc mấy giờ vậy?

A8　B　4時に　起きました。

Tôi đã dậy lúc 4 giờ.

Q8　M　何時に　起きたの?

Cậu đã dậy lúc mấy giờ thế?

A8　M　4時に　起きたよ。

Tớ đã dậy lúc 4 giờ đấy.

Q9　B　すき焼きを　食べたことがありますか。

Bạn đã từng ăn món sukiyaki bao giờ chưa?

A9　B　はい、あります。

Vâng, tôi từng ăn rồi.

A9´B　いいえ、ありません。

Chưa, tôi chưa từng ăn.

Q9　M　すき焼きを　食べたことがあるの?

Cậu đã từng ăn món sukiyaki bao giờ chưa?

A9　M　うん、あるよ。

Ừ, tớ từng ăn rồi đấy.

A9´M　ううん、ないよ。

Chưa, tớ chưa ăn bao giờ.

Q10　B　日本に　行ったら、何を　食べたいんですか。

Nếu sang Nhật thì bạn muốn ăn món gì vậy?

A10　B　すしを　食べたり、ラーメンを　食べたりしたいです。

Tôi muốn ăn nhiều món chẳng hạn như sushi, ramen.

Q10　M　日本に　行ったら、何を　食べたいの?

Nếu sang Nhật thì cậu muốn ăn món gì thế?

A10　M　すしを　食べたり、ラーメンを　食べたりしたいよ。

Tớ muốn ăn nhiều món chẳng hạn như sushi, ramen.

ない形の練習　Luyện tập thể Nai

Q1　B　今は　何も　食べないんですか。

Hôm nay bạn không ăn gì à?

A1　B　はい、今は　何も食べません。お腹が　いっぱいですから。

Vâng, hôm nay tôi không ăn bất cứ thứ gì. Vì tôi no.

Q1　M　今は　何も　食べないの？

Hôm nay cậu không ăn gì à?

A1　M　うん、今は　何も食べないよ。お腹が　いっぱいだから。

Ừ, hôm nay tớ không ăn bất cứ thứ gì. Vì tớ no.

Q2　B　家で　食べないんですか。

Bạn không ăn ở nhà à?

A2　B　はい、家では　食べません。レストランで　食べます。

Vâng, tôi không ăn ở nhà. Tôi ăn ở nhà hàng.

Q2　M　家で　食べないの？

Cậu không ăn ở nhà à?

A2　M　うん、家では　食べないよ。レストランで　食べるよ。

Ừ, tớ không ăn ở nhà đâu. Tớ ăn ở nhà hàng cơ.

Q3　B　午前5時に　食べないんですか。

Bạn không ăn lúc 5 giờ sáng à?

A3　B　はい、5時には　食べません。6時に　食べます。

Vâng, tôi không ăn lúc 5 giờ. Tôi ăn lúc 6 giờ.

Q3　M　午前5時に　食べないの？

Cậu không ăn lúc 5 giờ sáng à?

A3　M　うん、5時には　食べないよ。6時に　食べるよ。

Ừ, tớ không ăn lúc 5 giờ đâu. Tớ ăn lúc 6 giờ cơ.

Q4　B　毎日友達と　食堂で　食べないんですか。

Hàng ngày bạn không ăn cùng bạn bè ở nhà ăn à?

A4　B　はい、友達とは　食べません。一人で　食べます。

Vâng, tôi không ăn cùng bạn bè. Tôi ăn một mình.

Q4　M　毎日友達と　食堂で　食べないの?

Hàng ngày cậu không ăn cùng bạn bè ở nhà ăn à?

A4　M　うん、友達とは　食べないよ。一人で　食べるよ。

Ừ, tớ không ăn cùng bạn bè đâu. Tớ ăn một mình thôi.

Q5　B　一緒に　おいしいてんぷらを　食べませんか。

Bạn có cùng ăn tempura ngon với tôi không?

A5　B　ええ、食べましょう。

Vâng, chúng ta cùng ăn nhé.

A5´B　すみません。ちょっと…。

Xin lỗi, tôi…

Q5　M　一緒に　おいしいてんぷらを　食べない?

Cậu cùng ăn tempura ngon với tớ nhé?

A5　M　うん、食べよう。

Ừ, ăn đi.

A5´M　ごめん。ちょっと…。

Xin lỗi. Tớ…

Q5　B　家で　寝ないんですか。

Bạn không ngủ ở nhà à?

A5　B　はい。家で　寝ません。

Vâng, tôi không ngủ ở nhà.

Q5　M　家で　寝ないの?

Cậu không ngủ ở nhà à?

A5　M　うん。家で　寝ないよ。

Ừ, tớ không ngủ ở nhà đâu.

Q6　B　朝早く起きないんですか。

Bạn không dậy sớm à?

A6　B　はい。朝早く起きません。

Vâng, tôi không dậy sớm.

Q6　M　朝早く起きないの?

Cậu không dậy sớm à?

A6　M　うん。朝早く起きないよ。

Ừ, tớ không dậy sớm đâu.

なかった形の練習　Luyện tập Nakatta

Q1　B　一昨日　何も　食べなかったんですか。

Hôm kia bạn đã không ăn gì à?

A1　B　はい、何も　食べませんでした。お腹がいっぱいでしたから。

Vâng, tôi đã không ăn gì cả. Vì tôi đã rất no.

Q1　M　一昨日　何も　食べなかったの?

Hôm kia cậu đã không ăn gì à?

A1　M　うん、何も　食べなかったよ。お腹がいっぱいだったから。

Ừ, tớ đã không ăn gì cả. Vì tớ đã rất no.

Q2　B　昨日　家で　食べなかったんですか。

Hôm qua bạn đã không ăn ở nhà à?

A2　B　はい、家では　食べませんでした。レストランで　食べました。

Vâng, tôi đã không ăn ở nhà. Tôi đã ăn ở nhà hàng.

Q2　M　昨日　家で　食べなかったの?

Hôm qua cậu đã không ăn ở nhà à?

A2　M　うん、家では　食べなかったよ。レストランで　食べたよ。

Ừ, tớ đã không ăn ở nhà. Tớ đã ăn ở nhà hàng đấy.

Q3　B　5時に　何も　食べなかったんですか。

Bạn đã không ăn gì lúc 5 giờ à?

A3　B　はい、5時には　食べませんでした。6時に　食べました。

Vâng, tôi đã không ăn lúc 5 giờ. Tôi đã ăn lúc 6 giờ.

Q3　M　5時に　何も　食べなかったの?

Cậu đã không ăn gì lúc 5 giờ à?

A3　M　うん、5時には　食べなかったよ。6時に　食べたよ。

Ừ, tớ đã không ăn lúc 5 giờ. Tớ ăn lúc 6 giờ cơ.

Q4　B　先週　友達と　食堂で　食べなかったんですか。

Tuần trước bạn đã không ăn với bạn bè ở nhà ăn à?

A4　B　はい、友達とは　食べませんでした。一人で　食べました。

Vâng, tôi đã không ăn với bạn bè. Tôi ăn một mình.

Q4　M　先週　友達と　食堂で　食べなかったの?

Tuần trước cậu đã không ăn với bạn bè ở nhà ăn à?

A4　M　うん、友達とは　食べなかったよ。一人で　食べたよ。

Ừ, tớ đã không ăn với bạn bè. Tớ ăn một mình.

Q5　B　昨夜　一人で　寝なかったんですか。

Tối qua bạn đã không ngủ một mình à?

A5　B　はい。一人では　寝ませんでした。両親と　寝ました。

Vâng, tôi đã không ngủ một mình. Tôi đã ngủ với bố mẹ.

Q5　M　昨夜　一人で　寝なかったの?

Tối qua cậu đã không ngủ một mình à?

A5　M　うん。一人では　寝なかったよ。両親と　寝たよ。

Ừ, tớ không ngủ một mình. Tớ ngủ với bố mẹ.

Q6　B　今朝　六時に　起きなかったんですか。

Sáng nay bạn đã không dậy lúc 6 giờ à?

A6　B　はい。六時には　起きませんでした。七時に　起きました。

Vâng, tôi không dậy vào lúc 6 giờ. Tôi đã dậy vào lúc 7 giờ.

Q6　M　今朝　六時に　起きなかったの?

Sáng nay cậu đã không dậy lúc 6 giờ à?

A6　M　うん。六時には　起きなかったよ。七時に　起きたよ。

Ừ, tớ không dậy vào lúc 6 giờ. Tớ đã dậy vào lúc 7 giờ.

可能形の練習　Luyện tập thể khả năng

Q1　B　刺身は　食べられるんですか。

Bạn ăn được sashimi không?

A1　B　はい、食べられます。

Vâng, tôi ăn được.

A1´　B　いいえ、食べられません。

Không, tôi không ăn được.

Q1　M　刺身は　食べられるの?

Cậu ăn được sashimi chứ?

A1　M　うん、食べられるよ。

Ừ, tớ ăn được chứ.

A1´　M　ううん、食べられないよ。

Không, tớ không ăn được đâu.

Q2　B　どこでも　寝られるんですか。

Chỗ nào bạn cũng có thể ngủ được à?

A2　B　はい、寝られます。

Vâng, chỗ nào tôi cũng có thể ngủ được.

A2´　B　いいえ、寝られません。

Không, tôi không thể ngủ ở bất cứ chỗ nào.

Q2　M　どこでも　寝られるの?

Chỗ nào cậu cũng có thể ngủ được à?

A2　M　うん、寝られるよ。

Ừ, chỗ nào tớ cũng có thể ngủ được.

A2´　M　ううん、寝られないよ。

Không, tớ không thể ngủ ở bất cứ chỗ nào.

Q3　B　日曜日の早朝でも　起きられるんですか。

Bạn dậy sớm được cả vào ngày chủ nhật à?

A3　B　はい、起きられます。

Vâng, tôi có thể dậy được.

A3´　B　いいえ、起きられません。

Không, tôi không thể dậy được.

Q3　M　日曜日の早朝でも　起きられるの？

Cậu dậy sớm được cả vào ngày chủ nhật à?

A3　M　うん、起きられるよ。

Ừ, tớ dậy được chứ.

A3´ M　ううん、起きられないよ。

Không, làm sao mà dậy nổi.

て形の練習　Luyện tập thể Te

Q1　B　もうご飯を食べたんですか。

Bạn đã ăn cơm chưa?

A1　B　いいえ、まだ食べていません。

Chưa, tôi vẫn chưa ăn.

Q1　M　もうご飯を食べたの？

Cậu đã ăn cơm chưa?

A1　M　ううん、まだ食べてないよ。

Chưa, tớ vẫn chưa ăn.

Q2　B　毎朝　何を　食べているんですか。

Hàng sáng bạn thường ăn gì vậy?

A2　B　ご飯と　納豆を　食べています。

Tôi thường ăn cơm với nattoo.

Q2　M　毎朝　何を　食べてるの？

Hàng sáng cậu thường ăn gì thế?

A2　M　ご飯と　納豆を　食べてるよ。

Tớ thường ăn cơm với nattoo.

Q3　B　毎朝　何時に　起きているんですか。

Bạn thường thức dậy lúc mấy giờ sáng vậy?

A3　B　4時に　起きています。

Tôi thường thức dậy lúc 4 giờ.

Q3　M　毎朝　何時に　起きてるの？

Buổi sáng cậu thường dậy lúc mấy giờ thế?

A3　M　4時に　起きてるよ。

Tớ dậy lúc 4 giờ đấy.

Q4　B　毎晩　何時に　寝ているんですか。

Bạn thường đi ngủ lúc mấy giờ tối vậy?

A4　B　１１時に　寝ています。

Tôi thường ngủ lúc 11 giờ.

Q4　M　毎晩　何時に　寝てるの？

Cậu thường đi ngủ lúc mấy giờ thế?

A4　M　１１時に　寝てるよ。

Tớ thường đi ngủ lúc 11 giờ đấy.

Q5　B　どこに　勤めているんですか。＊「勤める」の助詞は「に」。「で」ではない。

Bạn đang làm việc ở đâu vậy? *Trợ từ "に" đi cùng với đông từ "勤 め る". Không dùng trợ từ "で".

A5　B　A社に　勤めています。

Tôi làm việc ở công ty A.

A5´　B　勤めていません。学生です。

Tôi chưa đi làm. Tôi là sinh viên.

Q5　M　どこに　勤めてるの？　＊Marukoでは「ている」は「てる」になる。

Cậu đang làm ở đâu thế? *Trong hội thoại Maruko "ている" chuyển thành "てる".

A5　M　A社に　勤めてるよ。

Tớ làm ở công ty A.

A5´　M　勤めてないよ。学生だよ。

Tớ chưa đi làm. Tớ là sinh viên.

意向形の練習　Luyện tập thể ý chí

Q1　B　木曜日に　一緒に　レストランで　食べましょうか。

Bạn cùng ăn ở nhà hàng vào thứ năm với tôi chứ?

A1　B　はい、一緒に　食べましょう。

Vâng, chúng ta cùng ăn nhé.

A1´ B　すみません、その日はちょっと。

Xin lỗi, ngày hôm đó tôi…

Q1　M　木曜日に　一緒に　レストランで　食べようか。

Cậu cùng ăn ở nhà hàng vào thứ năm với tớ chứ?

A1　M　うん、一緒に　食べよう。

Ừ, ăn đi.

A1´ M　ごめん、その日はちょっと。

Xin lỗi, ngày hôm đó tớ…

Q2　B　お昼休みですね。あそこで少し寝ましょうか。

Đến giờ nghỉ trưa rồi nhỉ. Chúng ta ngủ một chút ở chỗ kia nhé?

A2　B　はい、そうしましょう。

Vâng, cứ như thế đi ạ.

Q2　M　昼休みだね。あそこで少し寝ようか。

Đến giờ nghỉ trưa rồi nhỉ. Ngủ một chút ở chỗ kia không?

A2　M　うん、そうしよう。

Ừ, vậy đi.

Q3　B　一時に　起きましょうか。

Chúng ta dậy lúc một giờ nhé?

A3　B　はい、そうしましょう。

Vâng, như thế đi ạ.

Q3　M　一時に　起きようか。

Một giờ dậy nhé?

A3　M　うん、そうしよう。

Ừ, vậy đi.

ば形の練習　Luyện tập thể Ba

Q1　B　すみません。このすしは　どうやって食べればいいですか。

Xin lỗi. Món sushi này ăn như thế nào ạ?

A1　B　そのまま手で　食べればいいですよ。

Bạn cứ thế ăn bằng tay là được.

Q1　M　ごめん。このすしは　どうやって食べればいいの？

Xin lỗi. Món sushi này ăn như thế nào thế?

A1　M　そのまま手で　食べればいいよ。

Cậu cứ thế ăn bằng tay là được.

Q2　B　明日　何時に　起きればいいですか。

Ngày mai tôi dậy lúc mấy giờ thì được ạ?

A2　B　六時に　起きればいいですよ。

Bạn dậy vào lúc sáu giờ là được.

Q2　M　明日　何時に　起きればいいの？

Ngày mai tớ dậy lúc mấy giờ thì được thế?

A2　M　六時に　起きればいいよ。

Cậu dậy vào lúc sáu giờ là được.

Q3　B　どこで　寝ればいいですか。＊寝室が分からない場合。

Tôi ngủ ở đâu thì được ạ? *Trường hợp không biết phòng ngủ ở đâu.

A3　B　604号室です。＊ろくまるよん　と0を「まる」と読むこともおおい。

Bạn hãy ngủ ở phòng 604. *604 đọc là roku maru yon, số 0 thường được đọc là "maru".

Q3　M　どこで　寝ればいいの？

Tớ ngủ ở đâu thì được?

A3　M　604号室だよ。

Phòng 604 nhé.

3G 〈来る〉の練習 Luyện tập động từ 〈来る〉 nhóm 3

	3G
	来る
	Đến
ない形 thể phủ định	来ない
ます形 thể Masu	来ます
辞書形 thể từ điển	来る
可能形 thể khả năng	来られる
ば形 thể Ba	来れば
意向形 thể ý chí	来よう
て形 thể Te	来て
た形 thể Ta	来た

3G 〈来る〉の辞書形の練習 Luyện tập thể từ điển của động từ 〈来る〉 nhóm 3

Q1　B　何時に　伊藤さんは　ここに　来るんですか。＊QとAがここにいる場合の会話。

Mấy giờ anh Ito sẽ đến đây ạ? *Tình huống hội thoại khi cả người hỏi và người đáp (Q&A) đều đang ở đây.

A1　B　8時に　来ます。

8 giờ anh ấy sẽ đến ạ.

Q1　M　何時に　伊藤さんは　ここに　来るの？

Mấy giờ anh Ito sẽ đến đây thế?

A1　M　8時に　来るよ。

8 giờ anh ấy sẽ đến đấy.

Q2　B　いつお父さんは　ベトナムから　日本に　来るんですか。

Bố bạn sẽ từ Việt Nam đến Nhật vào ngày nào vậy?

A2　B　4月4日に　来ます。

Bố tôi sẽ đến Nhật vào ngày mùng 4 tháng 4.

Q2　M　いつお父さんは　ベトナムから　日本に　来るの？

Bố cậu sẽ từ Việt Nam đến Nhật vào ngày nào vậy?

A2　M　4月4日に　来るよ。

Bố tớ sẽ đến Nhật vào ngày mùng 4 tháng 4 đấy.

Q3　B　誰と　私の家に　来るんですか。

Bạn sẽ đi cùng ai đến nhà tôi vậy?

A3　B　彼氏と　行きます。＊もしAが今「私の家」にいない場合は、「行く」で答える。

Tôi sẽ đi cùng bạn trai tôi. *Trường hợp người đáp (A) không ở "nhà tôi" thì sẽ trả lời là "行く".

Q3　M　誰と　私の家に　来るの？

Cậu sẽ đi cùng ai đến nhà tớ thế?

A3　M　彼氏と　行くよ。＊もしAが今「私の家」にいない場合は、「行く」で答える。

Tớ sẽ đi cùng bạn trai. *Trường hợp người đáp (A) không ở "nhà tôi" thì sẽ trả lời là "行く".

Q4　B　彼氏も　来るんですか。

Bạn trai của bạn cũng đến chứ?

A4　B　はい、彼氏も　行きます。

Vâng, bạn trai của tôi cũng đi cùng.

Q4　M　彼も　来るの？　＊氏をとって「彼」と呼ぶこともある。

Bạn trai cậu cũng đến chứ? *Cũng có khi chỉ cần gọi là "彼" và bỏ 氏.

A4　M　うん、彼も　行くよ。

Ừ, bạn trai tớ cũng đi đấy.

Q5　B　何で　来るんですか。

Bạn đến bằng phương tiện gì vậy?

A5　B　バスで　行きます。

Tôi sẽ đi xe buýt.

Q5　M　何で　来るの？

Cậu đi gì đến vậy?

A5　M　バスで　行くよ。

Tớ đi xe buýt.

〈来^くる〉のた形^{けい}の練習^{れんしゅう}　Luyện tập thể Ta của động từ 〈来^くる〉

*以下の会話は質問者と回答者がここにいるという前提の会話である。

*Hội thoại dưới đây được mặc định là người hỏi và người đáp đều đang ở đây.

Q1　B　何時^{なんじ}に　伊藤^{いとう}さんは　ここに　来^きたんですか。

　　　　　Anh Ito đã đến đây lúc mấy giờ vậy ạ?

A1　B　8時^{はちじ}に　来^きました。

　　　　　Anh ấy đã đến lúc 8 giờ ạ.

Q1　M　何時^{なんじ}に　伊藤^{いとう}さんは　ここに　来^きたの?

　　　　　Anh Ito đã đến đây lúc mấy giờ thế?

A1　M　8時^{はちじ}に　来^きたよ。

　　　　　Anh ấy đã đến lúc 8 giờ đấy.

Q2　B　いつ　お父^{とう}さんは　ベトナムから　日本^{にほん}に　来^きたんですか。

　　　　　Bố của bạn đã từ Việt Nam sang Nhật ngày nào vậy?

A2　B　7月4日^{しちがつよっか}に　来^きました。

　　　　　Bố tôi đã sang Nhật ngày mùng 4 tháng 7.

Q2　M　いつ　お父^{とう}さんは　ベトナムから　日本^{にほん}に　来^きたの?

　　　　　Bố cậu đã từ Việt Nam sang Nhật ngày nào thế?

A2　M　7月4日^{しちがつよっか}に　来^きたよ。

　　　　　Bố tớ đã sang Nhật ngày mùng 4 tháng 7 đấy.

Q3　B　誰^{だれ}と　ここに　来^きたんですか。

　　　　　Bố của bạn đã sang đây với ai vậy?

A3　B　母^{はは}と　来^きました。

　　　　　Bố tôi đã sang cùng mẹ.

Q3　M　誰^{だれ}と　ここに　来^きたの?

　　　　　Bố cậu đã sang đây với ai thế?

A3　M　母^{はは}と　来^きたよ。

　　　　　Bố tớ đã sang cùng mẹ tớ đấy.

Q4　B　お母^{かあ}さんも　ここに　来^きたんですか。

Mẹ của bạn cũng sang đây à?

A4　B　はい、母も　来ました。

Vâng, mẹ của tôi cũng sang.

Q4　M　お母さんも　ここに　来たの?

Mẹ cậu cũng sang đây à?

A4　M　うん、母も　来たよ。

Ừ, mẹ tớ cũng sang đấy.

Q5　B　何で　ここに　来たんですか。

Bạn đã đi bằng phương tiện gì đến vậy?

A5　B　バスで　来ました。

Tôi đã đi xe buýt đến.

Q5　M　何で　ここに　来たの?

Cậu đã đi gì đến đây thế?

A5　M　バスで　来たよ。

Tớ đã đi xe buýt đến đấy.

〈来る〉のない形の練習　Luyện tập với thể Nai của động từ 〈来る〉

Q1　B　今日　会社に　来ないんですか。＊Qが会社にいる場合。

Hôm nay bạn không đến công ty à? *Tình huống người hỏi Q đang ở công ty.

A1　B　はい、今日　会社には　行きません。明後日行きます。＊今、会社にいないAは「行く」と言う。

Vâng, hôm nay tôi không đi đến công ty. Ngày kia tôi mới đi đến công ty. *Hiện tại người đáp A không ở công ty nên dùng động từ "行く".

Q1　M　今日　会社に　来ないの?

Hôm nay cậu không đến công ty à?

A1　M　うん、今日　会社には　行かないよ。明後日行くよ。

Ừ, hôm nay tớ không tới công ty đâu. Ngày kia tớ mới đi đến công ty cơ.

Q2　B　朝9時に　学校に　来ないんですか。

Bạn không đến trường lúc 9 giờ sáng à?

A2　B　はい、朝9時には　行きません。昼行きます。

Vâng, tôi không đi đến trường lúc 9 giờ sáng. Trưa tôi mới đi.

Q2　M　9時に　学校に　来ないの?

Cậu không đến trường lúc 9 giờ sáng à?

A2　M　うん、9時には　行かないよ。昼行くよ。

Ừ, tớ không đi đến trường lúc 9 giờ sáng đâu. Trưa tớ mới đi cơ.

Q3　B　今日　友達と　図書館に　来ないんですか。

Hôm nay bạn không đến thư viện cùng với bạn của bạn à?

A3　B　はい、友達とは　行きません。一人で行きます。

Vâng, tôi không đi cùng bạn. Tôi đi một mình.

Q3　M　今日　友達と　図書館に　来ないの?

Hôm nay cậu không đến thư viện cùng bạn à?

A3　M　うん、友達とは　行かないよ。一人で行くよ。

Ừ, tớ không đi cùng bạn. Tớ đi một mình.

Q4　B　タクシーで　大学に　来ないんですか。

Bạn không đến trường bằng taxi à?

A4　B　はい、タクシーでは　行きません。歩いて行きます。

Vâng, tôi không đi bằng taxi. Tôi đi bộ đến trường.

Q4　M　タクシーで　大学に　来ないの?

Cậu không đến trường bằng taxi à?

A4　M　うん、タクシーでは　行かないよ。歩いて行くよ。

Ừ, tớ không đi bằng taxi. Tớ đi bộ đến trường đấy.

〈来る〉なかった形の練習　Luyện tập Nakatta của động từ 〈来る〉

Q1　B　昨日　会社に　来なかったんですか。

Hôm qua bạn đã không đến công ty à?

A1　B　はい、昨日　会社には　行きませんでした。明日行きます。

Vâng, hôm qua tôi đã không đi đến công ty. Ngày mai tôi mới đến.

Q1　M　昨日　会社に　来なかったの?

Hôm qua cậu đã không đến công ty à?

A1　M　うん、昨日　会社には　行かなかったよ。明日行くよ。

Ừ, hôm qua tớ đã không đi đến công ty. Ngày mai tớ mới đến.

Q2　B　昨日の9時に　学校に　来なかったんですか。

Hôm qua bạn đã không đến trường lúc 9 giờ à?

A2　B　はい、9時には　行きませんでした。今日の昼から行きます。

Vâng, hôm qua tôi đã không đi đến trường lúc 9 giờ. Trưa hôm nay tôi mới đi đến trường.

Q2　M　昨日の9時に　学校に　来なかったの?

Hôm qua cậu đã không đến trường lúc 9 giờ à?

A2　M　うん、9時には　行かなかったよ。今日の昼から行くよ。

Ừ, hôm qua tớ đã không đi đến trường lúc 9 giờ. Trưa hôm nay tớ mới đi đến trường.

Q3　B　一昨日友達と　図書館に　来なかったんですか。

Hôm kia bạn đã không tới thư viện cùng bạn của bạn à?

A3　B　はい、友達とは　行きませんでした。一人で行きました。

Vâng, tôi đã không đi cùng bạn tôi. Tôi đã đi một mình.

Q3　M　一昨日友達と　図書館に　来なかったの?

Hôm kia cậu đã không tới thư viện cùng bạn à?

A3　M　うん、友達とは　行かなかったよ。一人で行ったよ。

Ừ, tớ đã không đi cùng bạn. Tớ đi một mình.

Q4　B　タクシーで　大学に　来なかったんですか。

Bạn đã không đến trường bằng taxi à?

A4　B　はい、タクシーでは　行きませんでした。歩いて行きました。

Vâng, tôi đã không đi đến trường bằng taxi. Tôi đã đi bộ.

Q4　M　タクシーで　大学に　来なかったの?

Cậu đã không đến trường bằng taxi à?

A4　M　うん、タクシーでは　行かなかったよ。歩いて行ったよ。

Ừ, tớ không đi đến trường bằng taxi. Tớ đã đi bộ đấy.

■ 〈来る〉て形の練習　Luyện tập thể Te của động từ 〈来る〉

B　ここに　来てください。Bạn hãy đến đây đi.

M　こっち　来て!Lại đây!

Q1　B　毎日　学校に　何で　来ているんですか。＊質問者も回答者も学校にいる場合。

Hàng ngày bạn đến trường bằng phương tiện gì vậy? *Trường hợp cả người hỏi và người đáp đều đang ở trường.

A1　B　電車で　来ています。

Tôi đến trường bằng tàu điện.

Q1　M　毎日　学校に　何で　来てるの?

Hàng ngày cậu đi gì đến trường vậy?

A1　M　電車で　来てるよ。

Tớ đi tàu điện đến trường.

Q2　B　彼は　もうここに　来ていますか。

Anh ấy đã đến đây chưa ạ?

A2　B　いいえ、まだ来ていません。

Chưa, anh ấy vẫn chưa đến ạ.

Q2　M　彼は　もうここに　来てるの?

Anh ấy đã đến đây chưa?

A2　M　ううん、まだ来てないよ。

Chưa, vẫn chưa đến đâu.

■ 3G 〈来る〉の意向形の練習　Luyện tập thể ý chí của động từ 〈来る〉 nhóm 3

Q1　B　今日の　遊園地は　楽しかったですね。また来ましょう。

Hôm nay chơi ở khu vui chơi giải trí vui nhỉ. Chúng ta lại đến đây nữa nhé.

A1　B　はい、そうしましょう。

Vâng, ta lại đến nhé.

Q1　M　今日の　遊園地は　楽しかったね。また来ようね。＊「ね」同意などを求める終助詞。

Hôm nay chơi ở khu vui chơi giải trí vui nhỉ. Ta lại đến đây nữa nhé. * Trợ từ cuối "ね"

thể hiện mong muốn về sự đồng tình từ phía người nghe.

A1　M　うん、そうしよう。

Ừ, ta lại đến nhé.

3G〈来る〉のば形の練習　Luyện tập thể Ba của động từ〈来る〉nhóm 3

Q1　B　友達が　ここに　来たいんですが、どうやって来ればいいですか。

Bạn tôi muốn đến đây. Bạn ấy đi đến đây như thế nào được ạ?

A1　B　電車か　バスで　来ればいいですよ。

Bạn ấy có thể đến đây bằng tàu điện hoặc xe buýt.

Q1　M　友達が　ここに　来たいんだけど、どうやって来ればいいの?

Bạn tớ muốn đến đây. Bạn ấy đi đến đây như thế nào được nhỉ?

A1　M　電車か　バスで　来ればいいよ。

Bạn ấy có thể đến đây bằng tàu điện hoặc xe buýt đấy.

3G〈する〉の練習　Luyện tập với động từ〈する〉nhóm 3

	する
	Làm
ない形 thể phủ định	しない
ます形 thể Masu	します
辞書形 thể từ điển	する
可能形 thể khả năng	できる
ば形 thể Ba	すれば
意向形 thể ý chí	しよう
て形 thể Te	して
た形 thể Ta	した

3G〈する〉の辞書形の練習　Luyện tập thể từ điển của động từ nhóm 3〈する〉

Q1　B　何時に　勉強するんですか。

Bạn sẽ học vào lúc mấy giờ vậy?

A1　B　8時に　します。＊「勉強します」でもよいが、単に「します」だけでよい。

Tôi sẽ học lúc 8 giờ. *Có thể trả lời là "勉強します" hay chỉ đơn giản dùng "します" cũng được.

Q1　M　何時に　勉強するの？

Cậu sẽ học lúc mấy giờ thế?

A1　M　8時に　します。

Tớ sẽ học lúc 8 giờ.

Q2　B　いつ　学校で　勉強するんですか。

Bạn sẽ học ở trường ngày nào vậy?

A2　B　9月8日に　します。

Tôi sẽ học vào ngày mùng 8 tháng 9.

Q2　M　いつ　学校で　勉強するの？

Cậu sẽ học ở trường ngày nào thế?

A2　M　9月8日に　するよ。

Tớ sẽ học vào ngày mùng 8 tháng 9 đấy.

Q3　B　誰と　勉強するんですか。

Bạn sẽ học cùng ai vậy?

A3　B　弟と　します。

Tôi sẽ học cùng em trai tôi.

Q3　M　誰と　勉強するの？

Cậu sẽ học cùng ai thế?

A3　M　弟と　するよ。

Tớ học với em tớ.

Q4　B　弟さんも　日本語の勉強するんですか。

Em trai của bạn cũng học tiếng Nhật à?

A4　B　はい、弟も　します。

Vâng, em trai tôi cũng học tiếng Nhật.

Q4　M　弟さんも　日本語の勉強するの？

Em trai cậu cũng học tiếng Nhật à?

A4　M　うん、弟も　するよ。

Ừ, em trai tớ cũng học đấy.

Q5　B　何^{なに}で　勉強^{べんきょう}するんですか。

Bạn học tiếng Nhật bằng gì vậy?

A5　B　パソコンで　します。

Tôi học bằng máy tính.

Q5　M　何^{なに}で　勉強^{べんきょう}するの？

Cậu học tiếng Nhật bằng gì thế?

A5　M　パソコンで　するよ。

Tớ học trên máy tính đấy.

3G 〈する〉のた形^{けい}の練習^{れんしゅう}　Luyện tập thể Ta của động từ 〈する〉 nhóm 3

Q1　B　何時^{なんじ}に　勉強^{べんきょう}したんですか。

Bạn đã học lúc mấy giờ vậy?

A1　B　8時^{はちじ}に　しました。

Tôi đã học lúc 8 giờ.

Q1　M　何時^{なんじ}に　勉強^{べんきょう}したの？

Cậu đã học lúc mấy giờ thế?

A1　M　8時^{はちじ}に　したよ。

Tớ đã học lúc 8 giờ đấy.

Q2　B　いつ　学校^{がっこう}で　勉強^{べんきょう}したんですか。

Bạn đã học ở trường ngày nào vậy?

A2　B　4月4日^{しがつよっか}に　しました。

Tôi đã học ở trường ngày mùng 4 tháng 4.

Q2　M　いつ　学校^{がっこう}で　勉強^{べんきょう}したの？

Cậu đã học ở trường ngày nào thế?

A2　M　4月4日^{しがつよっか}に　したよ。

Tớ đã học ở trường ngày mùng 4 tháng 4 đấy.

Q3　B　誰^{だれ}と　勉強^{べんきょう}したんですか。

Bạn đã học cùng ai vậy?

A3　B　妹^{いもうと}と　しました。

Tôi đã học cùng em gái tôi.

Q3　M　誰と　勉強したの?

Cậu đã học cùng ai thế?

A3　M　妹と　したよ。

Tớ đã học cùng em gái tớ đấy.

Q4　B　妹さんも　日本語の勉強をしたんですか。

Em gái của bạn cũng đã học tiếng Nhật à?

A4　B　はい、妹も　しました。

Vâng, em gái tôi cũng học tiếng Nhật.

Q4　M　妹さんも　日本語の勉強をしたの?

Em gái cậu cũng đã học tiếng Nhật à?

A4　M　うん、妹も　したよ。

Ừ, em gái tớ cũng học tiếng Nhật đấy.

Q5　B　何で　勉強したんですか。

Bạn đã học bằng gì vậy?

A5　B　教科書で　しました。

Tôi đã học bằng sách giáo khoa.

Q5　M　何で　勉強したの?

Cậu đã học bằng gì thế?

A5　M　教科書で　したよ。

Tớ học trong sách giáo khoa đấy.

3G 〈する〉のない形の練習　Luyện tập thể Nai của động từ 〈する〉 nhóm 3

Q1　B　学校で　勉強しないんですか。

Bạn không học ở trường à?

A1　B　はい、学校では　しません。家でします。

Vâng, tôi không học ở trường. Tôi học ở nhà.

A1´　B　はい、学校では　しないんです。家でします。 ＊近年、Vない+です　と言う人が増えた。会話では一般的な用法になっている。 例 行かないです。 食べないです。 来な

いです。　など

Vâng, tôi không học ở trường. Tôi học ở nhà. *Gần đây, số lượng người nói Vない+です ngày càng tăng.

Ví dụ: 行かないです。(Không đi)　食べないです。(Không ăn)　来ないです。(Không đến)

Q1　M　学校で　勉強しないの？

Cậu học học ở trường à?

A1　M　うん、学校では　しないよ。家でするよ。

Ừ, tớ không học ở trường đâu. Tớ học ở nhà cơ.

Q2　B　午前9時に　学校で　勉強しないんですか。

Bạn không học ở trường lúc 9 giờ sáng à?

A2　B　はい、午前9時には　しません。午後からします。

Vâng, tôi không học ở trường lúc 9 giờ sáng. Tôi học từ chiều.

Q2　M　午前9時に　学校で　勉強しないの？

Cậu không học ở trường lúc 9 giờ sáng à?

A2　M　うん、午前9時には　しないよ。午後からするよ。

Ừ, tớ không học ở trường lúc 9 giờ sáng. Tớ học từ chiều.

Q3　B　パソコンで　勉強しないんですか。

Bạn không học bằng máy tính à?

A3　B　はい、パソコンでは　しません。教科書でします。

Vâng, tôi không học bằng máy tính. Tôi học bằng sách giáo khoa.

Q3　M　パソコンで　勉強しないの？

Cậu không học bằng máy tính à?

A3　M　うん、パソコンでは　しないよ。教科書でするよ。

Ừ, tớ không học bằng máy tính. Tớ học bằng sách giáo khoa.

Q4　B　友達と　勉強しないんですか。

Bạn không học với bạn bè của bạn à?

A4　B　友達とは　しません。家族でします。

Tôi không học với bạn bè. Tôi học với gia đình.

Q4　M　友達と　勉強しないの？

Cậu không học với bạn bè à?

A4　M　友達<ruby>友達<rt>ともだち</rt></ruby>とは　しないよ。<ruby>家族<rt>かぞく</rt></ruby>でするよ。

Tớ không học với bạn bè. Tớ học với gia đình.

3G 〈する〉のなかった<ruby>形<rt>けい</rt></ruby>の<ruby>練習<rt>れんしゅう</rt></ruby>　Luyện tập Nakatta của động từ 〈する〉 nhóm 3

Q1　B　<ruby>昨日<rt>きのう</rt></ruby>　<ruby>学校<rt>がっこう</rt></ruby>で　<ruby>勉強<rt>べんきょう</rt></ruby>しなかったんですか。

Hôm qua bạn đã không học ở trường à?

A1　B　はい、<ruby>昨日<rt>きのう</rt></ruby>　<ruby>学校<rt>がっこう</rt></ruby>では　しませんでした。<ruby>家<rt>いえ</rt></ruby>でしました。

Vâng, hôm qua tôi đã không học ở trường. Tôi đã học ở nhà.

Q1　M　<ruby>昨日<rt>きのう</rt></ruby>　<ruby>学校<rt>がっこう</rt></ruby>で　<ruby>勉強<rt>べんきょう</rt></ruby>しなかったの?

Hôm qua cậu đã không học ở trường à?

A1　M　うん、<ruby>昨日<rt>きのう</rt></ruby>　<ruby>学校<rt>がっこう</rt></ruby>では　しなかったよ。<ruby>家<rt>いえ</rt></ruby>でしたよ。

Ừ, hôm qua tớ đã không học ở trường. Tớ đã học ở nhà.

Q2　B　<ruby>午前<rt>ごぜん</rt></ruby>9<ruby>時<rt>じ</rt></ruby>に　<ruby>学校<rt>がっこう</rt></ruby>で　<ruby>勉強<rt>べんきょう</rt></ruby>しなかったんですか。

Bạn đã không học ở trường lúc 9 giờ sáng à?

A2　B　はい、<ruby>午前<rt>ごぜん</rt></ruby>9<ruby>時<rt>じ</rt></ruby>には　しませんでした。<ruby>午後<rt>ごご</rt></ruby>からしました。

Vâng, tôi đã không học lúc 9 giờ sáng. Tôi học từ buổi chiều.

Q2　M　<ruby>午前<rt>ごぜん</rt></ruby>9<ruby>時<rt>じ</rt></ruby>に　<ruby>学校<rt>がっこう</rt></ruby>で　<ruby>勉強<rt>べんきょう</rt></ruby>しなかったの?

Cậu đã không học ở trường lúc 9 giờ sáng à?

A2　M　うん、<ruby>午前<rt>ごぜん</rt></ruby>9<ruby>時<rt>じ</rt></ruby>には　しなかったよ。<ruby>昼<rt>ひる</rt></ruby>からしたよ。

Ừ, tớ đã không học lúc 9 giờ sáng. Tớ học từ buổi chiều.

Q3　B　パソコンで　<ruby>勉強<rt>べんきょう</rt></ruby>しなかったんですか。

Bạn đã không học bằng máy tính à?

A3　B　はい、パソコンでは　しませんでした。<ruby>教科書<rt>きょうかしょ</rt></ruby>でしました。

Vâng, tôi đã không học bằng máy tính. Tôi đã học bằng sách giáo khoa.

Q3　M　パソコンで　<ruby>勉強<rt>べんきょう</rt></ruby>しなかったの?

Cậu đã không học bằng máy tính à?

A3　M　うん、パソコンでは　しなかったよ。<ruby>教科書<rt>きょうかしょ</rt></ruby>でしたよ。

Ừ, tớ đã không học bằng máy tính. Tớ đã học bằng sách giáo khoa.

Q4　B　友達と　勉強しなかったんですか。

Bạn đã không học với bạn của bạn à?

A4　B　友達とは　しませんでした。家族でしました。

Tôi không học với bạn của tôi. Tôi đã học cùng gia đình.

Q4　M　友達と　勉強しなかったの？

Cậu đã không học với bạn à?

A4　M　友達とは　しなかったよ。家族でしたよ。

Tớ không học với bạn của tớ. Tớ đã học cùng gia đình.

て形の練習　Luyện tập thể Te

教師：一生懸命　勉強してください。

Giáo viên: Em hãy học hành chăm chỉ.

学生：はい、一生懸命します。

Học sinh: Vâng, em sẽ học chăm chỉ ạ.

Q1　B　毎日　何を　勉強しているんですか。

Hàng ngày bạn học gì vậy?

A1　B　日本語を　勉強しています。

Tôi học tiếng Nhật.

Q1　M　毎日　何を　勉強しているの？

Hàng ngày cậu học gì thế?

A1　M　日本語を　勉強してるよ。

Tớ học tiếng Nhật đấy.

Q2　B　この漢字を　勉強しましたか。

Bạn đã học chữ Kanji này chưa?

A2　B　いいえ、勉強していません。

Chưa, tôi chưa học.

Q2　M　この漢字を　勉強したの？

Cậu đã học chữ Kanji này chưa?

A2 M ううん、勉強^{べんきょう}してないよ。

Chưa, tớ chưa học.

■ 3G〈する〉の意向形^{いこうけい}の練習^{れんしゅう} Luyện tập thể ý chí của động từ〈する〉 nhóm 3

Q1 B 今度一緒^{こんどいっしょ}に 勉強^{べんきょう}しましょうか。

Lần tới chúng ta cùng nhau học bài nhé?

A1 B はい、お願^{ねが}いします。

Vâng, tôi rất mong được bạn giúp đỡ.

Q1 M 今度一緒^{こんどいっしょ}に 勉強^{べんきょう}しようか。

Lần tới chúng ta cùng nhau học bài đi?

A1 M うん、お願^{ねが}いね。

Ừ, trăm sự nhờ cậu.

■ 3G〈する〉のば形^{けい}の練習^{れんしゅう} Luyện tập thể Ba của động từ〈する〉 nhóm 3

Q1 B 掃除^{そうじ}が 終^おわったんですが、次^{つぎ}は 何^{なに}を すればいいんですか。

Tôi đã dọn dẹp xong rồi ạ. Tiếp theo tôi làm gì thì được ạ?

A1 B あそこの 片^{かた}づけを してください。

Bạn hãy dọn dẹp chỗ đó đi.

Q1 M 掃除^{そうじ}が 終^おわったんだけど、次^{つぎ}は 何^{なに}を すればいいの?

Tớ đã dọn dẹp xong rồi. Tiếp theo tớ làm gì thì được?

A1 M あそこの 片^{かた}づけを してね。

Cậu dọn chỗ đó đi.

■ **名詞**　Danh từ

Business

名詞 Danh từ	
こうていげんざい 肯定現在 Khẳng định ở hiện tại	ひ ていげんざい 否定現在 Phủ định ở hiện tại
がくせいです Tôi là học sinh	がくせいじゃないです Tôi không phải học sinh
こうてい か こ 肯定過去 Khẳng định ở quá khứ	ひ てい か こ 否定過去 Phủ định ở quá khứ
がくせいでした Tôi đã là học sinh	がくせいじゃなかったです Tôi đã không phải là học sinh

Maruko

がくせい Học sinh	
こうていげんざい 肯定現在 Khẳng định ở hiện tại	ひ ていげんざい 否定現在 Phủ định ở hiện tại
がくせいだ Tớ là học sinh	がくせいじゃない Tớ không phải học sinh
こうてい か こ 肯定過去 Khẳng định ở quá khứ	ひ てい か こ 否定過去 Phủ định ở quá khứ
がくせいだった Tớ đã là học sinh	がくせいじゃなかった Tớ đã không phải là học sinh

Q1　B　失礼ですが、学生さんなんですか。　＊「学生」だけでもいいが、職業に「さん」をつけて呼ぶことが多い。

　　　　Xin lỗi, bạn có phải là học sinh không? *Dùng "学生" cũng đúng nhưng khi nói về nghề nghiệp người ta hay thêm "さん".

A1　B　ええ、学生です。

　　　　Vâng, tôi là học sinh.

Q1　M　ごめん、学生なの?

　　　　Xin lỗi, cậu là học sinh à?

A1　M　うん、学生だよ。

　　　　Ừ, tớ là học sinh.

Q2　B　すみません。あちらの方は　先生なんでしょうか。　＊先生はそれ自体敬称。「さん」は

つけて呼ばない。

Xin lỗi. Vị kia là giáo viên có phải không ạ? *Bản thân từ "先生" là cách gọi tôn kính nên ta không thêm "さん" vào sau.

A2　B　いいえ、先生じゃないです。学生です。

Không, người kia không phải là giáo viên. Anh ta là học sinh.

Q2　M　ごめん。あの人は　先生なの？

Xin lỗi. Người kia có phải là giáo viên không?

A2　M　ううん、先生じゃない。学生だよ。

Không, không phải giáo viên đâu. Học sinh đấy.

Q3　B　ラムさんは　医者じゃないんですか。

Anh Lâm không phải là bác sĩ có đúng không ạ?

Q3　B　ええ、医者じゃないです。医学生ですよ。

Vâng, anh ấy không phải bác sĩ. Anh ấy là sinh viên y khoa.

Q3　M　ラムさんは　医者じゃないの？

Anh Lâm không phải là bác sĩ có đúng không?

Q3　M　うん、医者じゃないよ。医学生だよ。

Ừ, anh ấy không phải bác sĩ. Anh ấy là sinh viên y khoa đấy.

Q4　B　ランさんは　恋人だったんですか。

Anh Lâm đã từng là bạn trai của bạn à?

A4　B　ええ、恋人でした。

Vâng, anh ấy từng là bạn trai của tôi.

Q4　M　ランさんは　恋人だったの？

Anh Lâm là bồ cũ của cậu đấy à?

A4　M　うん、恋人だったよ。

Ừ, bồ cũ của tớ đấy.

Q5　B　野田さんは　どんな人なんですか。

Anh Noda là người như thế nào ạ?

A5　B　そうですね。30歳で独身ですよ。＊Nにも〈て形〉がある。情報を追加する意味など。
　　　　N＋で

Vâng. Anh ấy 30 tuổi và độc thân đấy ạ. *Danh từ cũng có dạng thể Te với ý nghĩa bổ sung thêm thông tin. N+で

Q5　M　野田さんはどんな人なの？

Anh Noda là người như thế nào thế?

A5　M　そうだね。30歳で独身だよ。

Ừm. Anh ấy 30 tuổi lại còn độc thân đấy.

い　A

Business

イ形容詞	
Tính từ đuôi i	
肯定現在	否定現在
Khẳng định ở hiện tại	Phủ định ở hiện tại
あついです	あつくないです
Nóng	Không nóng
肯定過去	否定過去
Khẳng định ở quá khứ	Phủ định ở quá khứ
あつかったです	あつくなかったです
Đã nóng	Đã không nóng

Maruko

イ形容詞	
Tính từ đuôi i	
肯定現在	否定現在
Khẳng định ở hiện tại	Phủ định ở hiện tại
あつい	あつくない
Nóng	Không nóng
肯定過去	否定過去
Khẳng định ở quá khứ	Phủ định ở quá khứ
あつかった	あつくなかった
Đã nóng	Đã không nóng

Business

こうていげんざい 肯定現在 Khẳng định ở hiện tại	ひ ていげんざい 否定現在 Phủ định ở hiện tại
いいです Tốt	よくないです Không tốt
こうてい か こ 肯定過去 Khẳng định ở quá khứ	ひ てい か こ 否定過去 Phủ định ở quá khứ
よかったです Đã tốt	よくなかったです Đã không tốt

　ここで見た通り、基本的にBusinessの〈形容詞+です〉の形から〈です〉がなくなれば
Marukoになります。

Như đã thấy, về cơ bản, nếu bỏ qua "desu" trong cấu trúc câu "Tính từ + desu" của hội thoại
thương mại thì câu đó sẽ trở thành câu trong hội thoại của Maruko.

Q1　B　ランさんは　どんな方なんですか。
　　　　Chị Lan là người như thế nào ạ?

A1　B　そうですね。やさしい方ですよ。
　　　　Vâng. Chị ấy là người tốt bụng ạ.

Q1　M　ランさんは　どんな人なの?
　　　　Lan là người như thế nào thế?

A1　M　そうだね。やさしい人だよ。
　　　　Ừ. Cậu ấy là người tốt bụng.

Q2　B　本田さんは　どんな方だったんですか。
　　　　Anh Honda là người như thế nào ạ?

A2　B　そうですね。かっこよかったですよ。
　　　　Vâng. Anh ấy là người rất bảnh bao đấy.

Q2　M　本田さんは　どんな人だったの?
　　　　Anh Honda là người như thế nào thế?

A2　M　そうだねえ。かっこよかったよ。
　　　　Ừ. Anh ấy là người rất bảnh bao đấy.

Q3　B　最近、お仕事は　忙しいんですか。

Dạo này, công việc của anh bận rộn có phải không ạ?

A3　B　いいえ、あまり忙しくないですよ。

Không, tôi không bận lắm đâu ạ.

Q3　M　最近、仕事は　忙しいの？

Dạo này, công việc của cậu bận lắm hả?

A3　M　ううん、あまり忙しくないよ。

Không, tớ chẳng bận mấy.

Q4　B　夏休みのディズニーランドは　どうでしたか。

Chuyến đi Disneyland vào kỳ nghỉ hè của bạn thế nào?

Q4　B　人が多くて、あまり楽しくなかったですよ。＊い→くて　例　おおくて　形容詞にも〈て形〉がある。ここでは「楽しくなかった」理由を〈て形〉で述べている。

Vì có đông người nên không vui lắm ạ. *い→くて Ví dụ: おおくて tính từ cũng có thể Te. Ở đây "thể Te" nêu lên lý do tại sao lại "không vui".

Q4　M　夏休みのディズニーランドは　どうだった？

Chuyến đi Disneyland vào kỳ nghỉ hè của cậu thế nào?

Q4　M　人が多くて、あまり楽しくなかったよ。

Vì đông người nên chẳng vui lắm.

Q5　B　どんなパソコンが　おすすめなんですか。

Bạn gợi ý tôi nên chọn máy tính như thế nào ạ?

A5　B　そうですね。軽くて小さいパソコンが　いいですよ。

Để tôi xem nào. Bạn nên chọn máy tính nhẹ và nhỏ sẽ tốt đấy.

Q5　M　どんなパソコンが　おすすめなの？

Cậu gợi ý tớ nên chọn máy tính như thế nào?

A5　M　そうだね。軽くて小さいパソコンが　いいよ。

Để tớ xem nào. Cậu nên chọn máy tính nhẹ và nhỏ sẽ tốt đấy.

な　A

Business

な形容詞 Tính từ đuôi na	
こうていげんざい 肯定現在 Khẳng định ở hiện tại	ひていげんざい 否定現在 Phủ định ở hiện tại
しんせつです Thân thiện	しんせつじゃないです Không thân thiện
こうていかこ 肯定過去 Khẳng định ở quá khứ	ひていかこ 否定過去 Phủ định ở quá khứ
しんせつでした Đã thân thiện	しんせつじゃなかったです Đã không thân thiện

Maruko

な形容詞 Tính từ đuôi na	
こうていげんざい 肯定現在 Khẳng định ở hiện tại	ひていげんざい 否定現在 Phủ định ở hiện tại
しんせつだ Thân thiện	しんせつじゃない Không thân thiện
こうていかこ 肯定過去 Khẳng định ở quá khứ	ひていかこ 否定過去 Phủ định ở quá khứ
しんせつだった Đã thân thiện	しんせつじゃなかった Đã không thân thiện

Q1　B　ラムさんは　どんな方なんですか。
Anh Lâm là người như thế nào ạ?

A1　B　そうですね。元気な方ですよ。
Vâng. Anh ấy là một người rất khỏe đấy ạ.

Q1　M　ラムくんは　どんな人なの?
Anh Lâm là người như thế nào thế?

A1　M　そうですね。元気な人だよ。
Ừ. Anh ấy là một người rất khỏe đấy.

Q2　B　野菜が　好きなんですか。

Bạn có thích bóng chày không?

A2　B　いいえ、全然、好きじゃないですよ。

Không, tôi không hề thích.

Q2　M　野菜が　好きなの?

Cậu có thích bóng chày không?

A2　M　ううん、全然、好きじゃないよ。

Không, tớ chẳng thích.

Q3　B　好きな食べ物は　なんですか。

Món ăn bạn thích là món gì vậy?

A3　B　ラーメンと　すしです。

Tôi thích ramen và sushi.

Q3　M　好きな食べ物は　なに?

Món ăn cậu thích là món gì thế?

A3　M　ラーメンと　すしだよ。

Tớ thích ramen và sushi đấy.

Q4　B　嫌いな食べ物は　なんですか。

Món ăn bạn ghét là món gì vậy?

A4　B　納豆と　イカです。

Đó là món nattoo và mực.

Q4　M　嫌いな食べ物は　なに?

Món ăn cậu ghét là món gì vậy?

A4　M　納豆と　イカだよ。

Là món nattoo và mực đấy.

Q5　B　この前、北海道に　行ったんですよね。北海道は　どんな所だったんですか。

Mấy hôm trước bạn đã đi Hokkaido nhỉ. Hokkaido là nơi như thế nào vậy?

A5　B　そうですね。凄くきれいでしたよ。

Vâng. Đó là một nơi tuyệt đẹp ạ.

Q5　M　この前、北海道に　行ったんだよね。北海道は　どんな所だったの?

83

Mấy hôm trước cậu đã đi Hokkaido nhỉ. Hokkaido là nơi như thế nào thế?

A5　M　そうだなあ。めっちゃきれいだったよ。

＊「めっちゃ」は若者言葉。「とても」などと意味同じだが、高齢者などに対しては使わないほうがいいだろう。もっと強調する言い方に「めちゃくちゃ」という場合もある。

Ừ. Đó là một nơi đẹp dã man. "めっちゃ" là ngôn ngữ của giới trẻ. Nó có nghĩa giống với "とても" nhưng không nên sử dụng từ này với người lớn tuổi. Cũng có trường hợp người ta dùng từ "めちゃくちゃ" để nhấn mạnh hơn nữa.

Q6　B　12月の日本語能力試験は　どうでしたか。

Kỳ thi năng lực tiếng Nhật vào tháng 12 thế nào ạ?

Q6　B　やばかったです。難しくて、全然、簡単じゃなかったですよ。

＊やばい（いA）若者を中心に使われる言葉。何か信じられないことや、いいこと、わるいことなどが起きた時に使用されることが多い。これも高齢者などには使わないほうがいいだろう。

Khủng khiếp lắm ạ. Đề rất khó, hoàn toàn không dễ chút nào ạ. *Từ やばい (tính từ đuôi i) là từ được giới trẻ dùng nhiều. Nó hay được sử dụng trong những trường hợp như khi không thể tin được điều gì đó, hay khi có việc tốt hoặc việc không tốt xảy ra.

Q6　M　12月の日本語能力試験は　どうだったの。

Kỳ thi năng lực tiếng Nhật vào tháng 12 thế nào rồi?

Q6　M　やばかったよ。難しくて、全然、簡単じゃなかったよ。

Khủng khiếp lắm. Đề rất khó, hoàn toàn không dễ tí nào.

Q7　B　東京は　どんな所なんですか?

Tokyo là nơi như thế nào vậy ạ?

A7　B　そうですね。便利でにぎやかな所ですよ。

＊なAの〈て形〉は　なA+で。何かの理由や、二つ以上の形容詞などが続くときに使う。

Vâng. Tokyo là thành phố rất tiện lợi và náo nhiệt đấy ạ. *Tính từ đuôi na "thể Te" có hình thức なA+で. ta sử dụng khi muốn nói về lý do hoặc khi nối câu có nhiều hơn hai tính từ.

Q7　M　東京は　どんな所なの?

Tokyo là nơi như thế nào thế?

A7　M　そうだなあ。便利でにぎやかな所だよ。

Ừ. Tokyo là thành phố rất tiện lợi và náo nhiệt đấy.

日本語とベトナム語は共に中国の漢語をルーツに持つ兄弟言語です。特に呉音と呼ばれる音読みはベトナム語の漢越語の発音に近く両国それぞれの歴史過程で少し意味が違ってしまったものもあります が、大体同じ意味か意味の推測が可能です。日本語の漢字の学習に漢越語との関連性を取り入れてみるのもよいと思います。いくつかの漢越語単語を抜粋して下記表にまとめてみました。

"Tiếng Hán Việt – Điểm mấu chốt

Tiếng Nhật và Tiếng Việt là ngôn ngữ anh em có cùng nguồn gốc tiếng Hán của Trung Quốc. Đặc biệt, âm On được gọi là Go-On gần với cách phát âm Hán Việt trong tiếng Việt. Tuy một số từ có nghĩa hơi khác do quá trình lịch sử của từng nước nhưng có thể phán đoán được đại khái hoặc nghĩa của từ. Tôi nghĩ nếu đưa ra mối liên hệ với từ Hán Việt khi học Kanji tiếng Nhật thì sẽ tốt. Tôi chọn lựa một số từ Hán Việt và tổng hợp như bảng dưới đây.

	漢越語 từ Hán Việt	ベトナム語 tiếng Việt	日本語漢字 chữ Hán tiếng Nhật	日本語読み方 cách đọc tiếng Nhật	日本語の意味 ý nghĩa tiếng Nhật
	生活一般	cuộc sống nói chung	生活	せいかつ	生活
	行動	hành động	行動	こうどう	行動
	交通	giao thông	交通	こうつう	交通
	出発	xuất phát	出発	しゅっぱつ	出発
	災難	tan nạn	災難	さいなん	事故や災難 tai nạn hoặc tai họa
	空気	không khí	空気	くうき	空気
	独身	độc thân	独身	どくしん	独身
	結婚	kết hôn	結婚	けっこん	結婚
	離婚	ly hôn	離婚	りこん	離婚
	記念	kỷ niệm	記念	きねん	記念
	公安	công an	公安	こうあん	公安警察 ＊công an, cảnh sát

	郵電	bưu điện	郵電	ゆうでん	郵便局 *bưu điện
	電話	điện thoại	電話	でんわ	電話
医療 y tế	医学	y học	医学	いがく	医学
	麻酔	ma túy	麻酔	ますい	麻薬 *ma túy
	博士	bác sỹ	博士	はかせ	医者 *bác sỹ
	医佐	y tá	医佐	いさ	看護士 *y tá
	医科大学	đại học y khoa	医科大学	いかだいがく	医科大学
仕事 công việc	同意	đồng ý	同意	どうい	同意
	賛成	tán thành	賛成	さんせい	賛成
	反対	phản đối	反対	はんたい	反対
	注意	chú ý	注意	ちゅうい	注意
	留意	lưu ý	留意	りゅうい	留意
	公開	công khai	公開	こうかい	公開
	説明	thuyết minh	説明	せつめい	説明
	理由	lý do	理由	りゆう	理由
	結果	kết quả	結果	けっか	結果
	結論	kết luận	結論	けつろん	結論
社会経済 xã hội kinh tế	社会	xã hội	社会	しゃかい	社会
	独立	độc lập	独立	どくりつ	独立
	自由	tự do	自由	じゆう	自由
	幸福	hạnh phúc	幸福	こうふく	幸福
	文明	văn minh	文明	ぶんめい	文明
	団結	đoàn kết	団結	だんけつ	団結
	成功	thành công	成功	せいこう	成功
	偉大	vĩ đại	偉大	いだい	偉大
	発明	phát minh	発明	はつめい	発明
	発展	phát triển	発展	はってん	発展
	経済	kinh tế	経済	けいざい	経済
	上流	thượng lưu	上流	じょうりゅう	上流
	中流	trung lưu	中流	ちゅうりゅう	中流
	下流	hạ lưu	下流	かりゅう	下流
	統計	thống kê	統計	とうけい	統計
	金額	kim ngạch	金額	きんがく	金額
	出口	xuất khẩu	出口	でぐち	輸出 *xuất khẩu
	入口	nhập khẩu	入口	いりぐち	輸入 *nhập khẩu

感情 cảm xúc	感情	cảm tình	感情	かんじょう	感情
	感動	cạm động	感動	かんどう	感動
	主観	chủ quan	主観	しゅかん	主観
	客観	khách quan	客観	きゃっかん	客観
	楽観	lạc quan	楽観	らっかん	楽観
	悲観	bi quan	悲観	ひかん	悲観
	悪夢	ác mộng	悪夢	あくむ	悪夢
	態度	thái độ	態度	たいど	態度
	愕然	ngạc nhiên	愕然	がくぜん	愕然
その他一般 các từ phổ biến khác	動物	động vật	動物	どうぶつ	動物
	植物	thực vật	植物	しょくぶつ	植物
	公園	công viên	公園	こうえん	公園
	欄干	lan can	欄干	らんかん	欄干
	寄宿舎	ký túc xá	寄宿舎	きしゅくしゃ	寄宿舎、寮
	迷信	mê tín	迷信	めいしん	迷信
	風水	phong thủy	風水	ふうすい	風水
	音楽	âm nhạc	音楽	おんがく	音楽

コラム グエン・レー・トゥオン（ベトナム人大学生）

N1を取得するまでの私の学習法・日本語教育に欠けているもの

　日本語を学習し始めてから4年ほど経ったが、日本語はとても美しい言語だと思う。特に、日本語学習の過程で達成した有意義なマイルストーンの1つは、17歳でN1に合格できたことだ。自分の日本語には改善すべき点がまだたくさんあるのだが、それでも、今日私は一人の友人として「N1を取得するまでの私の学習法 」について少し共有したい。

　まず第一に、日本語がうまくなりたければ、日本の文化や日本人について学ぶべきだと思う。 というのも、言語と文化は切っても切れない関係だからである。つまり、言語というのは文化の最も深い表現であり、その上、文化的要素というのは言語のあらゆる側面に存在するということだ。だから、日本語を学ぶだけでなく、日本人の行動様式や生き方、歴史、社会、習慣、ものの見方などについての知識を広げることも重要である。 しかしながら、ベトナムにおいて日本語教育では日本文化の紹介がまだ少なく、学生の興味をそそらないということを多くの人が言っているのは傾聴に値するだろう。さらに、日本文化の参考文献・教材はあまり面白くなく、質の良いものも少なく、詳しく書かれていないという理由で学習者の意欲がだんだん乏しくなっている。 それで、私の見るところでは、多くのベトナム人の日本語学習者は日本の文化や社会情勢を聞かれたらあまり分からないという答えがよく出ているようだ。

　次に文化学習の他にN1に合格するまでの私の学習法では読解力トレーニングが欠かせない。読解問題はJLPT N1の点数の半分近くを占めているので、読解力を磨くのに多くの時間を費やした。私の意見としては、読解力を向上させる最も効果的な方法は、日本語教材の文書問題やニュースや本などできるだけ多くの日本語を読むことである。私は電子書籍で読解力を鍛えている。何故なら、自分の好きなトピックに関する本を簡単に読むことができるし、電子辞書で新しい語彙を調べることもできるし、特に多くの新しい知識を得ることもできるからである。好きな気持ちと勉強の意欲さえあればどんな教材でもいいと思う。それに毎回読んだ後、その日の新しい単語を小さな手帳に書き留めて、それから、なるべくそれらの言葉を実際に使うようにしている。語彙が豊富になるにつれて、読解問題がそれほど難しくないと感じるようになるはずだ。

　最後に聴解能力とコミュニケーション能力を常に練習する必要がある。 正直に言うと、これらは私が最も自信がないと感じているスキルである。言葉を暗記するのとその言葉をすぐに覚えて実際に使って自然な日本語を話すのは全く別のことだ。コミュ

ニケーションは本当に簡単ではない。ベトナムにおいてはN1を取得しても日本語でコミュニケーションをとるのを恐れる学生が少なくない。理由の一つとしては教育機関では外国語を教えている時、プレゼンやスピーチをして聴くスキルと話すスキルを磨くより教科書に出てくる文法と語彙を覚える方が重視されているということである。従って、この 2つのスキルを向上させるために、私はニュースやアニメやビデオなどを通じて、1日に30分から 1 時間ほど日本語を聞くようにしている。それから、特に間違いを恐れず授業で日本語で自分の意見を積極的に述べるようにしている。 重要なのは、できるだけ日本語で話して、誤りから学んで次回に活かすということだと思う。

あらゆる外国語学習の鍵は、聞く、話す、読む、書くことである。 日本語も例外ではない。あきらめずに日本語学習に情熱を傾けたら、いつの日にかこの言語をきっとマスターできると思う。

PHƯƠNG PHÁP HỌC TIẾNG NHẬT CỦA BẢN THÂN ĐỂ GIÀNH ĐƯỢC CHỨNG CHỈ N1 – NHỮNG ĐIỀU CÒN THIẾU TRONG VIỆC DẠY TIẾNG NHẬT

Đã 4 năm trôi qua kể từ khi tôi bắt đầu bén duyên với tiếng Nhật. Cho đến tận bây giờ, tiếng Nhật trong tôi vẫn luôn là một thứ tiếng rất đẹp. Đặc biệt, một trong những cột mốc vô cùng ý nghĩa mà tôi đã đạt được trong khoảng thời gian ấy đó chính là giành được tấm bằng N1 vào năm tôi tròn 17 tuổi. Mặc dù, tiếng Nhật hiện tại của tôi vẫn còn rất nhiều điểm cần cải thiện; nhưng hôm nay, với tư cách là một người bạn, tôi vẫn muốn được chia sẻ đôi chút về phương pháp học tiếng Nhật của bản thân để đạt được chứng chi N1.

Trước hết, muốn thành thạo tiếng Nhật, chúng ta cũng cần phải tìm hiểu và trau dồi kiến thức của bản thân về văn hóa và con người Nhật Bản. Bởi lẽ, văn hóa và ngôn ngữ chính là một mối quan hệ không thể tách rời. Nói một cụ thể hơn, ngôn ngữ là sự thể hiện sâu sắc nhất một nền văn hóa và yếu tố văn hóa hiện diện trong mọi bình diện của ngôn ngữ. Chính vì thế, song song với việc học tiếng Nhật, việc mở rộng thêm những kiến thức của bản thân về phong cách sống, lịch sử, xã hội, phong tục tập quán hay nhân sinh quan của người Nhật cũng quan trọng không kém . Tuy nhiên, tại Việt Nam, trong việc dạy tiếng Nhật, việc giới thiệu về văn hóa Nhật Bản cho học sinh dường như còn khá ít và vẫn chưa khơi dậy được sự hứng thú trong mỗi người học. Hơn nữa, những tài liệu tham khảo hay những giáo trình giới thiệu về văn hóa Nhật Bản cũng chưa thực sự thú vị, chi tiết và phong phú. Điều đó làm cho cảm hứng học tập của các bạn học sinh cũng ngày một thui chột. Chính vì lí do đó, theo những gì tôi quan sát, khi được hỏi về những kiến thức liên quan đến văn hóa hay tình hình xã hội tại Nhật Bản, hầu hết các bạn học sinh hay sinh viên học tiếng Nhật đều trả lời là không biết quá nhiều về những vấn đề đó.

Bên cạnh đó, để giành được tấm bằng N1, trong quá trình học tiếng Nhật của tôi không thể thiếu việc luôn luôn luyện tập kĩ năng đọc hiểu. Đọc hiểu chiếm gần như một nửa số điểm trong JLPT N1; vì thế, tôi dành khá nhiều thời gian để nâng cao kĩ năng này. Theo tôi nghĩ, phương pháp học đọc hiểu hiệu quả nhất đó chính là đọc càng nhiều càng tốt : đọc giáo trình tiếng Nhật, đọc tin tức, đọc sách,...Và với tôi, tôi chọn việc đọc sách điện tử để rèn luyện khả năng đọc hiểu.

Bởi với phương pháp này, tôi vừa có thể chọn cho mình những cuốn sách hay với chủ đề mình yêu thích, vừa tra được những từ vựng mới bằng từ điển online và đặc biệt lại được học hỏi thêm những điều mới mẻ trong cuộc sống. Tôi nghĩ rằng, chỉ cần bạn có sự thích thú và cảm hứng học, bất cứ tài liệu đọc nào cũng đều không phải là vấn đề. Hơn nữa, sau mỗi lần đọc hiểu, tôi đều ghi chép những từ vựng mới mình học được trong ngày hôm đó vào một cuốn sổ tay nhỏ và sau đó, cố gắng áp dụng những từ vựng đó vào trong thực tế càng nhiều càng tốt. Tôi tin rằng, khi vốn từ vựng của bạn trở nên phong phú, bạn sẽ cảm thấy việc đọc hiểu sẽ trở nên dễ dàng và đơn giản hơn nhiều.

Điều cuối cùng, không ngừng rèn luyện kĩ năng nghe và nói. Thú thực, đây là hai kĩ năng mà tôi cảm thấy thiếu tự tin nhất so với những kĩ năng khác. Với tôi, việc học thuộc từ vựng là một chuyện, nhưng việc có thể nhớ ra ngay những từ vựng mình được học, sử dụng nó trong giao tiếp thực tế và nói tiếng Nhật một cách tự nhiên lại là một vấn đề hoàn toàn khác. Giao tiếp lưu loát thực sự không hề đơn giản chút nào. Tại Việt Nam, có rất nhiều người có được tấm bằng N1 với điểm số cao nhưng lại rất sợ nói chuyện bằng tiếng Nhật. Điều này cũng một phần bởi vì tại trường học, khi dạy ngôn ngữ, thầy cô thường chú trọng vào việc học thuộc những mẫu ngữ pháp hay những từ vựng mới xuất hiện trong sách giáo khoa hơn là việc luyện tập khả năng nghe và nói của học sinh qua những buổi học thuyết trình hay hùng biện. Chính vì thế, để cải thiện và nâng cao hai kĩ năng này, mỗi ngày, tôi dành ra khoảng từ 30 phút đến một tiếng để nghe tiếng Nhật qua những bản tin, những bộ phim anime hay những video về tiếng Nhật. Không những thế, tôi luôn cố gắng chủ động nêu lên những quan điểm, ý kiến của bản thân bằng tiếng Nhật trong những giờ học ngôn ngữ tại trường. Tôi nghĩ rằng, điều quan trọng ở đây đó chính là chúng ta hãy tích cực sử dụng tiếng Nhật thật nhiều, rồi từ đó, học từ những lỗi sai và rút kinh nghiệm cho những lần sau.

Mấu chốt của việc học bất cứ một ngoại ngữ nào đó chính là không ngừng luyện tập bốn kĩ năng nghe – nói – đọc – viết. Tiếng Nhật cũng không phải là một ngoại lệ. Chỉ cần bạn học tiếng Nhật bằng tất cả sự nhiệt huyết và đừng bỏ cuộc, một ngày nào đó không xa, bạn chắc chắn sẽ làm chủ được ngôn ngữ này.

第2章
Chương 2

とうじょうじんぶつ
登場人物

グエン・トゥ・ラン

ほん だ かず お
本田和男

こ だま
児玉みき

1課 **自己紹介**
Bài 1   Giới thiệu bản thân

じ　こ　しょうかい

大会話 Hội thoại lớn Business

本田：はじめまして。本田と申します。あのう、お名前は?

ラン：はじめまして。ランと申します。どうぞよろしくおねがいします。

本田：どうぞよろしくおねがいします。ランさんはどこに住んでいるんですか。

ラン：千葉です。本田さんは?

本田：私もです。ところで、おいくつですか。

ラン：二十歳です。

本田：そうなんですか。　ランさん、お仕事は何ですか。

ラン：学生です。本田さんは?

本田：日本バンクの銀行員です。

Honda: Rất vui được gặp cháu. Bác là Honda. Xin lỗi, tên
         cháu là gì?

Lan: Cháu cũng rất vui được gặp bác. Cháu là Lan. Cháu rất mong được bác giúp đỡ.

Honda: Bác cũng mong được cháu giúp đỡ. Lan hiện đang sống ở đâu vậy?

Lan: Cháu sống ở Chiba. Bác Honda thì sao ạ?

Honda: Bác cũng sống ở Chiba. Tiện đây thì, Lan bao nhiêu tuổi nhỉ?

Lan: Cháu 20 tuổi ạ.

Honda: Vậy à? Công việc của Lan là gì vậy?

Lan: Cháu là sinh viên đại học ạ. Còn bác Honda ạ?

Honda: Bác là nhân viên của ngân hàng Nhật Bản.

大会話 Hội thoại lớn Maruko

みき：はじめまして。児玉みきです。あのう、名前は?

ラン：はじめまして。ランです。どうぞよろしく。

みき：どうぞよろしく。ランちゃんはどこに住んでるの？

ラン：千葉。みきちゃんは？

みき：私も。ところで、何歳なの？

ラン：二十歳だよ。

みき：そうなんだあ。ランちゃん、お仕事は？

ラン：学生だよ。みきちゃんは？

みき：専門学校生だよ。

Miki: Xin chào. Tớ là Kodama Miki. Xin lỗi, cậu tên là gì?

Lan: Chào cậu. Tớ là Lan. Rất vui được gặp cậu.

Miki: Rất vui được gặp cậu. Lan hiện đang sống ở đâu vậy?

Lan: Tớ ở Chiba. Còn Miki?

Miki: Tớ cũng vậy. À mà này, cậu bao nhiêu tuổi?

Lan: Tớ 20.

Miki: Vậy à? Nghề nghiệp của Lan là gì vậy?

Lan: Tớ là sinh viên đại học. Còn Miki?

Miki: Tớ là sinh viên trường cao đẳng.

小会話 Hội thoại nhỏ Business

ラン：①北海道の9月はどうですか。②暑いですか。

本田：いいえ、全然③暑くないです。④涼しいですよ。

ラン：ああ、そうですか。

Lan: Thời tiết ①tháng 9 ở Hokkaido thế nào ạ? Trời có ②nóng không ạ?

Honda: Không, ③không nóng chút nào. Thời tiết ④mát mẻ đấy.

Lan: A, vậy ạ?

小会話 Hội thoại nhỏ Maruko

ラン：①北海道の9月はどう？　②暑い？

みき：ううん、全然③暑くないよ。④涼しいよ。

ラン：ああ、そうなんだあ。

Lan: Thời tiết ①tháng 9 ở Hokkaido thế nào? Trời có ②nóng không?

Miki: Không, ③không nóng đâu. Trời ④mát đấy.

Lan: À, thế à.

1) ①東京の4月 tháng 4 ở Tokyo ②寒い lạnh ③寒い lạnh ④暖かい ấm

2) ①このラーメン món mì ramen này ②辛い cay ③辛い cay ④おいしい ngon

3) ①そのゲーム trò chơi đó ②面白い thú vị ③面白い thú vị ④楽しくない không vui

4) ①あの先生 giáo viên kia ②怖い đáng sợ ③怖い đáng sợ ④優しい tốt bụng

5) ①日本語の勉強 việc học tiếng Nhật ②易しい dễ ③易しい dễ ④難しい khó

＊③寒いの部分は否定形に直す ＊Chuyển ③sang thể phủ định

Q & A

＊下線部は変えて練習しましょう。 ⬚ から選んで繰り返し練習しましょう。

⬚ がない箇所もあります。

Hãy thay đổi phần được gạch chân và cùng nhau luyện tập nhé. Hãy lựa chọn từ trong ⬚

và nhắc lại. Cũng có những phần không có ⬚

Q1　B　お名前は何ですか。

　　　　Tên của anh là gì ạ?

A1　B　田中と申します。

　　　　Tôi là Tanaka.

Q1　M　名前は何?

　　　　Bạn tên gì

A1　M　田中だよ。

　　　　Tớ là Tanaka

　　　　＊これはこのように尋ねられた時の答え方です。初対面では失礼な答え方なので使わないようにしましょう。「名前と申します。」が無難です。

　　　　Tớ là Tanaka. (Đây là cách trả lời nếu được hỏi "Namaewa nani". Tránh sử dụng câu này vì đây là cách nói có phần thất lễ trong trường hợp gặp mặt lần đầu. "Tên + to moushimasu" là phương án an toàn.)

Q2　B　失礼ですが、佐藤さんですか。

　　　　Xin thất lễ, có phải anh Satoo không ạ?

A2　B　ええ、佐藤です。

　　　　Vâng, đúng vậy ạ.

A2´ B　いいえ、佐藤じゃないです。鈴木です。

　　　　Không, tôi không phải là Satoo. Tôi la Suzuki.

Q2　M　ごめん、佐藤くん?/佐藤さん?

Xin lỗi, cậu Satoo đấy à?/ Anh Satoo phải không?

A2　M　うん、佐藤だよ。

Ừ, Satoo đây.

A2´ M　ううん、佐藤じゃない。鈴木だよ。

Không, tớ không phải Satoo. Tớ là Suzuki.

＊自分より年下の男性や同じ年の人には「名前＋くん」で呼ぶ場合があります。自分より年上の人で、女性には「名前＋さん」で呼びます。しかしながら、大体の場合は年齢性別問わず「さん」で呼ぶのが無難です。

Đối với người nhỏ tuổi hơn mình là nam giới, ta gọi "tên +くん". Với người lớn hơn tuổi mình là nữ giới, ta gọi "tên+さん". Tuy nhiên, trong hầu hết các trường hợp, không phân biệt tuổi tác, ta thêm "さん" vào sau tên người đó là phương án an toàn.

Q3　B　おいくつですか。

Anh bao nhiêu tuổi?

A3　B　20歳です。

Anh 20 tuổi.

Q3　M　何歳?。

Cậu bao nhiêu tuổi?

A3　M　20歳だよ。

Tớ 20.

Q4　B　どこに住んでいますか。

Chị sống ở đâu ạ?

A4　B　ベトナムのハノイに住んでいます。

Tôi sống ở Hà Nội, Việt Nam.

A4´ B　ベトナムのハノイです。

Tôi ở Hà Nội, Việt Nam.

Q4　M　どこに住んでるの?

Cậu sống ở đâu?

A4　M　ベトナムのハノイに住んでるよ。

Tớ sống ở Hà Nội, Việt Nam.

A4´ M　ベトナムのハノイだよ。

Tớ ở Hà Nội, Việt Nam đấy.

A4
日本の東京
thành phố Tokyo của Nhật Bản

アメリカのニューヨーク
thành phố New York của Mỹ

台湾の台北
thành phố Taipei của Đài Loan

Q5　B　ハノイのどちらですか。

　　　　　Chị sống ở chỗ nào Hà Nội ạ?

A5　B　ホアンキエムです。

　　　　　Tôi ở khu Hoàn Kiếm.

Q5　M　ハノイのどこ?

　　　　　Cậu ở chỗ nào Hà Nội?

A5　M　ホアンキエムだよ。

　　　　　Tớ ở khu Hoàn Kiếm đấy.

Q6　B　ご職業は何ですか。

　　　　　Công việc của bạn là gì?

A6　B　学生です。

　　　　　Tôi là sinh viên.

Q6　M　仕事は?

　　　　　Cậu làm nghề gì?

A6　M　学生だよ。

　　　　　Tớ là sinh viên đại học đấy.

Q7　B　学生ですか。

　　　　　Cháu là sinh viên à?

A7　B　はい、そうです。

　　　　　Vâng, đúng vậy ạ.

A7´B　いいえ、学生じゃないです。会社員です。

　　　　　Không, cháu không phải sinh viên. Cháu là nhân viên công ty.

Q7　M　学生?

　　　　　Cậu là sinh viên à?

A7　M　うん、そうだよ。

　　　　　Ừ, đúng rồi.

A7´M　ううん、学生じゃないよ。会社員だよ。

　　　　　Không, tớ không phải sinh viên. Tớ là nhân viên công ty.

A6
医者 bác sĩ　エンジニア kỹ sư
会社員 nhân viên công ty　介護士 điều dưỡng
看護師 y tá　教師 giáo viên　公務員 công chức
主婦 vợ chồng　農家 nông dân
アルバイト làm thêm　自営業 tự kinh doanh

Q7
ベトナム人 người Việt Nam
タイ人 người Thái Lan　日本人 người Nhật Bản
中国人 người Trung Quốc
韓国人 người Hàn Quốc

Q8　B　どこで働いているんですか。

　　　　Bạn đang làm việc ở đâu vậy?

A8　B　カフェで働いています。

　　　　Tôi đang làm việc ở cửa hàng cà phê.

A8´B　カフェです。

　　　　Ở cửa hàng cà phê.

Q8　M　どこで働いてるの?

　　　　Cậu đang làm việc ở đâu thế?

A8　M　カフェで働いてるよ。

　　　　Tớ làm việc ở cửa hàng cà phê đấy.

A8´M　カフェだよ。

　　　　Ở cửa hàng cà phê đấy.

Q9　B　何を勉強しているんですか。

　　　　Bạn đang học gì vậy?

A9　B　日本語を勉強しています。

　　　　Tôi học đang học tiếng Nhật.

A9´B　日本語です。

　　　　Tiếng Nhật.

Q9　M　何を勉強してるの?

　　　　Cậu đang học gì thế?

A9　M　日本語を勉強してるよ。

　　　　Tớ đang học tiếng Nhật đấy.

A9´M　日本語だよ。

　　　　Tiếng Nhật đấy.

Q10　B　あの方は結婚しているんですか。

　　　　Vị kia đã kết hôn rồi à?

A10　B　結婚しています。

　　　　Vị kia đã kết hôn rồi.

A10´B　結婚していません。

　　　　Vị kia chưa kết hôn.

A8

介護施設 viện dưỡng lão

郵便局 bưu điện　学校 trường học

ホテル khách sạn　銀行 ngân hàng

病院 bệnh viện　図書館 thư viện

建築現場　công trường xây dựng

A9

英語 tiếng Anh

フランス語 tiếng Pháp

スペイン語 tiếng Tây Ban Nha

ドイツ語 tiếng Đức

Q10 M あの人は結婚してるの？

Người kia đã kết hôn rồi à?

A10 M 結婚してるよ。

Kết hôn rồi.

A10´M 結婚してないよ。

Chưa kết hôn đâu.

Q11
会社 công ty
大学 trường đại học

Q11 B 学校はどちらですか。

Trường của bạn là trường nào vậy?/Trường của bạn ở đâu vậy?

A11 B 日本高校です。＊名前

Trường cấp ba Nhật Bản. *Tên

A11´B 東京です。

＊場所 「どちらですか。」は名前と場所の二つの質問の場合があるので気をつけましょう。

Là trường ở Tokyo. *Địa điểm Hãy chú ý "dochira desuka" là câu hỏi để hỏi tên và địa điểm.

「どちらですか。」vừa là cách hỏi về tên, vừa là cách hỏi về địa điểm. Hãy chú ý khi sử dụng nhé.

Q11 M 学校はどこ？

Trường cậu là trường nào vậy? Trường cậu ở đâu vậy?

A11 M 日本高校だよ。

Trường tớ là trường cấp ba Nhật Bản.

A11´M 東京だよ。

Ở Tokyo đấy.

Q12 B 日本語の勉強はどうですか。

Bạn thấy việc học tiếng Nhật thế nào?

A12 B 難しいですが、面白いです。

Tôi thấy học tiếng Nhật khó nhưng thú vị.

A12´B 英語より楽しいです。

Học tiếng Nhật vui hơn tiếng Anh.

Q12 M 日本語の勉強はどう？

Cậu thấy học tiếng Nhật thế nào?

A12 M 難しいけど、面白いよ。

Khó nhưng mà thú vị.

A12´M　<ruby>英語<rt>えいご</rt></ruby>より<ruby>楽<rt>たの</rt></ruby>しいよ。

　　　　Vui hơn học tiếng Anh.

1課　説明 Bài 1 Giải thích ngữ pháp

動詞のシャドーイング Nghe và nhắc lại động từ

スムーズに言えるまで何回も練習しよう！最低課の学習が終わる四日間は読もう。

Chúng ta hãy cũng luyện tập đến khi nói được trôi trảy nhé! Chúng ta sẽ đọc trong bốn ngày.

	1G	1G	3G	3G
	<ruby>働<rt>はたら</rt></ruby>く	<ruby>住<rt>す</rt></ruby>む	<ruby>勉強<rt>べんきょう</rt></ruby>する	<ruby>結婚<rt>けっこん</rt></ruby>する
	Làm việc	Sống	Học	Kết hôn
ない形 Thể phủ định	働かない	住まない	勉強しない	結婚しない
ます形 Thể masu	働きます	住みます	勉強します	結婚します
辞書形 Thể từ điển	働く	住む	勉強する	結婚する
可能形 Thể khả năng	働ける	住める	勉強できる	結婚できる
ば形	働けば	住めば	勉強できれば	結婚できれば
て形 Thể Te	働いて	住んで	勉強して	結婚して
た形 Thể Ta	働いた	住んだ	勉強した	結婚した

文法 Ngữ pháp

1　Nameと申します。　：名前を言うときの基本表現です。Nameですと比べても、丁寧度が高いです。よく「わたしはNameと申します。」という人がいますが、〈わたし〉がつくことは、ベトナム語と日本語は異なり丁寧さを意味しません。何回も言う必要はありません。大切なのは、〈と申します〉や〈です〉です。

TÊN to mooshimasu: Đây là cấu trúc cơ bản khi nói tên. Nếu so sánh với cấu trúc TÊN desu thì cấu trúc này có mức độ lịch sự cao. Có nhiều người hay nói "Watashi wa TÊN to mooshimasu" nhưng tiếng Nhật khác với tiếng Việt, việc thêm từ "watashi (tôi)" vào không mang ý nghĩa lịch sự. Bạn không cần phải nói từ "watashi" này nhiều lần, từ quan trọng hơn "watashi" chính là "to mooshimasu" hoặc "desu".

2　お名前は？　：質問の時は、N+は？だけも多いです。他にもNはどうですか。の意味もあ
ります。

O namae wa?　Cũng có rất nhiều trường hợp câu hỏi chỉ xuất hiện dạng N + wa?

3　N+です。　：日本語の名詞文の基本です。ですは事実を表します。他の教科書ではN1は
N2です。といった説明がなされることが多いですが、日本人は実際の会話ではこのようには
話しません。N+です。だけが簡潔で正しい文です。文末に〈か〉がつくと疑問形になります。

N + desu: Cấu trúc câu cơ bản trong tiếng Nhật là câu danh từ. Desu biểu thị cho sự thật. Nhiều
sách giáo khoa khác có cách trình bày N1 wa N2 desu. nhưng trong hội thoại thực tế, người Nhật
lại không nói như vậy. N + desu là mẫu câu ngắn gọn, súc tích và đúng ngữ pháp. Nếu thêm từ
"ka" vào cuối thì câu sẽ chuyển thành câu hỏi.

4　Nですか。

はい、そうです。　：Nの肯定を意味します。

いいえ、Nじゃないです。　：Nの否定を意味します。

N ja nai desu: Mang ý nghĩa phủ định của danh từ.

5　N1のN2です。　：「私の本です」のようにN2の持ち物がN1であるという意味がありま
す。「A社の社員です」のように所属を言うことも可能です。

N1 no N2 desu: Giống như câu "Quyển sách (N2) của tôi (N1)" thì trong cấu trúc này cũng có ý
nghĩa chủ sở hữu của N2 là N1.

6　NもN2です。　：cũngと同じ意味です。「N1もN2
も本です。」のようにすべてが同じものという時にも
使えます。

N mo N2 desu: Ý nghĩa giống với từ "cũng". Giống
như câu "N1 mo N2 mo hon desu." thì chúng ta cũng
có thể sử dụng khi tất cả các danh từ giống nhau.

7　形容詞の比較　So sánh tính từ
ランさんはハーさんよりおおきいです。　N1はN2
よりイAです。

Lan to hơn Hà. N1 wa N2 yori Tính từ đuôi i.

らく ご
落語

2課 Bài 2	しゅ み **趣味** Sở thích

大会話　Hội thoại lớn Business

ほん だ
本田：これは何ですか。

ラン：に ほん ご　ほん
日本語の本です。

ほん だ
本田：ちょっとその本を見せてください。

ラン：はい、どうぞ。

ほん だ
本田：それは何ですか。

ラン：ノートです。

ほん だ
本田：へー、漢字が上手ですね。

ラン：どうもありがとうございます。でもまだ

　　　下手ですよ。

ほん だ
本田：漢字が好きなんですか。

ラン：いいえ。

ほん だ
本田：どこの学校に行っているんですか。

ラン：A学校です。

ほん だ
本田：日本語は何が面白いですか。

ラン：そうですね。会話ですね。漢字は嫌いです。読むのが難しいですから。

ほん だ
本田：この漢字は勉強したんですか。

ラン：いいえ、まだ勉強してないんです。

ほん だ
本田：この本は漢字が多いですね！ 難しくても、あきらめないでくださいね。

ラン：時々つまらないですが、あきらめないで頑張ります！

Honda: Đây là sách gì vậy?

Lan: Sách tiếng Nhật ạ.

Honda: Cho bác xem quyển sách đó một chút nào.

Lan: Vâng, đây ạ.

Honda: Đó là gì vậy?

Lan: Vở ghi chép ạ.

Honda: Ồ, Lan giỏi Kanji nhỉ.

Lan: Cháu cảm ơn bác ạ. Nhưng cháu vẫn còn kém lắm.

Honda: Cháu thích Kanji à?

Lan: Không ạ.

Honda: Cháu học ở trường nào vậy?

Lan: Cháu học ở trường A ạ.

Honda: Cháu thấy tiếng Nhật thú vị ở điểm nào?

Lan: Dạ, là hội thoại ạ. Cháu ghét Kanji lắm. Bởi vì đọc Kanji khó.

Honda: Cháu đã học chữ Kanji này rồi à?

Lan: Không, cháu vẫn chưa học ạ.

Honda: Quyển sách này có nhiều Kanji nhỉ. Dù có khó thì cháu cũng đừng từ bỏ (việc học tiếng Nhật) nhé.

Lan: Thỉnh thoảng cháu cũng thấy chán, nhưng cháu không từ bỏ đâu, cháu sẽ cố gắng ạ!

大会話　Hội thoại lớn Maruko

みき：これは何？

ラン：日本語の本だよ。

みき：ちょっと見せて！

ラン：うん、いいよ。

みき：それは何？

ラン：ノートだよ。

みき：へー、漢字が上手だね。

ラン：どうもありがとう。でもまだ下手だよ。

みき：漢字が好きなの？

ラン：ううん。

みき：どこの学校に行っているの？

ラン：A学校だよ。

みき：日本語は何が面白いの？

ラン：そうだねえ、会話。漢字は嫌い。読むのが難しいから。

みき：この漢字は勉強したの？

ラン：ううん、まだ勉強_{べんきょう}してない。

みき：この本_{ほん}は漢字_{かんじ}が多_{おお}いね！ 難_{むずか}しくても、あきらめないでね。

ラン：時々_{ときどき}つまらないけど、あきらめないで頑張_{がんば}るね！

Miki: Cái này là gì thế?

Lan: Sách tiếng Nhật đấy.

Miki: Cho tớ xem một chút!

Lan: Ừ, được chứ.

Miki: Đó là gì thế?

Lan: Vở ghi chép của tớ đấy.

Miki: Ồ, Lan giỏi Kanji nhỉ.

Lan: Cảm ơn nha. Nhưng tớ vẫn còn kém lắm.

Miki: Cậu thích Kanji à?

Lan: Không.

Miki: Cậu học trường nào vậy?

Lan: Tớ học trường A đấy.

Miki: Cậu thấy tiếng Nhật thú vị ở điểm nào?

Lan: Xem nào, tớ nghĩ là hội thoại. Tớ ghét Kanji lắm vì khó đọc mà.

Miki: Cậu học chữ Kanji này rồi à?

Lan: Không, tớ chưa.

Miki: Sách này nhiều Kanji nhỉ! Khó cũng đừng bỏ cuộc nhé.

Lan: Đôi lúc tớ cũng thấy chán. Nhưng tớ sẽ cố, tớ không bỏ cuộc đâu!

小会話 Hội thoại nhỏ Business

ラン：本田_{ほんだ}さん、ご趣味_{しゅみ}はなんですか。

本田_{ほんだ}：そうですねえ。①本_{ほん}を読_よむことです。

ラン：へえ、そうなんですか。

本田：ランさんは？

ラン：そうですねえ。②アニメを見_みること

　　　かな。

本田：どんな③アニメが好_すきですか。

ラン：④ドラえもんです。

本田：いいですね。

Lan: Bác Honda ơi, sở thích của bác là gì vậy ạ?

Honda: Sở thích của bác à. Bác thích <u>đọc sách</u>.

Lan: Ôi, vậy ạ?

Honda: Còn Lan thì sao?

Lan: Vâng. Sở thích của cháu, chắc là phim hoạt hình.

Honda: Lan thích phim hoạt hình gì?

Lan: Cháu thích Doraemon ạ.

Honda: Hay nhỉ.

小会話 Hội thoại nhỏ Maruko

ラン：みきちゃん、趣味はなに?

みき：そうだねえ。①本を読むこと。

ラン：へえ、そうなんだ〜。

みき：ランちゃんは?

ラン：うーん…。②アニメを見ることかな。

みき：どんな③アニメが好き?

ラン：④ドラえもん。

みき：いいね。

Lan: Miki này, sở thích của cậu là gì thế?

Miki: Sở thích của tớ à. Tớ thích đọc sách.

Lan: Ôi, vậy à?

Miki: Còn Lan?

Lan: Ưm…, chắc là phim hoạt hình.

Miki: Cậu thích phim gì?

Lan: Doraemon.

Miki: Hay nhỉ.

1) ①おいしいものを食べる ăn món ngon　②料理をする nấu ăn　③料理 món ăn
　　④麺料理 món mì

2) ①イケメンを見る ngắm trai đẹp　②マンガを読む đọc truyện tranh
　　③マンガ truyện tranh　④コナン truyện tranh Conan

3) ①お酒を飲む uống rượu　②旅行をする đi du lịch　③旅行 du lịch
　　④海外旅行 du lịch nước ngoài

4) ①川で泳ぐ bơi trên sông　②スポーツをする chơi thể thao　③スポーツ thể thao
　　④サッカー bóng đá

5) ①サッカーをする đá bóng　②ゲームをする chơi điện tử　③ゲーム trò chơi điện tử
　　④シミュレーション mô phỏng

Q&A

Q1　B　これは何ですか。
　　　　Đây là cái gì vậy ạ?

A1　B　日本語の本ですよ。
　　　　Sách tiếng Nhật đấy.

Q1　M　これは何?
　　　　Đây là cái gì thế?

A1　M　日本語の本だよ。
　　　　Sách tiếng Nhật đấy.

Q1
それ cái đó　あれ cái kia

A1
映画のチケット vé xem phim
日本のおみやげ quà từ Nhật
英語の辞書 từ điển tiếng Anh

これ

それ

あれ

Q2　B　このうどんはおいしいですよ。ちょっと食べてください。
　　　　Udon này ngon đấy. Bạn hãy ăn một chút đi.

A2　B　ええ、おいしいですね。
　　　　Vâng, ngon chị nhỉ.

Q2　M　このうどん、おいしいよ。ちょっと食べて。
　　　　Udon này ngon đấy. Cậu hãy ăn một chút đi.

A2　M　うん、おいしいね。
　　　　Ừ, ngon nhỉ.

Q2
トンカツ
thịt lợn chiên xù
お菓子 bánh kẹo
そば mỳ soba

Q3　B　バスに遅れますよ。早くしてください！
　　　　Bạn sẽ bị muộn xe buýt đấy. Hãy nhanh lên!

A3　B　ちょっと待ってください。すぐ行きますから。
　　　　Hãy đợi một chút. Tôi sẽ đi ngay.

Q3　M　バスに遅れるよ。早くして！
　　　　Cậu sẽ bị muộn xe buýt đấy. Hãy nhanh lên!

A3　M　ちょっと待って。すぐ行くから。
　　　　Đợi chút. Tớ sẽ đi ngay.

Q3
飛行機 máy bay
電車 tàu điện
タクシー taxi
船 thuyền
地下鉄 tàu điện ngầm
新幹線 tàu Shinkansen

Q4
おでん lẩu oden
コーヒー cà phê
肉まん bánh bao nhân thịt

＊コンビニで　Tại cửa hàng tiện lợi

Q4　B　すみません。あのタバコをください。

Xin lỗi. Cho tôi mua bao thuốc lá kia.

A4　B　はい、どうぞ。

Vâng, của anh đây ạ.

＊友達の家で Tại nhà của một người bạn

Q4　M　ごめん。あのタバコくれる？

Xin lỗi. Đưa cho tớ bao thuốc lá kia được không?

A4　M　うん、ほら。

Ừ, đây này.

Q5　B　料理が上手なんですね。

Bạn nấu ăn giỏi thật đấy.

A5　B　そうですか。ありがとうございます。

Vậy à? Cảm ơn bạn.

A5´B　いいえ、まだまだですよ。もっと頑張りますよ。

Không, tôi vẫn chưa giỏi đâu. Tôi cần phải cố gắng hơn nữa.

Q5　M　料理が上手だね。

Cậu nấu ăn giỏi thật đấy.

A5　M　そう?ありがとう。

Thật hả? Cảm ơn nha.

A5´M　ううん、まだまだ下手だけど、もっと頑張るよ。

Không, vẫn kém lắm. Tớ phải cố gắng hơn nữa.

Q6　B　この果物が好きなんですか?

Bạn thích trái cây này à?

A6　B　ええ、大好きですよ。

Vâng, tôi rất thích.

A6´B　いいえ、好きじゃありませんよ。

Không, tôi không thích.

Q6　M　この果物が好きなの?

Cậu thích trái cây này à?

A6　M　うん、大好きだよ。

Ừ, cực thích luôn.

Q5
サッカー bóng đá　ダンス nhảy
ギター đàn ghita　英語 tiếng Anh

Q6
野菜 rau　肉 thịt
魚 cá　歌 bài hát

A6
とても好き rất thích　好き thích
少し好き hơi thích

A6´ M ううん、好きじゃないよ。

Không, tớ chẳng thích.

Q7 B どうして好きなんですか。

Tại sao bạn lại thích vậy?

A7 B 甘酸っぱいからです。

Vì nó chua chua ngọt ngọt.

A7
おいしい ngon　体にいい tốt cho cơ thể
楽しい vui　面白い thú vị

Q7 M なんで好き?

Tại sao cậu thích?

A7 M 甘酸っぱいから。

Vì nó chua chua ngọt ngọt.

Q8 B 日本語の何が難しいですか。

Bạn thấy trong tiếng Nhật, cái gì khó?

A8 B 発音が難しいです。

Tôi thấy phát âm khó.

A8
言葉 từ　字 chữ　聴解 nghe hiểu
読解 đọc hiểu　会話 hội thoại

Q8 M 日本語の何が難しい?

Cậu thấy trong tiếng Nhật, cái gì khó?

A8 M 発音が難しい。

Tớ thấy phát âm khó.

Q9 B もう掃除はしたんですか。

Bạn đã dọn dẹp chưa?

Q9
買い物 mua sắm　洗濯 giặt giũ
宿題 bài tập về nhà　勉強 học

A9 B ええ、しましたよ。

Vâng, tôi đã làm rồi.

A9´ B いいえ、まだしていません。これからします。

Chưa, tôi chưa làm ạ. Bây giờ tôi sẽ làm.

Q9 M もう掃除はしたの?

Cậu đã dọn dẹp chưa?

A9 M うん、したよ。

Ừ, tớ làm rồi.

A9´ M ううん、まだしてないよ。これからするよ。

Chưa, tớ chưa làm. Bây giờ tớ sẽ làm.

Q10　B　毎日、ラーメンを食べるんですか。

Hàng ngày, bạn ăn ramen à?

A10　B　そうですねえ、時々食べますよ。

Xem nào, thỉnh thoảng tôi có ăn.

A10´B　いいえ、あまり食べませんよ。

Không, không mấy khi tôi ăn.

Q10　M　毎日、ラーメンを食べるの？

Hàng ngày, cậu ăn ramen à?

A10　M　そうだなぁ、時々食べるよ。

Xem nào, thỉnh thoảng tớ có ăn.

A10´M　ううん、あまり食べないよ。

Không, không mấy khi tớ ăn.

Q11　B　好きな動物は何ですか。

Bạn thích loài động vật nào?

A11　B　猫ですよ。

Tôi thích mèo.

Q11　M　好きな動物は何？

Cậu thích con gì?

A11　M　猫だよ。

Tớ thích mèo.

Q12　B　嫌いな野菜は何ですか。

Bạn ghét rau gì?

A12　B　ピーマンと人参です。

Tôi ghét ớt ngọt và cà-rốt.

Q12　M　嫌いな野菜は何？

Cậu ghét rau gì?

A12　M　ピーマンと人参だよ。

Tớ ghét ớt ngọt và cà-rốt.

Q10

寿司 sushi　牛丼 cơm thịt bò

天ぷら tempura　焼き肉 thịt nướng

A11

犬 chó　キリン hươu cao cổ　ライオン sư tử

熊 gấu　鳥 chim　猿 khỉ　馬 ngựa　象 voi

パンダ gấu trúc

Q12

ジャガイモ khoai tây　キャベツ bắp cải

もやし giá đỗ　パクチー rau mùi

2課　説明 Bài 2 Giải thích ngữ pháp

動詞のシャドーイング Luyện nói đuổi Động từ

	1G	1G	1G	1G	2G	2G	2G
	書く	行く	読む	頑張る	諦める	見せる	くれる
	Viết	Đi	Đọc	Cố gắng	Từ bỏ	Cho xem	Cho tôi
ない形 Thể phủ định	書かない	行かない	読まない	頑張らない	諦めない	見せない	くれない
ます形 The Masu	書きます	行きます	読みます	頑張ります	諦めます	見せます	くれます
辞書形 Thể từ điển	書く	行く	読む	頑張る	諦める	見せる	くれる
可能形 Thể khả năng	書ける	行ける	読める	頑張れる	諦められる	見せられる	
ば形 Thể Ba	書けば	行けば	読めば	頑張れば	諦めれば	見せれば	くれれば
意向形 Thể ý chí	書こう	行こう	読もう	頑張ろう	諦めよう	見せよう	くれよう
て形 Thể Te	書いて	行って	読んで	頑張って	諦めて	見せて	くれて
た形 Thể Ta	書いた	行った	読んだ	頑張った	諦めた	見せた	くれた

1　名詞+が好き／嫌い／上手／下手です

日本語が好きです。「が」は名詞と好き／嫌い／上手／下手（感情と能力）をつなげます。

Tôi thích tiếng Nhật. Trợ từ「が」nối Danh từ với好き/嫌い/上手/下手 （những từ thể hiện cảm xúc/năng lực）

2　Vる+こと／の　が好き／嫌い／上手／下手です

　動詞を使ってもう少し具体的に好き嫌いについていう場合必要な文法です。日本語学習の一部が好きではない場合、「漢字を読むことが嫌い／下手です。」と言えます。Vる+こと／ので動詞を名詞にできます。「こと」のほうがやや固く、「の」のほうがやや柔らかい言い方です。

Đây là mẫu ngữ pháp cần thiết sử dụng động từ trong trường hợp muốn nói cụ thể hơn một chút về việc thích hay ghét điều gì. Trường hợp không thích một phần trong việc học tiếng Nhật thì bạn có thể nói "Tôi ghét đọc Kanji" hoặc "Tôi đọc Kanji kém". Vる+こと／の giúp danh từ hóa động từ.「こと」là cách nói hơi cứng nhắc trong khi「の」là cách nói mềm mại hơn.

3　～から

　理由や原因を述べる表現です。

Đây là mẫu câu nói về lý do, nguyên nhân.

B　野菜が嫌いだから食べません。

　　Vì tôi ghét rau nên tôi không ăn rau.

M　野菜が嫌いだから食べないよ。

Vì tớ ghét rau nên tớ không ăn rau.

4　～は好き／嫌い／上手／下手です。

例えば、「（日本語の勉強で）漢字は好きです」と言えば、<u>他の物は嫌いという意味</u>になります。「漢字は嫌いです」なら、他の物は好きを意味します。「は」は色々あるものから一つを取り上げる機能を持ちますから、それ以外の何かと比較することになります。

Ví dụ, (về việc học tiếng Nhật) nếu nói "漢字は好きです(Tôi thích Kanji)" thì câu này <u>có nghĩa là "tôi" ghét những thứ khác</u>. Nếu nói "漢字は嫌いです (Tôi ghét Kanji)" thì câu này có nghĩa "tôi" thích những thứ khác. Trợ từ「は」có chức năng chọn một thứ trong rất nhiều thứ ra làm chủ đề và so sánh nó với những thứ khác.

5　趣味はNをV辞書形+ことです。

趣味を述べる時の決まり文句です。

Đây là cấu trúc ngữ pháp được dùng để nói về sở thích.

6　Vる+ことができます。

何かをすることが可能を意味します。どちらかというと固い言葉です。

Cấu trúc này có nghĩa ai đó có khả năng làm gì. Đây là cách nói cứng nhắc.

7　Nは何ですか。

何か分からないとき、その物を尋ねる時の基本的表現です。これ、それ、あれといった代名詞を使いものを尋ねます。

Đây là cách nói cơ bản để hỏi về thứ mà bạn chưa biết về nó. これ、それ、あれ là những đại từ chỉ định được sử dụng khi hỏi về thứ gì đó.

8　謙虚 Khiêm nhường

日本人は謙虚さを美徳と考える傾向が他国より強く、その弊害として自己肯定感の低さまで指摘されています。ですから仮に「日本語が上手ですね。」と褒められたとしても、そのまま「はい」と自己肯定的に答えるより、「ありがとうございます。でも、まだまだです」と答えるのがベターです。なぜならば、こうした言い方に現状に満足しないで成長しようとする意欲を感じるからです。

Người Nhật có xu hướng suy nghĩ về sự khiêm tốn theo quan điểm mỹ học và đạo đức một cách khắt khe hơn so với các quốc gia khác và người ta chỉ ra rằng tác động tiêu cực của nó là tính tự khẳng định thấp. Vì vậy, giả sử cho dù được khen rằng "Bạn giỏi tiếng Nhật nhỉ." thì trả lời rằng "Cảm ơn anh. Nhưng tôi vẫn chưa được như thế đâu." sẽ tốt hơn là trả lời mang tính tự khẳng định rằng "Vâng." Cách trả lời như thế này giúp chúng ta cảm thấy người nói không hài lòng với hiện tại, mong muốn trưởng thành hơn nữa.

9　まだVていません。

　まだ何かをしていないことを意味します。ベトナム人は「していません」というべきところを「しません（日本人には〈したくない〉に聞こえます）」という人が非常に多いです。これはN1ですら誤用しますので、今からこの形に慣れてください。仕事上のトラブルにつながります。

Cấu trúc này mang ý nghĩa chưa làm gì. Có rất nhiều người Việt Nam, lẽ ra trường hợp đó phải nói là「していません (Tôi chưa làm)」thì lại nói là「しません (Tôi không làm)」.「しません」sẽ khiến người Nhật hiểu thành〈したくない〉(Tôi không muốn làm). Đến cả người có trình độ tiếng Nhật N1 cũng sử dụng sai nên ngay từ bây giờ, bạn hãy làm quen với dạng thức này nhé. Nếu không chú ý sử dụng tiếng Nhật đúng thì rất có thể nó sẽ gây rắc rối ảnh hưởng tới công việc của bạn.

・3か月間ブログを書いていません。Ba tháng rồi tôi chưa viết Blog.
・今日はまだ会社へ行っていません。Hôm nay tôi vẫn chưa đến công ty.
・この本をまだ読んでいません。Tôi vẫn chưa đọc quyển sách này.
・先生にこの本をまだ見せていません。Tôi vẫn chưa cho thầy giáo xem quyển sách này.
・彼はまだがんばっていませんね。（彼の仕事があまりよくない）

　Anh ấy vẫn chưa cố gắng nhỉ. (Công việc mà anh ấy làm chưa được tốt lắm)

・まだ彼女をあきらめていません！（女性に振られた後）

　Tôi vẫn chưa từ bỏ (tình yêu với) cô ấy! (Sau khi cô ấy chia tay tôi)

10　意志動詞と可能動詞 Động từ ý chí và Động từ khả năng

　意志動詞とは、「行きます」などの自分の意思を表す動詞です。可能動詞は自分の意思とは関係なく、「行けます」などの状態を指す動詞です。この誤用も非常に多いので気を付けてください。

Động từ ý chí là động từ thể hiện ý chí của bản thân ví dụ như động từ "行きます". Động từ khả năng là động từ chỉ trạng thái không liên quan đến ý chí của bản thân ví dụ như từ "行けます". Rất nhiều người nhầm lẫn về cách sử dụng này nên bạn hãy chú ý nhé.

■ 意志動詞 Động từ ý chí

ベトナム語	Business	Maruko
Đi	いきます	いく
Không đi	いきません	いかない
Đã đi	いきました	いった
Đã không đi	いきませんでした	いかなかった

■ 可能動詞 Động từ khả năng

「行ける」を例にます形の活用を示します。基本的には上の活用の仕方と同じです。

Bảng dưới đây lấy động từ 「行ける」 làm ví dụ để trình bày về cách chia của động từ thể masu.

ベトナム語	Business	Maruko
Có thể đi	いけます	いける
Không thể đi	いけません	いけない
Đã có thể đi	いけました	いけた
Đã không thể đi	いけませんでした	いけなかった

「一緒に行きません」と「一緒に行けません」は意味が全然違います。しかし誤用が多いです。日本人にとって「行きません」は「（一緒に）行きたくありません」に聞こえます。しかし「行けません」は事情があっていけないと伝わります。使い分けに注意してください。

「一緒に行きません」 và 「一緒に行けません」 có ý nghĩa hoàn toàn khác nhau nhưng người học rất hay nhầm lẫn. Đối với người Nhật, nếu nói 「行きません」 thì sẽ hiểu là 「（一緒に）行きたくありません」 (tôi không muốn đi cùng với bạn). Nhưng nếu dùng 「行けません」 thì câu này truyền đạt ý nghĩa "Tôi không thể đi được" vì một lí do nào đó. Bạn hãy chú ý cách sử dụng của hai câu này nhé.

歌舞伎

3課 Bài 3 性格　好き嫌い
せいかく　す　きら
Tính cách Sở thích

Hội thoại lớn Business

ラン：本田さん、今度アルバイトの面接があるんです。

本田：それは大変ですね。

ラン：少し心配しています。

本田：心配しないでください。練習すれば大丈夫ですよ。

ラン：どんな質問があるんでしょうか。

本田：そうですね。自分の性格とかがありますね。

ラン：ああ、なるほど。

本田：ランさんはどんな性格なんですか。

ラン：うーん。真面目でしょうか。

本田：ランさんは明るくて親切だと思いますね。

ラン：ありがとうございます。本田さんは優しくてフレンドリーですね。日本人はあまり冗談を言わない人が多いですが、本田さんは違います。

本田：ハハハ。日本人の性格についてどう思うんですか。

ラン：友達になることが難しいですね。冗談を分からない人がたくさんいます。

本田：でも、一緒にご飯を食べたり、お酒を飲めば日本人と友達になれますよ。

ラン：分かりました。どうもアドバイスありがとうございます。

Lan: Bác Honda ơi, sắp tới cháu có buổi phỏng vấn ở chỗ cháu định đi làm thêm đấy.

Honda: Cũng vất vả đấy nhỉ.

Lan: Cháu hơi lo lắng một chút ạ.

Honda: Cháu đừng lo. Cháu cứ luyện tập kỹ, sẽ ổn thôi.

Lan: Không biết họ sẽ hỏi những câu hỏi như thế nào bác nhỉ?

Honda: Ừ, có thể sẽ có những câu hỏi về tính cách của cháu chẳng hạn.

Lan: À, thì ra là như vậy.

Honda: Lan là người có tính cách như thế nào?

Lan: Ưm, cháu là người nghiêm túc phải không ạ?

Honda: Bác nghĩ Lan là cô bé vui vẻ và thân thiện.

Lan: Cháu cảm ơn bác ạ. Bác Honda cũng hiền và thân thiện. Nhiều người Nhật ít khi nói đùa nhưng bác Honda lại khác.

Honda: Ha ha ha. Cháu nghĩ thế nào về tính cách của người Nhật?

Lan: Cháu nghĩ khó mà kết bạn được với người Nhật. Rất nhiều người Nhật không biết nói đùa ạ.

Honda: Nhưng nếu cháu cùng ăn cơm hay uống rượu với người Nhật, thì cháu có thể trở thành bạn của họ đấy.

Lan: Cháu hiểu rồi ạ. Cháu rất cảm ơn về những lời khuyên của bác ạ.

大会話 Hội thoại lớn Maruko

ラン：みきちゃん、今度アルバイトの面接があるんだ。

みき：そうなんだ。それは大変だね。

ラン：少し心配してる。

みき：心配しないで。練習すれば大丈夫だよ。

ラン：どんな質問があるの。

みき：そうだね。自分の性格とかがあるね。

ラン：ああ、なるほど。

みき：ランちゃんはどんな性格なの?

ラン：うーん。真面目かな。

みき：ランちゃんは明るくて親切だと思うよ。

ラン：ありがとう。みきちゃんは優しくてフレンドリーだね。日本人はあまり冗談を言わない人が多いけど、みきちゃんは違うね。

みき：フフフ。日本人の性格についてどう思うの?

ラン：友達になるのが難しい。冗談を分からない人がたくさんいる。

みき：でも、一緒にご飯を食べたり、お酒を飲めば日本人と友達になれるよ。

ラン：そうかあ。どうもアドバイスありがとう。

Lan: Miki ơi, sắp tới tớ có buổi phỏng vấn ở chỗ tớ định làm thêm đấy.

Miki: Thế à? Cũng vất vả đấy nhỉ.

Lan: Tớ thấy hơi lo lo.

Miki: Cậu đừng lo. Chỉ cần luyện tập thì sẽ ổn thôi.

Lan: Không biết họ sẽ hỏi những câu gì nhỉ?

Miki: Ừ, có thể sẽ có những câu hỏi về tính cách của cậu chẳng hạn.

Lan: À, ra vậy.

Miki: Tính cách cậu thế nào?

Lan: Ưm, chắc là nghiêm túc.

Miki: Tớ thấy cậu vui vẻ và thân thiện đấy chứ.

Lan: Cảm ơn Miki. Cậu cũng hiền và thân thiện. Nhiều người Nhật ít khi nói đùa nhưng Miki lại khác.

Miki: Hi hi hi. Thế cậu nghĩ như thế nào về tính cách của người Nhật?

Lan: Khó mà kết bạn với họ. Rất nhiều người Nhật không biết nói đùa.

Miki: Nhưng nếu cậu cùng ăn cơm hay uống rượu với người Nhật, thì cậu có thể trở thành bạn của họ đấy.

Lan: Thế à? Cảm ơn lời khuyên của cậu nhé.

小会話 Hội thoại nhỏ Business

本田：日本に来てからもう一年ですね。

ラン：そうですね。

本田：①この料理についてどう思いますか。

ラン：うーん。②おいしいですが、③少し甘いと思います。

Honda: Cháu sang Nhật được 1 năm rồi nhỉ.

Lan: Vâng ạ.

Honda: Cháu thấy món ăn này thế nào?

Lan: Vâng cháu thấy món ăn Nhật ngon nhưng hơi ngọt ạ.

小会話 Hội thoại nhỏ Maruko

みき：日本に来てからもう一年だね。

ラン：そうだね。

みき：①この料理についてどう思う？

ラン：うーん。②おいしいけど、③少し甘いと思う。

Miki: Cậu sang Nhật được 1 năm rồi nhỉ.

Lan: Ừ đúng thế.

Miki: Cậu nghĩ sao về món ăn này?

Lan: Ưm, tớ thấy món ăn Nhật ngon nhưng hơi ngọt.

1) ①私 tôi　②笑顔が多くて nhiều khuôn mặt cười　③親切だ tốt bụng

2) ①自分の部屋 căn phòng của tôi　②狭くて hẹp　③家賃が高い tiền thuê nhà đắt

3) ①ベトナム料理 món ăn Việt Nam　②おいしくて ngon　③やすい rẻ

4) ①Aさん bạn A　②頭が良くて thông minh　③イケメンだ đẹp trai

5) ①日本 Nhật Bản　②きれいで đẹp　③静か yên tĩnh

Q & A

Q1　B　引っ越しの荷物ですが、どちらに置けばいいんでしょうか。

　　　　Đồ đạc chuyển nhà thì tôi có thể để chúng ở đâu được ạ?

A1　B　えーと、荷物は机の下にお願いします。

　　　　Xem nào, anh để đồ bên dưới cái bàn hộ tôi với ạ.

A1		
上 trên	前 trước	
後ろ dưới	右 phải	
左 trái		

Q1　M　引っ越しの荷物ですが、どこに置けばいいの?

　　　　Đồ đạc chuyển nhà thì tớ để chúng ở đâu thì được?

A1　M　えーと、荷物は机の下にお願いね。

　　　　Ưm, cậu để đồ bên dưới cái bàn hộ tớ với.

Q2
拾って nhặt

Q2　B　財布を落としてしまった場合は、どうすればよろしいでしょうか。

　　　　Khi đánh rơi mất ví thì tôi phải làm gì ạ?

A2　B　そうですね。警察に行けばいいですよ。

　　　　Để tôi xem nào. Bạn hãy đến cảnh sát.

A2
交番 đồn cảnh sát
遺失物センター
trung tâm tìm đồ thất lạc

Q2　M　財布を落としてしまった場合は、どうすればいいの?

　　　　Khi đánh rơi mất ví thì tớ phải làm gì?

A2　M　そうだね。警察に行けばいいよ。

　　　　Để tớ xem nào. Cậu hãy mang đến cảnh sát.

Q3　B　あの中学校まで何分ですか。

　　　　Mất bao nhiêu phút để đi đến trường cấp hai đó ạ?

A3　B　バイクで行けば3分くらいですよ。

　　　　Nếu bạn đi bằng xe máy sẽ mất khoảng 3 phút đấy.

Q3　M　あの中学校まで何分?

　　　　Mất bao nhiêu phút để đi đến trường cấp hai đó thế?

A3　M　バイクで行けば3分くらいだよ。

Nếu cậu đi bằng xe máy sẽ mất khoảng 3 phút đấy.

Q4　B　疲れているんですか。

Chị mệt ạ?

A4　B　ええ。でも少し寝れば大丈夫です。

Vâng ạ. Nhưng tôi chỉ cần ngủ một chút sẽ ổn thôi ạ.

Q4　M　疲れてるの?

Cậu mệt à?

A4　M　うん。でもちょっと寝れば大丈夫だよ。

Ừ. Nhưng tớ chỉ cần ngủ một chút sẽ ổn thôi.

Q5　B　お父さんはどんな人なんですか。

Bố của bạn là người như thế nào?

A5　B　厳格な　父です。

Bố tôi là một người nghiêm khắc.

Q5　M　お父さんはどんな人?

Bố cậu là người thế nào?

A5　M　厳格な　父だよ。

Bố tớ là người nghiêm khắc đấy.

Q6　B　どんな人がタイプなんですか。

Bạn thích mẫu người như thế nào?

A6　B　かっこいい　人です。

Tôi thích người đẹp trai.

Q6　M　どんな人がタイプ?

Cậu thích mẫu người thế nào?

A6　M　かっこいい　人だよ。

Người đẹp trai ấy.

Q7　B　ハノイはどんな所なんですか。

Hà Nội là một nơi như thế nào vậy ạ?

Q5
お母さん mẹ　お兄さん anh trai
お姉さん chị gái　妹さん em gái
弟さん em trai　おじいさん ông
おばあさん bà

A5
優しい tốt bụng　無口な ít nói
話し好き thích nói chuyện
社交的な hoà đồng

A6
社交的な　誠実な chân thành
意志が強い ý chí mạnh mẽ
素直な ngoan ngoãn
おおらかな rộng lượng

A7　B　交通が少し危ない　所です。

Hà Nội là một nơi giao thông hơi nguy hiểm một chút.

Q7　M　ハノイはどんな所？

Hà Nội là nơi như thế nào thế?

A7　M　交通が少し危ない　所だよ。

Hà Nội là một nơi giao thông hơi nguy hiểm một chút.

Q8　B　納豆はどんな食べ物ですか。

Natto là món ăn như thế nào vậy ạ?

A8　B　臭いですが、おいしい食べ物です。

Natto là món ăn có mùi khó chịu, nhưng ngon.

A8´B　臭くて、茶色い食べ物です。

Natto là món ăn có mùi khó chịu, màu nâu.

Q8　M　納豆はどんな食べ物？

Natto là món ăn như thế nào thế?

A8　M　臭いけど、おいしい食べ物だよ。

Natto mùi khó chịu, nhưng ngon lắm đấy.

A8´M　臭くて、茶色い食べ物だよ。

Natto là món ăn mùi khó chịu, màu nâu đấy.

Q9　B　どんなパソコンが欲しいですか。

Bạn muốn một chiếc máy tính như thế nào?

A9　B　ノート型のです。

Tôi muốn một chiếc máy tính xách tay.

Q9　M　どんなパソコンが欲しい？

Cậu muốn máy tính như thế nào?

Q9　M　ノート型のだよ。

Tớ muốn một chiếc máy tính xách tay.

Q10　B　日本の交通についてどう思いますか。

Bạn nghĩ sao về giao thông ở Nhật Bản?

A10　B　えーと、静かで、バイクが少ないですね。

Xem nào, tôi thấy tĩnh lặng và ít xe máy.

Q10 M 日本の交通についてどう思う？

Cậu nghĩ sao về giao thông ở Nhật Bản?

A10 M えーと、とても静かで、バイクが少ないね。

Ưm, tớ thấy tĩnh lặng và ít xe máy.

Q11 B いつ調理師になったんですか。

Bạn trở thành đầu bếp từ khi nào thế?

A11 B 4年前です。

Từ 4 năm về trước ạ.

Q11 M いつ調理師になったの？

Cậu trở thành đầu bếp từ khi nào thế?

A11 M 4年前だよ。

Từ 4 năm về trước đấy.

Q12 B いつも土日は何をしているんですか。

Thứ bảy chủ nhật bạn hay làm gì?

A12 B うーん、本を読んだり、友達と＊ラインで話したりしています。 ＊ライン＝LINE

Xem nào, tôi thường đọc sách hoặc nói chuyện với bạn bè qua Line.

> A12
> 掃除したり、料理したり
> dọn dẹp hoặc nấu ăn

Q12 M いつも土日は何をしているの？

Thứ bảy chủ nhật cậu hay làm gì?

A12 M うーん、本を読んだり、友達と＊ラインで話したりしてるよ。

Ưm, tớ thường đọc sách hoặc nói chuyện với bạn bè qua Line đấy.

3課 説明 Bài 3 Giải thích ngữ pháp

	1G	1G	1G	1G	1G	1G	2G	3G
	飲む	成る	分かる	思う	言う	違う	食べる	心配する
	Uống	Trở thành	Hiểu	Nghĩ	Nói	Khác	Ăn	Lo lắng
ない形 thể phủ định	飲まない	成らない	分からない	思わない	言わない	違わない	食べない	心配しない
ます形 thể Masu	飲みます	成ります	分かります	思います	言います	違います	食べます	心配します
辞書形 thể từ điển	飲む	成る	分かる	思う	言う	違う	食べる	心配する
可能形 thể khả năng	飲める	成れる		思える	言える		食べられる	心配できる
ば形 thể Ba	飲めば	成れば	分かれば	思えば	言えば	違えば	食べれば	心配すれば
意向形 thể ý chí	飲もう	成ろう	分かろう	思おう	言おう		食べよう	心配しよう
て形 thể Te	飲んで	成って	分かって	思って	言って	違って	食べて	心配して
た形 thể Ta	飲んだ	成った	分かった	思った	言った	違った	食べた	心配した

	3G
	練習する
	Luyện tập
ない形 thể phủ định	練習しない
ます形 thể Masu	練習します
辞書形 thể từ điển	練習する
可能形 thể khả năng	練習できる
ば形 thể Ba	練習すれば
意向形 thể ý chí	練習しよう
て形 thể Te	練習して
た形 thể Ta	練習した

1 B Vないでください。

M Vないで。

Đừng làm gì...

これは誰かに何かをしてほしくないときに使う表現ですが、かなり直接的な言い方で、不躾にも感じられるため使い方に注意しましょう。何かをしてほしくない場合は、「すみません、それはちょっと」というだけで理解されます。これは非常に柔らかい言い方です。

Đây là mẫu câu sử dụng khi không mong muốn ai đó làm gì. Vì cách nói này khá trực tiếp và khiến người khác cảm thấy bất lịch sự nên chúng ta hay chú ý khi sử dụng nhé. Trường hợp không muốn ai đó làm gì, bạn chỉ cần nói "すみません、それはちょっと" thì người nghe cũng đã hiểu mong muốn của bạn rồi. Đây là cách nói rất mềm mỏng.

B　部屋に入らないでください。

　　Bạn đừng vào phòng.

M　部屋に入らないで。

　　Cậu đừng vào phòng.

B　そのケーキは食べないでください。

　　Bạn đừng ăn cái bánh đó.

M　そのケーキは食べないで。

　　Cậu đừng ăn cái bánh đó.

公共施設では Ở những nơi công cộng

ここで写真を撮らないでください。

Xin đừng chụp ảnh ở đây.

ここで泳がないでください。

Xin đừng bơi ở đây.

ここで釣りをしないでください。

Xin đừng câu cá ở đây.

ここで野球をしないでください。

Xin đừng chơi bóng chày ở đây.

などの掲示があります。

Trên đây là ví dụ về một số bảng thông báo.

2　B　V／いA／なA／Nば〜です

　　M　VいA／なA／Nば〜だ

　　　　Nếu…

　特定の状況を想定したときなどで用いる文法です。動詞、形容詞、名詞で多少異なりますので、注意しましょう。

Đây là mẫu câu sử dụng khi giả định về một tình huống cụ thể nên bạn hãy chú ý nhé. Phần biến đổi của động từ, tính từ, danh từ sẽ có đôi chút khác biệt.

B　勉強すれば試験は大丈夫です。（V）

Nếu bạn học thì sẽ thi đỗ thôi. (động từ)

M　勉強すれば試験は大丈夫だよ。

Nếu cậu học thì sẽ thi đỗ thôi.

B　味が薄ければ塩を入れてください。（いA）

Nếu vị nhạt thì bạn hãy cho muối vào. (tính từ đuôi i)

M　味が薄ければ塩を入れて。

Nếu vị nhạt thì cậu hãy cho muối vào.

B　日曜日暇ならば、家で本を読みます。（なA）

Nếu chủ nhật tôi rảnh rỗi thì tôi sẽ ở nhà đọc sách. (tính từ đuôi na)

M　日曜日暇ならば、家で本を読むよ。

Nếu chủ nhật tớ rảnh rỗi thì tớ sẽ ở nhà đọc sách.

B　明日、大雪ならば学校は休みです。（N）

Nếu ngày mai tuyết (rơi) nhiều thì trường học sẽ nghỉ học. (danh từ)

M　明日、大雪ならば学校は休みだ。

Nếu ngày mai tuyết (rơi) nhiều thì trường học sẽ nghỉ học.

　他には類似表現に「と」「たら」などもありますが、多くの使い分けは細かく意識しなくてもいいです。

Ngoài cách sử dụng nêu trên, người ta còn dùng cấu trúc tương tự như「と」và「たら」nhưng bạn không cần bận tâm nhiều đến việc phân biệt cách sử dụng.

　また時間の経過などで何かの条件が揃ったら、新たに何かが起きることを示すときにも使われます。

Ngoài ra, mẫu câu này cũng được sử dụng để biểu thị về một sự việc nào đó sẽ xảy ra nếu như hội tụ đủ điều kiện nào đó về mặt thời gian.

B　夏になれば甘くておいしいライチが食べられます。

Khi hè đến ta có thể ăn được những quả vải ngon và ngọt.

M　夏になれば甘くておいしいライチが食べられる。

　　Khi hè đến ta có thể ăn được những quả vải ngon và ngọt.

3　B　どんなNですか

　　M　どんなN?

　　N như thế nào?

　　聞き手がNについての知識がない、あるいは乏しい場合の質問の仕方です。

Đây là mẫu câu dùng để hỏi trong trường hợp người nghe thiếu hoặc không có kiến thức về danh
từ N.

B　山田さんはどんな人ですか。

　　Anh Yamada là người như thế nào vậy ạ?

M　山田さんはどんな人?

　　Anh Yamada là người như thế nào?

4　接続のて形

　　Nối câu với động từ thể Te

　　二つ以上の動詞、形容詞、名詞などを並べる時に使います。

Người ta sử dụng cấu trúc này khi liệt kê nhiều hơn hai động từ, tính từ, danh từ.

B　土曜日、午前中に学校に行って、それから映画を見ました。(V)

　　Thứ bảy, buổi sáng tôi đến trường sau đó tôi đã đi xem phim. (động từ)

M　土曜日、午前中に学校に行って、それから映画を見たよ。

　　Thứ bảy, buổi sáng tớ đến trường sau đó tớ đã đi xem phim đấy.

　　「それから」ということが多いですが、省略も可能です。

Trong câu hay xuất hiện từ "それから" nhưng cũng có thể lược bỏ nó.

B　野村さんはかわいくてやさしい人です。(いA)

　　Chị Nomura là người vừa dễ thương vừa hiền. (tính từ đuôi i)

M　野村さんはかわいくてやさしい人だよ。

　　Chị Nomura là người vừa dễ thương vừa hiền.

B　この野菜は新鮮で形がきれいです。(なA)

Rau này vừa tươi mà hình thức cũng đẹp. (tính từ đuôi na)

M この野菜は新鮮で形がきれいだ。

Rau này vừa tươi mà hình thức cũng đẹp.

B 石塚さんは学生で社長です。（N）

Anh Ishizuka vừa là sinh viên vừa là giám đốc. (danh từ)

M 石塚さんは学生で社長だ。

Anh Ishizuka vừa là sinh viên vừa là giám đốc.

5 連体修飾

Mệnh đề định ngữ

名詞を動詞で修飾する表現です。簡単に言えば動詞を形容詞のように使います。

Bổ sung ý nghĩa cho danh từ bằng một động từ. Nói một cách đơn giản hơn thì ta sử dụng động từ giống như sử dụng với tính từ.

B 石田君はよく勉強する学生です。（辞書形）

Ishida là cậu sinh viên rất chăm học. (thể từ điển)

M 石田君はよく勉強する学生だ。

Ishida là cậu sinh viên rất chăm học.

B 江藤さんはあまり勉強しない学生です。（ない形）

Etoo là sinh viên không học hành gì mấy. (thể Nai)

M 江藤さんはあまり勉強しない学生だ。

Etoo là sinh viên không học hành gì mấy.

B さきほどここに来た学生の名前はなんですか。（た形）

Học sinh vừa đến khi nãy tên là gì thế ạ? (thể Ta)

M さっきここに来た学生の名前は何？

Học sinh vừa đến khi nãy tên là gì thế?

B （会社の中で上司が言う）この中で、大阪に出張に行ける社員はいますか。（可能動詞）

(Cấp trên nói khi ở trong công ty) Trong số này, có nhân viên nào có thể đi công tác ở Osaka không? (động từ thể khả năng)

M （会社の中で上司が言う）この中で、大阪に出張に行ける社員はいる？

(Cấp trên nói khi ở trong công ty) Trong số này, có nhân viên nào có thể đi công tác ở Osaka không?

6　Vたり、Vたり

　　Làm cái này, làm cái kia

　行動を二つ以上並べる時に使います。「Vたり、Vたり」はどちらの行動が先で後なのかといったことには関心がありません。

Chúng ta sử dụng mẫu câu này khi muốn liệt kê từ hai hành động trở lên. Trong "Vたり、Vたり" người ta không quan tâm hành động nào được thực hiện trước, hành động nào được thực hiện sau.

B　Q　休日は何をしていますか。

　　　　Bạn thường làm gì vào ngày nghỉ vậy?

B　A　読書をしたり、テニスをしたりしています。

　　　　Lúc thì tôi đọc sách, có lúc lại chơi tennis.

7　B　〜についてどう思いますか。

　　M　〜についてどう思う？

　　　Bạn nghĩ gì về…

　「〜について」は何かのトピックを指します。「どう思いますか」は意見を尋ねる時の基本的表現です。

" 〜について" nói về một chủ đề nào đó. "どう思いますか" là mẫu câu cơ bản khi hỏi ý kiến.

Q　B　鈴村先生についてどう思いますか。

　　　　Bạn nghĩ gì về thầy Suzumura?

Q　M　鈴村先生についてどう思う。

　　　　Cậu nghĩ gì về thầy Suzumura?

8　B　V／いA／なA／Nと思います。

　　M　V／いA／なA／Nと思う。

　　　Tôi nghĩ…

　基本的には自分の意見や推量などを述べる表現です。最近は、予定などについて確信が持て
ないけど何かをする可能性があるときにもよく使われます。

Đây là mẫu câu cơ bản dùng để phát biểu về ý kiến, sự phỏng đoán của bản thân. Gần đây, mẫu câu này cũng hay được sử dụng khi nói về những dự định mặc dù chưa chắc chắn nhưng cũng có khả năng sẽ thực hiện.

B　明日、彼は病院へ見舞に来ると思います。（V）

　　Tôi nghĩ ngày mai anh ấy sẽ đến bệnh viện để thăm người ốm. (động từ)

M　明日、彼は病院へ見舞に来ると思う。

　　Tớ nghĩ ngày mai anh ấy sẽ đến bệnh viện để thăm người ốm.

B　明後日、木戸さんはもっといそがしいと思います。（いA）

　　Tôi nghĩ ngày kia anh Kido sẽ bận rộn hơn. (tính từ đuôi i)

M　明後日、木戸さんはもっといそがしいと思う。

　　Tớ nghĩ ngày kia anh Kido sẽ bận rộn hơn.

B　この道はあの道より危険だと思います。（なA）

　　Tôi nghĩa con đường này nguy hiểm hơn con đường kia. (tính từ đuôi na)

M　この道はあの道より危険だと思う。

　　Tớ nghĩa con đường này nguy hiểm hơn con đường kia.

B　明日、東京は大雪だと思います。（N）

　　Tôi nghĩ ngày mai Tokyo sẽ có tuyết lớn. (danh từ)

M　明日、東京は大雪だと思う。

　　Tớ nghĩ ngày mai Tokyo sẽ có tuyết lớn.

9　いA／なA／Nでしょうか。

　　Chẳng phải là… hay sao/Có phải… hay không?

　「でしょうか」は「～ですか」をもう少し丁寧にした質問です。目下の者が目上の者に尋ね
る時などに使われます。

"でしょうか" là câu hỏi có phần lịch sự hơn một chút so với " ～ですか". Mẫu câu này được sử dụng khi người bề dưới hỏi người bề trên.

・この部屋は隣がうるさいでしょうか。（いA）

Căn phòng này, chẳng phải bên cạnh rất ồn ào hay sao ạ? (tính từ đuôi i)

・あの先生は親切でしょうか。（なA）

Giáo viên đó có thân thiện hay không ạ? (tính từ đuôi na)

・失礼ですが、学生さんでしょうか。（N）

Xin lỗi, bạn có phải là học sinh hay không? (danh từ)

華道

4課
Bài 4

<ruby>家族<rt>か ぞく</rt></ruby>

Gia đình

大会話 Hội thoại lớn Business

<ruby>本田<rt>ほん だ</rt></ruby>：もしもし、ランさんですか。

ラン：はい。ランです。

<ruby>本田<rt>ほん だ</rt></ruby>：<ruby>今度<rt>こん ど</rt></ruby>の<ruby>土曜日<rt>ど よう び</rt></ruby><ruby>午前<rt>ご ぜん</rt></ruby><ruby>十一時<rt>じゅう いち じ</rt></ruby>に、ベトナム<ruby>人<rt>じん</rt></ruby>の

<ruby>友達<rt>とも だち</rt></ruby>が<ruby>来<rt>く</rt></ruby>るんですが、<ruby>一緒<rt>いっ しょ</rt></ruby>にいかがですか。

ラン：いいですね。<ruby>行<rt>い</rt></ruby>きたいです！ <ruby>母<rt>はは</rt></ruby>も<ruby>一緒<rt>いっ しょ</rt></ruby>に

<ruby>呼<rt>よ</rt></ruby>んでもいいですか。

<ruby>本田<rt>ほん だ</rt></ruby>：ぜひ、お<ruby>母<rt>かあ</rt></ruby>さんもどうぞ。お<ruby>父<rt>とう</rt></ruby>さんは？

ラン：<ruby>父<rt>ちち</rt></ruby>はベトナムにいるんです。<ruby>母<rt>はは</rt></ruby>だけが<ruby>日本<rt>に ほん</rt></ruby>に<ruby>来<rt>き</rt></ruby>ているんです。

<ruby>本田<rt>ほん だ</rt></ruby>：そうなんですか。じゃあ、その<ruby>時<rt>とき</rt></ruby>にその<ruby>友達<rt>とも だち</rt></ruby>とベトナム<ruby>料理<rt>りょう り</rt></ruby>を<ruby>作<rt>つく</rt></ruby>って<ruby>頂<rt>いただ</rt></ruby>けませんか。

ラン：もちろんいいですよ。<ruby>母<rt>はは</rt></ruby>は<ruby>料理<rt>りょう り</rt></ruby>が<ruby>上手<rt>じょう ず</rt></ruby>です。<ruby>私<rt>わたし</rt></ruby>は<ruby>下手<rt>へ た</rt></ruby>ですけど。

<ruby>本田<rt>ほん だ</rt></ruby>：<ruby>嬉<rt>うれ</rt></ruby>しいですね。

ラン：でもその<ruby>日<rt>ひ</rt></ruby>は<ruby>早<rt>はや</rt></ruby>く<ruby>帰<rt>かえ</rt></ruby>らなければなりません。アルバイトをしに<ruby>行<rt>い</rt></ruby>かなければならないん

です。

<ruby>本田<rt>ほん だ</rt></ruby>：それは<ruby>大丈夫<rt>だい じょう ぶ</rt></ruby>ですよ。<ruby>何時<rt>なん じ</rt></ruby>に<ruby>帰<rt>かえ</rt></ruby>るんですか。

ラン：<ruby>午後<rt>ご ご</rt></ruby><ruby>二時<rt>に じ</rt></ruby>なんですが。アルバイトが<ruby>三時<rt>さん じ</rt></ruby>から<ruby>八時<rt>はち じ</rt></ruby>までなんです。

<ruby>本田<rt>ほん だ</rt></ruby>：<ruby>何<rt>なに</rt></ruby>で<ruby>行<rt>い</rt></ruby>くんですか。バスですか。

ラン：<ruby>電車<rt>でん しゃ</rt></ruby>です。<ruby>間<rt>ま</rt></ruby>に<ruby>合<rt>あ</rt></ruby>いますか。<ruby>千葉県<rt>ち ば けん</rt></ruby>の<ruby>柏<rt>かしわ</rt></ruby>なんですが。

<ruby>本田<rt>ほん だ</rt></ruby>：<ruby>大丈夫<rt>だい じょう ぶ</rt></ruby>ですよ。

ラン：<ruby>楽<rt>たの</rt></ruby>しみです！

Honda: Alo, em Lan phải không?

Lan: Vâng. Em Lan đây ạ.

Honda: 11 giờ thứ bảy tới, bạn người Việt của anh đến. Em cũng đến chứ?

Lan: Hay quá. Em cũng muốn đi. Em bảo mẹ em đi cùng có được không?

Honda: Nhất định rồi, mẹ em cũng đến nữa nhé. Còn bố em thì sao?

Lan: Bố em ở Việt Nam. Chỉ mình mẹ em đến Nhật thôi.

Honda: Thế à? Vậy hôm đó, em và mẹ sẽ nấu món ăn Việt Nam cùng bạn của anh chứ?

Lan: Tất nhiên ạ. Mẹ em nấu ăn ngon. Em thì nấu ăn dở.

Honda: Anh rất vui.

Lan: Nhưng hôm đó em phải về sớm. Em phải đi làm thêm.

Honda: Không sao. Mấy giờ em về?

Lan: 2 giờ chiều ạ. Em làm thêm từ 3 giờ đến 8 giờ.

Honda: Em đi tới đó bằng gì? Xe buýt à?

Lan: Em đi tàu. Có kịp không ạ? Chỗ làm của em ở Kashiwa, Chiba.

Honda: Không sao đâu.

Lan: Em rất mong đến ngày hôm đó!

大会話　Hội thoại lớn Maruko

みき：もしもし、ランちゃん?

ラン：はい。ランです。

みき：今度の土曜日午前十一時に、ベトナム人の友達が来
　　　るんだけど、一緒にどう?

ラン：いいね。行きたい! 母も一緒に呼んでもいい?

みき：ぜひ、お母さんもどうぞ。お父さんは?

ラン：父はベトナムにいるの。母だけが日本に来てるの。

みき：そうなんだ。じゃあ、その時にその友達とベトナム料理を作ってくれない?

ラン：もちろんいいよ。母は料理が上手だよ。私は下手だけど。

みき：嬉しいな。

ラン：でもその日は早く帰らないと。アルバイトをしに行かないと。

みき：それは大丈夫だよ。何時に帰るの?

ラン：午後二時なんだけど。アルバイトが三時から八時までなの。

みき：何で行くの?バス?

ラン：電車。間に合う? 千葉県の柏なんだけど。

みき：大丈夫だよ。

ラン：楽しみ!

Miki: Alo, Lan à?

Lan: Ừ. Lan đây.

Miki: 11 giờ thứ bảy tới, bạn người Việt của tớ đến. Cậu cũng đến chứ?

Lan: Hay quá. Tớ cũng muốn đi. Tớ bảo mẹ đi cùng được không?

Miki: Nhất định rồi, mẹ cậu cũng đến đấy nhé. Còn bố cậu thì sao?

Lan: Bố tớ ở Việt Nam. Chỉ mình mẹ tớ đến Nhật thôi.

Miki: Thế à? Vậy hôm đó, cậu và mẹ sẽ nấu món ăn Việt Nam cùng bạn tớ chứ?

Lan: Đương nhiên là được. Mẹ tớ nấu ăn ngon đấy. Chứ tớ thì nấu ăn dở.

Miki: Vui quá.

Lan: Nhưng hôm đó tớ phải về sớm. Tớ phải đi làm thêm.

Miki: Không sao. Mấy giờ cậu về?

Lan: 2 giờ chiều. Tớ làm từ 3 giờ đến 8 giờ.

Miki: Cậu đi tới đó bằng gì? Xe buýt à?

Lan: Tớ đi tàu. Kịp không? Chỗ làm của tớ ở Kashiwa, Chiba.

Miki: Kịp chứ.

Lan: Mong đến hôm đó ghê!

小会話 Hội thoại nhỏ Business

本田：ランさんのご家族は何人ですか？
ラン：①父と母と兄と私の四人です。
本田：みなさんは何をしているんですか。
ラン：②父は銀行員です。③母は主婦です。
　　　④兄はハノイで家族と生活しています。

Honda: Gia đình Lan có mấy người?

Lan: Gia đình em có bốn người. Bố, mẹ, anh trai và em.

Honda: Mọi người làm công việc gì?

Lan: Bố em là nhân viên ngân hàng. Mẹ em ở nhà nội trợ. Anh trai em đang sống ở Hà Nội với gia đình của anh ấy.

小会話 Hội thoại nhỏ Maruko

みき：ランさんの家族は何人？
ラン：①父と母と兄と私の四人。
みき：みんなは何をしているの？
ラン：②父は銀行員だよ。③母は主婦。④兄はハノイで家族と生活してるよ。

Miki: Gia đình cậu có mấy người?

Lan: Gia đình tớ có bốn người. Bố, mẹ, anh trai và tớ.

Miki: Mọi người làm nghề gì thế?

Lan: Bố tớ là nhân viên ngân hàng. Mẹ tớ ở nhà nội trợ. Anh trai tớ đang sống ở Hà Nội với gia đình của anh ấy.

1) ①父と母と姉 bố và mẹ và chị gái ②父は公務員 bố là công chức nhà nước ③母は看護師 mẹ là y tá ④姉 chị gái

2) ①父と母と妹 bố và mẹ và em gái ②父は会社員 bố là nhân viên công ty ③母は介護士 mẹ là điều dưỡng ④妹 em gái

3) ①父と母と弟 bố và mẹ và em trai ②父は農家 bố là nông dân ③母は英語の教師 mẹ là giáo viên tiếng Anh ④弟 em trai

4) ①父と母と祖父 bố và mẹ và ông ②父は漁師 bố là ngư dân ③母は医者 mẹ là bác sĩ ④祖父 ông

5) ①父と母と祖母 bố và mẹ và bà ②父は自営業 bố tự kinh doanh ③母はパート mẹ làm việc bán thời gian ④祖母 bà

Q & A

Q1　B　もしもし、タナカ電気ですか。

Alo, công ty điện Tanaka phải không ạ?

A1　B　はい、タナカ電気です。

Vâng, công ty điện Tanaka xin nghe.

A1´ B　いいえ、違います。佐藤です。

Không, bạn nhầm rồi ạ. Tôi là Sato.

Q2　B　来月、お祭りがあるんですが、一緒にいかがですか。

Tháng sau có lễ hội. Không biết chị có muốn đi cùng không?

A2　B　いいですね。ぜひ行きたいです。

Hay quá. Tôi rất muốn đi.

A2´B　すみません、来月はちょっと。用事があるんです。

Xin lỗi, tháng sau… tôi có việc bận.

Q2　M　来月、お祭りあるけど、一緒にどう？

Tháng sau có lễ hội. Cậu cùng đi chứ?

A2
バイト làm thêm　仕事 công việc
デート hẹn hò　約束 lời hứa
用事 việc bận

Q2　M　いいね。ぜひ行きたい！

Hay quá. Tớ rất muốn đi!

Q2´M　ごめん。来月はちょっと。用事があるから。

Xin lỗi nha. Tháng sau, tớ có việc bận.

Q3　B　来週の土曜日、JAZZのライブがあるんですが、一緒にいかがですか。

Thứ bảy tuần sau có có live nhạc JAZZ đấy. Chị có muốn cùng đi không?

A3　B　いいですね。行きましょう。

Hay quá. Chúng ta cùng đi nhé.

A3´B　すみません、ちょっと。デートがあるんで
すよ。

Xin lỗi, hôm đấy tôi có hẹn rồi.

A3
バイト làm thêm　仕事 công việc
約束 lời hứa　用事 việc bận

Q3　M　来週の土曜日、JAZZのライブがあるけど、一緒にどう？

Thứ bảy tuần sau có live nhạc JAZZ đấy. Cậu cùng đi chứ?

Q3　M　いいね。行こう！

Hay quá. Đi đi!

Q3´M　ごめん、ちょっと。デートがあるから。

Xin lỗi nha. Hôm đấy tớ có hẹn rồi.

Q4　B　彼女も一緒に行ってもいいですか。

Bạn gái tôi cùng đi có được không?

A4　B　いいですよ。一緒に来てください。

Được ạ. Hai người cùng đến nhé.

A4´B　すみません、ちょっと。チケットが二枚なんですよ。

Xin lỗi. Tôi chỉ có 2 vé thôi.

Q4　M　彼女も一緒にいい？

Bạn gái tớ đi cùng được không?

Q4　M　いいよ。一緒に来て。

Được chứ. Hai cậu đến nhé.

Q4´M　ごめん、ちょっと。チケット二枚だから。

Xin lỗi cậu. Tớ chỉ có 2 vé thôi.

Q5　B　今、弟さんはどちらですか。

Bây giờ, em trai của bạn đang ở đâu?

A5　B　弟 はベトナムにいます。

Em trai tôi ở Việt Nam.

Q5　M　今、弟さんはどこ?

Bây giờ, em trai cậu đang ở đâu?

Q5　M　弟 はベトナムにいるよ。

Em trai tớ ở Việt Nam.

Q6　B　パーティーの時、飲み物を買って来て頂けませんか。

Hôm tổ chức tiệc, chị có thể mua nước mang đến giúp tôi được không?

A6　B　ええ、いいですよ。どこで買って来たらいいですか。

Vâng, được chứ ạ. Tôi mua rồi mang đến đâu thì được ạ?

Q6　M　パーティーの時、飲み物を買ってきてくれない?

Hôm tổ chức tiệc, cậu mua nước mang đến giúp tớ được không?

Q6　M　うん、いいよ。どこで買って来たらいい?

Ừ, được chứ. Tớ mua rồi mang đến đâu nhỉ?

Q7　B　ラム君は日本語が上手ですね。

Lâm giỏi tiếng Nhật nhỉ.

A7　B　いいえ、まだまだです。もっと勉強します。

Không, em vẫn chưa giỏi đâu. Em cần học chăm hơn nữa.

Q7　M　ラム君は日本語が上手だね。

Lâm giỏi tiếng Nhật thế.

Q7　M　ううん、まだまだ。もっと勉強するよ。

Không, chưa đâu ạ. Em cần chăm hơn nữa.

Q8　B　毎日、何をしなければなりませんか。

Hàng ngày, em phải làm gì?

A8　B　宿題をしなければなりません。

Hàng ngày, em phải làm bài tập ạ.

A5
日本 Nhật Bản　　ハノイ Hà Nội
東 京 Tokyo

ホーチミン
thành phố Hồ Chí Minh　大阪 Osaka

Q6
飲み会 tiệc rượu
送別会 tiệc chia tay
歓迎会 tiệc chào mừng

Q8　M　毎日、何しないといけない？

Hàng ngày, em phải làm gì?

Q8　M　宿題をしないと。

Hàng ngày, em phải làm <u>bài tập</u>.

Q9　B　学校は何時に終わるんですか。

<u>Trường học</u> kết thúc lúc mấy giờ ạ?

A9　B　五時に終わります。

<u>5 giờ</u> thì kết thúc ạ.

Q9　M　学校は何時に終わるの？

<u>Trường học</u> kết thúc lúc mấy giờ?

Q9　M　五時に終わるよ。

<u>5 giờ</u> thì kết thúc.

Q10　B　郵便局は何時から何時までですか。

<u>Bưu điện</u> mở cửa từ mấy giờ đến mấy giờ vậy ạ?

A10　B　九時から五時までです。

Từ <u>9 giờ</u> đến <u>5 giờ</u> ạ.

Q10　M　郵便局は何時から何時までなの？

<u>Bưu điện</u> mở cửa từ mấy giờ đến mấy giờ thế?

Q10　M　九時から五時までだよ。

Từ <u>9 giờ</u> đến <u>5 giờ</u>.

Q11　B　何で会社に行くんですか。

Bạn đi đến <u>công ty</u> bằng phương tiện gì?

A11　B　車で行きます。

Em đi gì đến <u>công ty</u>?

Q11　M　何で会社に行くの？

Tôi đi bằng <u>ô tô</u>.

Q11　M　車で行くよ。

Tớ đi <u>ô tô</u>.

Q12　B　車で間に合うんですか。

　　　　Đi bằng ô tô kịp giờ không?

A12　B　ええ、大丈夫ですよ。

　　　　Vâng, kịp ạ.

A12　B　ギリギリ、間に合います。

　　　　Vừa kịp ạ.

Q12　M　車で間に合うの?

　　　　Đi ô tô kịp chứ?

Q12　M　うん、大丈夫だよ。

　　　　Ừ, kịp chứ.

Q12´　M　ギリギリ、間に合うよ。

　　　　Vừa kịp đấy.

A12
バイク xe máy　タクシー taxi
バス xe buýt　電車 tàu điện
自転車 xe đạp
歩いて（徒歩で）đi bộ

4課　説明 Bài 4 Giải thích ngữ pháp

	1G	1G	1G	1G	1G	3G
	作る	帰る	間に合う	呼ぶ	いる	生活する
	Làm	Đi về	Kịp	Gọi	Ở	Sinh hoạt
ない形 Thể phủ định	作らない	帰らない	間にわない	呼ばない	いない	生活しない
ます形 Thể Masu	作ります	帰ります	間に合います	呼びます	います	生活します
辞書形 Thể từ điển	作る	帰る	間に合う	呼ぶ	いる	生活する
可能形 Thể khả năng	作れる	帰れる		呼べる	いれる	生活できる
ば形 Thể Ba	作れば	帰れば	間に合えば	呼べば	いれば	生活できれば
意向形 Thể ý chí	作ろう	帰ろう		呼ぼう	いよう	生活しよう
て形 Thể Te	作って	帰って	間に合って	呼んで	いて	生活して
た形 Thể Ta	作った	帰った	間に合った	呼んだ	いた	生活した

1　〈辞書形/て形〉+んですが、一緒にいかがですか。

　　<Thể từ điển/Thể Te> + んですが、一緒にいかがですか。

何かを一緒にする時に誘う丁寧な言い方です。例文を挙げます。

Đây là cách nói lịch sự khi muốn mời rủ ai cùng làm gì. Ví dụ.

・これからみんなでご飯を食べるんですが、一緒にいかがですか。

Bây giờ mọi người chuẩn bị ăn cơm, chị có muốn cùng ăn hay không ạ?

・今、みんなでお酒を飲んでいるんですが、一緒にいかがですか。

Bây giờ, mọi người đang uống rượu, anh có muốn cùng uống hay không ạ?

対して以下のような使い方はしません。

Ngược lại, không sử dụng những cách nói như dưới đây.

・これから仕事をするんですが、一緒にいかがですか？　×

Bây giờ tôi chuẩn bị làm việc. Anh có muốn làm cùng hay không ạ?

みんなと楽しいことをする時に使います。

Hãy sử dụng mẫu câu này khi cùng làm việc gì đó thú vị với mọi người.

2　〈て形〉＋もいいですか。

〈Thể Te〉＋もいいですか。

何かをしたいときにお願いする言い方です。

Đây là cách nói xin phép khi muốn làm gì.

・すみません。熱があるので今日は帰ってもいいですか。

Xin lỗi. Vì bị sốt nên hôm nay tôi về có được không ạ?

・すみません。このお菓子一つ頂いてもいいですか。

Xin lỗi. Tôi có thể xin một chiếc bánh này có được không ạ?

などの言い方があります。多くの場合、「すみません」という言葉と一緒に使うと印象が良いでしょう。

Ví dụ có những cách nói như vậy. Trong rất nhiều trường hợp, nếu sử dụng từ "すみません" vào trong câu thì sẽ tạo được ấn tượng tốt.

3　いるんです。／います。

今食べています、今飲んでいますなど、今何かをしているのを示すのは「ている」です。しかし、物の存在を示す「ある」は、「今、ここに本があっています」とは言いません。これと

同様に、生き物の存在を示す「いる」も「今、教室に人がいっています」という言い方はあります
ません。

Như những ví dụ sau 今食べています、今飲んでいます, thì "teiru" được dùng để diễn tả ai đó
đang làm gì. Tuy nhiên, với động từ "ある" chỉ sự tồn tại của vật, thì người ta không nói "今、こ
こに本があっています". Tương tự với động từ "いる" ta cũng không nói "今、教室に人がいっ
ています".

・本<ruby>ほん</ruby>があります。 Có quyển sách.
・人<ruby>ひと</ruby>がいます。 Có người.

4 　〈て形(けい)〉+いただけませんか。

　　<Thể Te> +いただけませんか。

何かを人に依頼するときの表現です。

Là cách diễn đạt khi muốn nhờ ai đó làm gì.

・すみません。これを持<ruby>も</ruby>っていただけませんか。

　Xin lỗi. Bạn có thể cầm giúp tôi cái này được không?

・すみません。ちょっとこちらに来<ruby>き</ruby>ていただけませんか。

　Xin lỗi, bạn có thể qua đây được không?

「〈て形〉+いただけますか」も使えますが「ませんか」より強い依頼の仕方になります。否
定的に聞く「ませんか」の方が丁寧に感じます。

Cũng có thể sử dụng 「〈て形〉+いただけますか」được nhưng so với 「ませんか」thì cách
nhờ vả này hơi mạnh mẽ. Dùng dạng phủ định 「ませんか」sẽ có cảm giác lịch sử hơn.

「〈て形〉+くれない?」は同じ意味を持つMarukoの言い方です。友達などに使います。「〈て
形〉+くれる?」はかなり強い言い方です。

「〈て形〉+くれない?」là cách nói của Maruko cũng dùng để nói khi muốn nhờ ai đó làm gì.
Cấu trúc này được sử dụng khi nói với bạn bè. 「〈て形〉+くれる?」là cách nói khá mạnh mẽ.

5 　〈ない形(けい)〉+なければならないんです。

　　<Thể Nai> +なければならないんです。

何かをしなければならないときに使いますが、長くていいにくいので

Sử dụng khi phải làm cái gì đó nhưng nếu câu càng dài thì sẽ khó nói.

・〈ない形〉+といけません。　　　行かないといけません。

・〈ない形〉+きゃいけません。　　　行かなきゃいけません。

・〈ない形〉+きゃ。（Maruko）　　　行かなきゃ。

・〈ない形〉+と。（Maruko）　　　行かないと。

・〈ない形〉+くっちゃ。（Maruko）　行かなくっちゃ。

といった様々なバリエーションがあります。全部同じ意味です。

Có rất nhiều cách diễn đạt nhưng tất cả đều cùng một ý nghĩa.

6　〈普通形(ふつうけい)〉+んですか。

　　＜Thể thông thường＞ +んですか。

　この文法に入る普通形とは、ない形、辞書形、可能形、て形、た形、受け身形などを言います。

Thể thông thường trong cấu trúc ngữ pháp này là Thể Nai, Thể từ điển, Thể khả năng, Thể Te, Thể Ta, Thể bị động…

　ほとんどの日本語教科書は、「Vますか」の質問形をたくさん練習させます。

　多くのベトナム人学生、技能実習生は日本人が多用する

・どこに行くんですか。

　Bạn đi đâu vậy?

　といったごく簡単な質問も知らずに、日本に行くことがしばしばあります。

Hầu hết các sách giáo trình tiếng Nhật đều cho luyện tập nhiều dạng câu hỏi「Vますか」.
Rất nhiều học sinh, thực tập sinh người Việt không biết đến cấu trúc vô cùng đơn giản mà người Nhật hay sử dụng, đó là どこに行くんですか.

7　何で行くんですか。

　　Bạn đi đến đó bằng phương tiện gì?

・何で（東京へ）行きますか。×

といった例文が他の教科書でありますが、ここで「何で」といいますと、関東圏の日本人は「どうして東京へ行きますか」と理解します。決して行く手段（バスや電車など交通機関）を質問されているとは思いません。また

Cũng có sách đưa ra câu ví dụ 何で（東京へ）行きますか. Nếu sử dụng từ "何で" ở đây thì những người Nhật sống ở khu vực Kanto sẽ hiểu là "Tại sao bạn lại đi đến Tokyo". Họ tuyệt đối không nghĩ là đang được hỏi về cách đi lại (phương tiện giao thông được sử dụng là xe buýt hay tàu điện).

・何でここへ来ましたか。×

という質問も他の教科書では練習させていますが、それは多くの日本人に「どうしてここに来ましたか」の意味に解釈される可能性が高いです。それは相手が来たことを歓迎していないとも受け取られますので、言わないでください。実際にそう理解した日本人がいます。「なにで」と言ってください。

Ngoài ra, trong một số sách giáo khoa khác cũng dạy cho học sinh nói 何でここへ来ましたか. Có nhiều khả năng người Nhật sẽ hiểu là "Tại sao bạn lại đến đây". Vì cấu trúc này có thể được hiểu là bạn không hề chào đón việc người đó tới đây nên đừng nói theo cách này. Thực tế có người Nhật đã hiểu như vậy. Trong trường hợp này, bạn hãy dùng "なにで".

8　何人ですか。

　　Có mấy người?

　人数を聞く基本的表現です。他にこういった質問もあります。

Là cách diễn đạt cơ bản khi muốn hỏi về số lượng người. Ngoài ra, cũng có những câu hỏi như dưới đây.

・何個ですか。（物を数える時の基本的質問）

　Bao nhiêu chiếc? (Câu hỏi cơ bản dùng khi đếm đồ vật).

・何台ですか。（車やパソコンなどの機械）

　Bao nhiêu chiếc? (Dùng để đếm đồ vật là máy móc, chẳng hạn như ô tô, máy tính).

・何枚ですか。（紙の枚数など）

　Bao nhiêu tờ? (Hỏi đếm số lượng của tờ giấy)

9 〈N1〉と〈N2〉です。

Q 今朝何を飲んだんですか。Sáng nay bạn đã uống gì?
A コーヒーと牛乳です。Tôi uống cà phê và sữa.

　このように一つの名詞だけで答えが足りないときに、「と」を使えば、二つの名詞を並列にできます。

Giống như ví dụ trên, sử dụng "と" để liệt kê hai danh từ.

10 何をしているんですか。

　　Bạn làm nghề gì vậy?

・普段は何をしているんですか。

　　Bình thường bạn làm gì?

　という聞き方で職業を婉曲に聞くことができます。

Với cách hỏi trên, bạn có thể sử dụng để hỏi về nghề nghiệp theo một cách khác tế nhị hơn.

・普段は何をされているのですか。

　こういう日本語を使えたらきれいですね。

Còn có cách hỏi về nghề nghiệp lịch sự hơn nữa, đó là "普段は何をされているのですか". Nếu nói như thế này thì tiếng Nhật của bạn sẽ không chỉ chính xác mà còn rất hay.

空手

5課 プレゼント・お年玉
Bài 5
Quà tặng • Tiền mừng tuổi

大会話 Hội thoại lớn Business

本田：ランさん、ちょっと来てください。

ラン：はい。何でしょうか。

本田：これはほんの気持ちです。

ラン：嬉しいです。何ですか。

本田：お年玉と言います。普通は親が子供に
　　　お正月にあげるんです。

ラン：どうもありがとうございます。でも
　　　私、子供じゃないですが。

本田：日本の文化の紹介ですから。

ラン：そうですね。ありがたく頂戴します。

本田：ランさんはいつも素直でいいですね。

ラン：どうもありがとうございます。お正月にあげるお金ですが、ベトナムにも似た習慣があ
　　　ります。

本田：ところで、ランさんはそろそろ誕生日ですが、プレゼントは何が欲しいんですか。

ラン：旅行に行きたいですから、札幌までの飛行機のチケットが欲しいんです。去年は友達が
　　　（私に）北海道の本をくれたんですよ。

本田：ああ、それはいいですね。去年、私も弟に本をもらいました。

ラン：そうですか。いいですね。

Honda: Lan ơi, cháu qua đây một chút.

Lan: Vâng, có chuyện gì vậy bác?

Honda: Đây là một chút quà nhỏ của bác.

Lan: Cháu vui lắm ạ. Đó là gì vậy bác?

Honda: Nó gọi là tiền mừng tuổi. Bình thường bố mẹ sẽ tặng cho trẻ con vào dịp tết.

Lan: Cháu cảm ơn bác ạ. Nhưng cháu không phải trẻ con.

Honda: Bác muốn giới thiệu cho cháu biết về văn hóa của Nhật Bản mà.

Lan: Vâng ạ. Vậy cháu xin nhận nó ạ.

Honda: Lan lúc nào cũng ngoan ngoãn. Như thế rất tốt.

Lan: Cháu cảm ơn bác ạ. Ở Việt Nam cũng có phong tục giống với Nhật Bản khi tặng tiền vào dịp tết ạ.

Honda: À mà Lan này, sắp đến sinh nhật của cháu rồi, cháu muốn quà gì?

Lan: Vì muốn đi du lịch nên cháu ước có một tấm vé máy bay đến Sapporo. Năm ngoái, bạn cháu đã tặng (cho cháu) một cuốn sách về Hokkaido đấy.

Honda: A, tuyệt vời nhỉ. Năm ngoái, bác cũng nhận được một cuốn sách từ em trai.

Lan: Vậy à bác? Được tặng sách thích bác nhỉ.

大会話 Hội thoại lớn Maruko

みき：ランちゃん、ちょっと来て。

ラン：うん。何？

みき：これはほんの気持ちだよ。

ラン：嬉しい！ 何？

みき：これはお年玉と言うよ。普通は親が子供にお正月にあげるんだ。

ラン：どうもありがとう。でも私、子供じゃないよ。

みき：日本文化の紹介だから。

ラン：そうだね。ありがたくもらうね。

みき：ランちゃんはいつも素直でいいね。

ラン：どうもありがとう。お正月にあげるお金だけど、ベトナムにも似た習慣があるよ。

みき：ところで、ランちゃんはそろそろ誕生日だけど、プレゼントは何が欲しいの？

ラン：旅行に行きたいから、札幌までの飛行機のチケットが欲しい！ 去年は友達が（私に）北海道の本をくれたんだ。

みき：ああ、それはいいね。去年、私も弟に本をもらった。

ラン：そうなんだ。いいね。

Miki: Lan ơi, cậu qua đây một chút nào.

Lan: Ừ. Gì thế?

Miki: Đây là chút quà nhỏ của tớ.

Lan: Vui quá! Nó là gì vậy?

Miki: Nó gọi là tiền mừng tuổi. Bình thường bố mẹ sẽ tặng cho trẻ con vào dịp tết.

Lan: Cảm ơn cậu. Nhưng tớ có phải trẻ con đâu.

Miki: Đây là vì tớ muốn giới thiệu với cậu về văn hóa Nhật Bản.

Lan: Ừ. Cảm ơn cậu nha.

Miki: Lan lúc nào cũng vô tư, thích thật đấy.

Lan: Cảm ơn cậu.Ở Việt Nam cũng có phong tục giống với Nhật Bản khi tặng tiền mừng tuổi vào dịp tết đấy.

Miki: À mà, sắp đến sinh nhật của cậu rồi. Cậu thích quà gì?

Lan: Vì muốn đi du lịch nên tớ ước có một tấm vé máy bay đến Sapporo. Năm ngoái, bạn tớ đã tặng (cho tớ) một cuốn sách về Hokkaido đấy.

Miki: A, tuyệt nhỉ. Năm ngoái tớ cũng nhận được một cuốn sách từ em trai.

Lan: Vậy à? Được tặng sách thích nhỉ.

小会話 Hội thoại nhỏ Business

本田：来週誕生日ですね。それは何ですか。

ラン：①時計です。②父がくれました。

本田：そうですか。今度私もなにかあげますね。

ラン：どうもありがとうございます。嬉しいです。

Honda: Tuần sau là sinh nhật của cháu nhỉ. Cái đó là gì vậy?

Lan:① Đồng hồ ạ. ② Bố cháu đã tặng cho cháu.

Honda: Thế à. Lần tới bác cũng sẽ tặng cho cháu món quà gì đó nhé.

Lan: Cháu cảm ơn bác rất nhiều ạ. Cháu vui lắm ạ.

小会話 Hội thoại nhỏ Maruko

みき：来週誕生日だね！ それは何？

ラン：①時計！ ②父がくれたんだ。

みき：そうなんだ。今度私もなにかあげるね。

ラン：どうもありがとう。嬉しいよ。

Miki: Tuần sau là sinh nhật của cậu nhỉ! Cái đó là gì vậy?

Lan:① Đồng hồ đấy! ② Bố tớ đã tặng tớ.

Miki: Thế à. Lần tới tớ cũng sẽ tặng cậu món quà gì đó nhé.

Lan: Cảm ơn cậu nhiều nha. Tớ vui lắm.

1) ①ネックレス vòng đeo cổ ②母 mẹ

2) ①指輪 nhẫn ②彼氏 bạn trai

3) ①スマホ điện thoại thông minh ②祖母 bà

4) ①タブレット máy tính bảng ②祖父 ông

5) ①口紅 son môi ② 妹 em gái

Q & A

Q1　B　すき焼きを作ったんですよ。ちょっと食べてください。
　　　　　Tôi đã nấu món sukiyaki. Bạn hãy ăn một chút đi.

A1　B　いいですね。いただきます。
　　　　　Tuyệt quá. Mời bạn.

A1　B　すみません。いまお腹がいっぱいです。
　　　　　Tôi xin lỗi. Tôi đang no ạ.

Q1　M　すき焼きを作ったよ。ちょっと食べて。
　　　　　Tớ đã nấu món sukiyaki. Cậu hãy ăn một chút đi.

A1　M　いいね。いただきます。
　　　　　Tuyệt quá. Mời cậu nha.

A1　M　ごめん。いまお腹がいっぱいなんだ。
　　　　　Xin lỗi. Tớ đang no quá.

> Q1
> カレー cà ri
> オムライス cơm cuộn trứng
> 焼きそば mỳ soba xào
> うどん mỳ udon

> Q2
> スーツケース vali
> かばん cặp
> パソコン máy tính

Q2　B　この荷物、重たいんです。ちょっと手伝ってください。
　　　　　Túi đồ này nặng quá. Bạn hãy giúp tôi một tay với.

A2　B　ええ、いいですよ。大丈夫ですか。
　　　　　Vâng, được ạ. Chị ổn chứ ạ?

Q2　M　この荷物、重たいよ。ちょっと手伝って。
　　　　　Túi đồ này nặng quá. Giúp tớ một tay với.

A2　M　うん、いいよ。大丈夫?
　　　　　Ừ, được chứ. Cậu ổn chứ?

Q3　B　アップル（apple）は何語ですか。
Apple là tiếng nước nào vậy ạ?

A3　B　英語です。
Là tiếng Anh ạ.

Q3　M　アップルは何語?
Apple là tiếng gì thế?

A3　M　英語だよ。
Tiếng Anh.

> Q3
> ニーハオ
> nihao (cách chào hỏi của người Trung Quốc)
> アニョハセヨ
> annyeonghaseyo (cách chào hỏi của người Hàn Quốc)
> ボンジュール
> bonjour (cách chào hỏi của người Pháp)

> A3
> 中国語 tiếng Trung　　フランス語 tiếng Pháp　　韓国語 tiếng Hàn

Q4　B　日本では家を出る時、何と言いますか。
Ở Nhật, trước khi ra khỏi nhà, ta sẽ nói gì ạ?

A4　B　「行ってきます」と言います。
Ta sẽ nói là "tôi đi nhé".

Q4　M　日本では家を出る時、何と言うの?
Ở Nhật, trước khi ra khỏi nhà, ta sẽ nói gì thế?

A4　M　「行ってきます」と言うよ。
Ta sẽ nói là "con đi nhé" đấy.

> Q4
> ご飯を食べる ăn cơm　　寝る ngủ
> 帰った đã về

> A4
> いただきます mời mọi người ăn cơm
> おやすみなさい chúc ngủ ngon
> ただいま tôi đã về

Q5　B　勉強している時、どんな気持ちですか。
Khi học, bạn cảm thấy thế nào?

A5　B　楽しくないです。
Tôi thấy chẳng thú vị gì cả.

Q5　M　勉強している時、どんな気持ち?
Khi học, cậu cảm thấy thế nào?

Q5　M　楽しくないよ。
Tớ thấy chẳng thú vị gì cả.

> Q5
> 山に登っている leo núi
> 車に乗っている lên xe
> 人が亡くなった người mất
> 恋人とデートしている
> đi hẹn hò với người yêu

Q6　B　日本ではバレンタインデーに何をあげるんですか。
Ở Nhật, người ta sẽ tặng gì vào ngày Valentine?

A6　B　女の人が男の人にチョコレートをあげます。
Nữ giới sẽ tặng sô-cô-la cho nam giới.

> A5
> 悲しい buồn
> 苦しい đau khổ
> 気持ち悪い ghê sợ
> 寂しい buồn
> 楽しい vui vẻ

Q6　M　日本ではバレンタインデーに何をあげるの?

Ở Nhật, người ta sẽ tặng gì vào ngày Valentine?

A6　M　女の人が男の人にチョコをあげるよ。

Con gái sẽ tặng sô-cô-la cho con trai đấy.

Q7　B　去年の誕生日は何をもらいましたか。

Bạn đã nhận được gì vào sinh nhật năm ngoái vậy?

A7　B　お金をもらいました。

Tôi đã nhận được tiền.

Q7　M　去年の誕生日は何をもらったの?

Cậu đã nhận được gì vào sinh nhật năm ngoái thế?

A7　M　お金をもらった。

Tớ đã nhận được tiền.

> A7
> パソコン máy tính
> タブレット máy tính bảng
> 服 quần áo
> ケータイ điện thoại di động

Q8　B　誰にもらいましたか。

Bạn đã nhận từ ai vậy?

A8　B　父にもらいました。

Tôi đã nhận từ bố.

Q8　M　誰にもらったの?

Cậu đã nhận từ ai thế?

A8　M　父にもらったよ。

Tớ đã nhận từ bố.

> A8
> 母 mẹ　友達 bạn bè
> 社長 giám đốc

Q9　B　今、何が欲しいんですか。

Bây giờ, bạn muốn có thứ gì vậy?

A9　B　そうですね。日本語の教科書が欲しいです。

Phải rồi, tôi muốn có sách giáo khoa tiếng Nhật.

Q9　M　今、何が欲しいの?

Bây giờ, cậu muốn có thứ gì thế?

A9　M　そうだね。日本語の教科書が欲しいよ。

Phải rồi, tớ muốn có sách giáo khoa tiếng Nhật.

> A9
> 恋人 người yêu
> 自転車 xe đạp

Q10　B　どうしてですか。

　　　　　Tại sao vậy ạ?

A10　B　もっと勉強したいですから。

　　　　　Vì tôi muốn học nhiều hơn nữa.

Q10　M　どうして?

　　　　　Tại sao thế?

A10　M　もっと勉強したいから。

　　　　　Vì tớ muốn học nhiều hơn nữa.

A10
便利 tiện lợi　寂しい buồn

Q11　B　今、どこに行きたいですか。

　　　　　Bây giờ, bạn muốn đi đâu?

A11　B　韓国に行きたいです。

　　　　　Tôi muốn đi Hàn Quốc.

Q11　M　今、どこに行きたい?

　　　　　Bây giờ, cậu muốn đi đâu thế?

A11　M　韓国に行きたい。

　　　　　Tớ muốn đi Hàn Quốc.

A11
エジプト Ai Cập
アメリカ Mỹ
カンボジア Campuchia

Q12　B　なぜですか。

　　　　　Tại sao vậy?

A12　B　化粧品を買いたいので。

　　　　　Vì tôi muốn mua mỹ phẩm.

Q12　M　なぜ?

　　　　　Tại sao?

A12　M　化粧品を買いたいから。

　　　　　Vì tớ muốn mua mỹ phẩm.

A12
ピラミッドを見たい
muốn ngắm kim tự tháp

ハンバーガーを食べたい
muốn ăn hamburger

アンコールワットに行きたい
muốn đến Angkor Wat

5課 説明 Bài 5 Giải thích ngữ pháp

	1G	1G	1G	1G	2G	2G
	貰う	手伝う	登る	乗る	あげる	くれる
	Mua	Giúp đỡ	Leo, trèo	Lên (tàu, xe…)	Cho, tặng	Cho tôi
ない形 thể phủ định	貰わない	手伝わない	登らない	乗らない	あげない	くれない
ます形 thể masu	貰います	手伝います	登ります	乗ります	あげます	くれます
辞書形 thể từ điển	貰う	手伝う	登る	乗る	あげる	くれる
可能形 thể khả năng	貰える	手伝える	登れる	乗れる	あげられる	
ば形 thể Ba	貰えば	手伝えば	登れば	乗れば	あげれば	くれれば
意向形 thể ý chí	貰おう	手伝おう	登ろう	乗ろう	あげよう	
て形 thể Te	貰って	手伝って	登って	乗って	あげて	くれて
た形 thể Ta	貰った	手伝った	登った	乗った	あげた	くれた

	1G					
	頂戴する					
	Nhận					
ない形 thể phủ định	頂戴しない					
ます形 thể Masu	頂戴します					
辞書形 thể từ điển	頂戴する					
可能形 thể khả năng	頂戴できる					
ば形 thể Ba	頂戴すれば					
意向形 thể ý chí	頂戴しよう					
て形 thể Te	頂戴して					
た形 thể Ta	頂戴した					

1　これはほんの気持ちです。

　　Đây là chút lòng thành của tôi.

ものを誰かにプレゼントするときの表現です。

Đây là cách nói được sử dụng khi tặng cho ai đó một món quà. Chúng ta cũng có cách nói như sau:

・つまらないものですが、これはほんの気持ちです。

　　Chỉ là một chút quà mọn thôi nhưng đây chính là tấm lòng thành của tôi.

という言い方もあります。これは少しへりくだった言い方で、プレゼントの中身は大したものではないですが受け取っていただけますか、という意味です。近年使われない傾向にありますが、今でも年配者に対して使えば丁寧な日本語と思われることでしょう。これに対しての返

答は

Đây là cách nói có chút khiêm nhường và nó mang nghĩa "món quà của tôi không phải là một món đồ quá giá trị nhưng mong anh (chị) nhận cho". Những năm trở lại đây, cách nói này có xu hướng ít được sử dụng. Thế nhưng, ngay cả bây giờ, nếu bạn sử dụng cách nói này đối với người lớn tuổi, nó vẫn được coi là một cách nói lịch sự. Và để đáp lại, chúng ta sử dụng mẫu câu:

・ありがたく頂戴します。

   Cảm ơn lòng tốt của bạn.

   です。物を頂くときの丁寧な表現です。

Đây là cách nói lịch sự khi nhận một món đồ từ ai đó.

2 Nと言うんです。／Nと言います。Đây là… / Cái này được gọi là…

相手にとって初めて接する言葉を紹介する時の表現です。

Đây là mẫu câu dùng để giới thiệu cho đối phương về một thứ mà lần đầu tiên họ tiếp xúc.

Q   これは日本語で何ですか。

   Cái này tiếng Nhật là gì ạ?

A   プロジェクターと言います。

   Nó là projekkuta (máy chiếu).

3 N1がN2にあげる。N1 tặng/ cho N2.

   誰かが誰かに物をあげる時の表現です。

Đây là mẫu câu được sử dụng khi ai đó tặng cho người nào đó một món đồ.

・田中さんが鈴木さんにノートをあげました。

   Anh Tanaka đã tặng cho Suzuki một quyển vở.

4 N2がN1にもらう。N2 nhận từ N1.

   上の文章を逆転するとこうなります。

Đây là cách nói ngược với cách diễn đạt ở phần trên.

・鈴木さんが田中さんにノートをもらいました。

   Suzuki đã nhận được quyển vở từ anh Tanaka.

ちなみに、「N1にもらう」は、「N1からもらう」でも大丈夫です。

Trong mẫu câu này, có thể sử dụng trợ từ "に" 「N1にもらう」 hoặc trợ từ "から" 「N1からもらう」 đều được.

5　N1が私（私の家族メンバーを含む）にN2をくれる。

　　N1 cho tôi (bao gồm cả các thành viên trong gia đình tôi) N2.

　これは難しいのか学習者の間違いが最も多い文法の一つです。

Đây là một mẫu ngữ pháp có lẽ khó nên nhiều người học thường hay nhầm lẫn mẫu ngữ pháp này nhất.

・友達が（私に）財布をくれた。

　　Bạn tôi đã tặng (cho tôi) cái ví.

　基本的に（私に）は言う必要はありません。「くれる」の基本的な意味は、もらった人の感謝の気持ちが含まれています。

Về cơ bản, cụm từ 私に (cho tôi) không cần thiết phải nói đến. Cụm từ くれる (cho, tặng) được sử dụng ở đây với ý nghĩa thể hiện sự biết ơn của người nhận.

6　でも Nhưng

　逆説の接続詞です。

Đây là từ nối thể hiện sự đối lập giữa hai vế.

・昨日学校に行った。でも、誰も来なかった。

　　Hôm qua tôi đã đi đến trường. Nhưng không một ai đến cả.

7　形容詞のて形　Thể て của tính từ

　形容詞にも〈て形〉があります。

Tính từ cũng có thể て.

　な形容詞は〈な〉を消して〈で〉を置きます。

Tính từ đuôi な thì bỏ な và thêm で vào sau tính từ.

・素直で (Ngoan)　親切で (Thân thiện)

い形容詞は〈い〉を消して〈くて〉を置きます。

Tính từ đuôi い thì bỏ い và thêm くて vào sau tính từ.

・かわいくて (Dễ thương)　　　おいしくて (Ngon)

・素直<ruby>素直<rt>すなお</rt></ruby>でいいですね。

　Thật tốt quá nhỉ vì con bé nó ngoan ngoãn.

「いいですね」の理由は素直だからということになります。これは〈て形〉が理由・原因を示しています。

Lí do nói 「いいですね」 là vì 素直 (ngoan). Thể て trong trường hợp này được dùng để biểu thị lí do, nguyên nhân.

8　連体修飾 Mệnh đề định ngữ

　名詞には様々な情報をつけることが可能です。その場合は〈普通形〉+〈N〉となります。

Ta có thể thêm rất nhiều thông tin vào danh từ. Trong trường hợp đó ta sử dụng mẫu ngữ pháp 〈普通形 thể thông thường〉 +〈N〉

・これは<ruby>母<rt>はは</rt></ruby>にもらった<ruby>本<rt>ほん</rt></ruby>です。

　Đây là quyển sách tôi được nhận từ mẹ.

・あれは<ruby>友達<rt>ともだち</rt></ruby>にあげるプレゼントです。

　Kia là món quà tôi sẽ tặng cho bạn tôi.

<ruby>柔道<rt>じゅうどう</rt></ruby>

　1のように過去を示す〈た形〉の使用頻度が多いですが、2のように〈辞書形〉を使うと、まだしていないことを示し、これからすることになります。

Tần suất sử dụng thể た để biểu thị sự việc xảy ra trong quá khứ giống như ví dụ ① là khá nhiều, tuy nhiên, sử dụng thể từ điển như trong ví dụ ② sẽ biểu thị sự việc chưa làm, bây giờ mới làm.

6課
Bài 6

食事・誘う
しょくじ・さそう
Dùng bữa・Mời

大会話 Hội thoại lớn Business

本田：こんにちは。ランさん。

ラン：こんにちは。お出かけですか。

本田：昼ご飯を食べに行こうと思っています。

ラン：何を食べるんですか。

本田：今日は和食です。

ラン：いいなあ。私も食べてみたいです。

本田：じゃあ、いっしょに行きましょうか。ご馳走しますよ。

ラン：嬉しいです。どうもありがとうございます。

店員：いらっしゃいませ。二名様ですか。どうぞあちらへお掛けください。

本田：ランさんはいつもは家で何を食べているんですか。

ラン：インスタントラーメンばかり食べています。

本田：それはあまり体に良くないですね。

ラン：そうですね。もう少し野菜を食べようと思っています。

店員：ご注文は?

本田：二人とも刺身定食で。

店員：かしこまりました。

Honda: Chào Lan.

Lan: Cháu chào bác ạ. Bác định đi ra ngoài ạ?

Honda: Bác đang định đi ăn trưa.

Lan: Bác sẽ ăn gì ạ?

Honda: Hôm nay bác sẽ ăn món Nhật.

Lan: Hay quá. Cháu cũng muốn ăn thử.

Honda: Vậy thì cháu đi cùng với bác nhé? Bác sẽ chiêu đãi cháu.

Lan: Vui quá. Cháu cảm ơn bác nhiều ạ.

Nhân viên: Kính chào quý khách. Quý khách đi hai người ạ? Xin mời quý khách ngồi ở kia ạ.

Honda: Ở nhà Lan thường hay ăn món gì?

Lan: Cháu chỉ toàn ăn mì ăn liền thôi ạ.

Honda: Như thế không tốt cho sức khoẻ lắm đâu.

Lan: Cháu cũng nghĩ vậy ạ. Cháu định sẽ ăn thêm nhiều rau hơn một chút.

Nhân viên: Quý khách gọi món gì ạ?

Honda: Cho tôi hai suất sashimi.

Nhân viên: Vâng ạ.

大会話　Hội thoại lớn Maruko

みき：こんにちは。ランちゃん。

ラン：こんにちは。お出かけなの？

みき：昼ご飯を食べに行こうと思ってるよ。

ラン：何を食べるの？

みき：今日は和食。

ラン：いいなあ。私も食べてみたい！

みき：じゃあ、いっしょに行こうか。ご馳走するよ。

ラン：嬉しい。どうもありがとう。

店員：いらっしゃいませ。二名様ですか。どうぞあちらへお掛けください。

みき：ランちゃんはいつもは家で何を食べているの？

ラン：インスタントラーメンばかり食べてるよ。

みき：それはあまり体に良くないね。

ラン：そうだね。もう少し野菜を食べようと思ってるよ。

店員：ご注文は？

みき：二人とも刺身定食で。

店員：かしこまりました。

Miki : Chào Lan.

Lan: Chào cậu. Cậu định đi ra ngoài à?

Miki: Tớ đang định đi ăn trưa.

Lan: Cậu sẽ ăn gì thế?

Miki: Hôm nay tớ sẽ ăn món Nhật.

Lan: Hay quá. Tớ cũng muốn ăn thử!

Miki: Vậy cậu đi cùng với tớ không? Tớ sẽ chiêu đãi cậu.

Lan: Vui quá. Cảm ơn cậu nhiều nha.

Nhân viên: Kính chào quý khách. Quý khách đi hai người ạ? Xin mời quý khách ngồi ở kia ạ.

Miki: Ở nhà Lan thường hay ăn món gì?

Lan: Tớ chỉ toàn ăn mì ăn liền thôi.

Miki: Như thế không tốt cho sức khoẻ lắm đâu.

Lan: Tớ cũng nghĩ vậy. Tớ định sẽ ăn thêm nhiều rau hơn một chút.

Nhân viên: Quý khách gọi món gì ạ?

Miki: Cho mình hai suất sashimi.

Nhân viên: Vâng ạ.

小会話 Hội thoại nhỏ Business

本田：①納豆を知っていますか。

ラン：いいえ。知りません。

本田：そうですか。今度一緒に②食べませんか。

ラン：いいですね。

Honda: Cháu có biết món nattoo không?
Lan: Không. Cháu không biết ạ.
Honda: Vậy à? Lần tới cháu đi ăn cùng với bác nhé?
Lan: Cháu rất thích ạ.

小会話 Hội thoại nhỏ Maruko

みき：①納豆を知ってる？

ラン：ううん。知らない。

みき：そうなんだ。今度一緒に②食べない？

ラン：いいね。

Miki: Cậu có biết món nattoo không?
Lan: Không. Tớ không biết.
Miki: Vậy à? Lần tới cậu đi ăn cùng tớ không?
Lan: Tớ rất thích.

1) ①新宿 Shinjuku là địa danh ở Tokyo ②行く đi

2) ①この映画 bộ phim này ②見る xem

3) ①この音楽 bản nhạc này ②聞く nghe

4) ①この飲み物 đồ uống này ②飲む uống

5）①あのカフェ tại quán cà phê đó　②カフェで話す nói chuyện trong quán cá phê

Q & A

Q1　B　これからお食事ですか。

A1　B　ええ、そうですよ。

A1´　B　いいえ、まだですよ。

Q1　Bây giờ anh sẽ đi ăn à?

A1　Vâng, đúng vậy.

A1´　Không, tôi chưa đi.

Q1　M　これから食事?。

A1　M　うん、そうだよ。

A1´　M　ううん、まだだよ。

Q1　Bây giờ cậu sẽ đi ăn à?

A1　Ừ, đúng vậy.

A1´　Không. Tớ chưa đi.

Q1

朝ごはん bữa sáng　昼ごはん bữa trưa

晩ごはん bữa tối　ランチ bữa trưa

ディナー bữa tối

＊朝飯　昼飯　晩飯（これらは工事現場など肉体労働で男性が良く使う言葉です。女性が使うことは少ないです。）

Những từ này hay được nam giới, những người phải làm các công việc lao động chân tay ở công trường sử dụng. Nữ giới ít khi dùng.

Q2　B　夏休みに何をしようと思っていますか。

A2　B　宿題しようと思っていますよ。

Q2　Bạn định làm gì vào kỳ nghỉ hè?

A2　Tôi tính làm bài tập về nhà.

Q2　M　夏休みに何をしようと思ってるの?

A2　M　宿題しようと思ってるよ。

Q2　Cậu định làm gì vào kỳ nghỉ hè?

A2　Tớ tính làm bài tập về nhà.

A2

旅行しよう đi du lịch

ベトナムに帰ろう về Việt Nam

ダイエットしよう giảm cân

家で寝よう ngủ ở nhà

田舎へ帰ろう về quê

Q3　B　今年は何をしようと思っていますか。

A3　B　勉強しようと思っていますよ。

Q3　Bạn định làm gì năm nay?

A3　Tôi định học.

Q3　M　今年は何をしようと思ってるの?

A3　M　勉強しようと思ってるよ。

Q3　Cậu định làm gì năm nay?

A3　Tớ định học.

A3

世界旅行しよう
du lịch vòng quanh thế giới

恋人を作ろう có người yêu

本をたくさん読もう đọc nhiều sách

Q4　B　去年は何をしようと思っていましたか。

A4　B　友達を作ろうと思っていましたよ。

Q4　Bạn đã định làm gì vào năm ngoái vậy?

A4　Tôi đã định kết bạn.

Q4　M　去年は何をしようと思ってたの?

A4　M　友達を作ろうと思ってたよ。

Q4　Cậu đã định làm gì vào năm ngoái vậy?

A4　Tớ đã định kết bạn.

A4
国に帰ろう về nước
日本に行こう đến Nhật
日本で働こう làm việc ở Nhật

Q5　B　今年は何をしてみたいですか。

A5　B　高級ずしを食べてみたいです。

Q5　Bạn muốn thử làm gì trong năm nay vậy?

A5　Tôi muốn thử ăn món sushi thượng hạng.

Q5　M　今年は何をしてみたいの?

A5　M　高級ずしを食べてみたいなあ。

Q5　Cậu muốn thử làm gì trong năm nay vậy?

A5　Tớ muốn thử ăn món sushi thượng hạng.

A5
富士山に登って
leo núi Phú Sĩ
日本人と結婚して
kết hôn với người Nhật
沖縄で泳いで
bơi ở Okinawa
北海道でスキーして
trượt tuyết ở Hokkaido

Q6　B　毎朝、何を飲むんですか。

A6　B　牛乳を飲みますよ。

Q6　Bạn uống gì vào buổi sáng vậy?

A6　Tôi uống sữa đấy.

Q6　M　毎朝、何を飲むの?

A6　M　牛乳を飲むよ。

Q6　Cậu uống gì vào buổi sáng vậy?

A6　Tớ uống sữa đấy.

A6
コーヒー cà phê
お茶 trà　紅茶 hồng trà
コーラ Coca

Q7　B　昨日、友達と何を飲んだんですか。

A7　B　ジュースを飲みましたよ。

Q7　Hôm qua, chị và bạn chị đã uống vậy?

A7　Chúng tôi đã uống nước trái cây đấy.

Q7　M　昨日、友達と何を飲んだの?

A7　M　ジュースを飲んだよ。

Q7　Hôm qua, cậu và bạn của cậu đã uống vậy?

A7
緑茶 trà xanh
ビール bia　ワイン rượu
オレンジジュース
nước cam ép

A7　Chúng tớ đã uống <u>nước trái cây</u> đấy.

Q8　B　新しくできたバーで一緒に飲みましょうか。

A8　B　ええ、いいですね。

A8　B　すみません、ちょっと。<u>糖尿病</u>ですから。

Q8　Anh đi uống ở quán bar mới mở với tôi không?

A8　Vâng. Hay quá.

A8　Xin lỗi, tôi… Vì <u>tôi bị bệnh tiểu đường</u>.

Q8　M　新しくできたバーで一緒に飲もうよ！

A8　M　うん、いいね。

A8　M　ごめん、ちょっと。<u>糖尿病</u>だから。

Q8　Cậu đi uống ở quán bar mới mở với tớ không?

A8　Ừ. Hay quá.

A8　Xin lỗi, tớ… Vì <u>tớ bị bệnh tiểu đường</u>.

> A8
> 給料前
> trước khi có lương
> 妻が怖い sợ vợ
> 明日早い
> phải dậy sớm ngày mai
>
> かぜ cảm

Q9　B　忙しそうですね。手伝いましょうか。

A9　B　ありがとうございます。おねがいします。

A9´B　今、大丈夫ですよ。ありがとうございます。

Q9　Anh có vẻ bận nhỉ. Tôi giúp một tay nhé?

A9　Cảm ơn anh. Vậy phiền anh ạ.

A9　Bây giờ tôi ổn rồi. Cảm ơn anh ạ.

Q9　M　忙しそうだね。手伝おうか？

A9　M　ありがとう。お願いするね。

A9´M　今、大丈夫だよ。ありがとう。

Q9　Cậu có vẻ bận nhỉ. Tớ giúp một tay nhé?

A9　Cảm ơn cậu. Vậy phiền cậu nha.

A9　Bây giờ tớ ổn rồi. Cảm ơn nha.

Q10　B　フェイスブックはあまり使わないんですか。

A10　B　ええ、そうですよ。

A10´B　いいえ、使っていますよ。

Q9　Chị không hay dùng Facebook à?

A9　Vâng. Đúng thế.

A9　Không. Tôi có dùng đấy.

Q10　M　フェイスブックはあまり使わないの？

A10　M　うん、そうだよ。

A10´M　ううん、使(つか)ってるよ。

Q9　Chị không hay dùng Facebook à?

A9　Vâng. Đúng thế.

A9　Không. Tôi có dùng đấy chứ.

Q11　B　ご予約(よやく)のお客様(きゃくさま)ですね。何名様(なんめいさま)ですか。

A11　B　一人(ひとり)です。

Q11　Quý khách đã đặt chỗ rồi phải không ạ? Quý khách đi mấy người ạ?

A11　Tôi đi một mình.

Q12　B　ご注文(ちゅうもん)はお決(き)まりですか。

Q12　Quý khách đã định gọi món gì chưa ạ?

＊カフェにて Tại cửa hàng cà phê

A12　B　サンドイッチ二(ふた)つとホットコーヒーを一(ひと)つください。

A12　Cho tôi hai bánh mì sandwich và một cốc cà phê.

＊ラーメン屋(や)にて Tại tiệm mì ramen

A12´B　とんこつラーメンの大盛(おおも)り一(ひと)つとビール一本(いっぽん)お願(ねが)いします。

A12' Cho tôi một bát mì tonkotsu ramen lớn và một chai bia.

A11	
二人(ふたり)	hai người
三人(さんにん)	ba người
四人(よにん)	bốn người
五人(ごにん)	năm người

A12			
三(み)つ	ba cái	四(よっ)つ	bốn cái
五(いつ)つ	năm cái	六(む)つ	sáu cái
七(なな)つ	bảy cái	八(やっ)つ	tám cái
九(ここの)つ	chín cái	十(とお)	mười cái

A12´	
一本(いっぽん)	một chai
二本(にほん)	hai chai
三本(さんぼん)	ba chai
四本(よんほん)	bốn chai
五本(ごほん)	năm chai
六本(ろっぽん)	sáu chai
七本(ななほん)	bảy chai
八本(はっぽん)	tám chai
九 本(きゅうほん)	chín chai
十本(じっぽん)	mười chai

6課　説明 Bài 6 Giải thích ngữ pháp

	1G	1G	1G	1G	2G
	知る	帰る	決まる	使う	出かける
	Biết	Ra về	Được quyết định	Sử dụng	Đi ra ngoài
ない形 thể phủ định	知らない	帰らない	決まらない	使わない	出かけない
ます形 thể Masu	知ります	帰ります	決まります	使います	出かけます
辞書形 thể từ điển	知る	帰る	決まる	使う	出かける
可能形 thể khả năng	知れる	帰れる		使える	出かけられる
ば形 thể Ba	知れば	帰れば	決まれば	使えば	出かければ
意向形 thể ý chí	知ろう	帰ろう		使おう	出かけよう
て形 thể Te	知って	帰って	決まって	使って	出かけて
た形 thể Ta	知った	帰った	決まった	使った	出かけた
	2G	3G	3G	3G	3G
	寝る	ごちそうする	旅行する	ダイエットする	スキーする
	Ngủ	Đãi, mời (bữa ăn)	Đi du lịch	Ăn kiêng	Trượt tuyết
ない形 thể phủ định	寝ない	ごちそうしない	旅行しない	ダイエットしない	スキーしない
ます形 thể Masu	寝ます	ごちそうします	旅行します	ダイエットします	スキーします
辞書形 thể từ điển	寝る	ごちそうする	旅行する	ダイエットする	スキーする
可能形 thể khả năng	寝られる	ごちそうできる	旅行できる	ダイエットできる	スキーできる
ば形 thể Ba	寝れば	ごちそうすれば	旅行すれば	ダイエットすれば	スキーすれば
意向形 thể ý chí	寝よう	ごちそうしよう	旅行しよう	ダイエットしよう	スキーしよう
て形 thể Te	寝て	ごちそうして	旅行して	ダイエットして	スキーして
た形 thể Ta	寝た	ごちそうした	旅行した	ダイエットした	スキーした

1　おでかけですか。

　　Anh đi ra ngoài đấy ạ?

　かつて日本人は隣近所の人を見かけたら頻繁にこのように挨拶をしました。都市部で生活する人が多くなり、こうして話しかけることも少なくなりました。日本は高齢者が多い国です。もし隣近所の日本人を見かけたらこのように話しかけてみるのもよいでしょう。

Trước đây khi gặp người hàng xóm, người Nhật thường chào hỏi bằng câu này. Nhưng rồi số người đổ về sinh sống ở các thành phố ngày càng nhiều nên họ cũng ít chào hỏi nhau như thế nữa. Nhật Bản là một đất nước có nhiều người già. Nếu nhìn thấy một người Nhật sống gần nhà mình, bạn hãy thử bắt chuyện với họ bằng câu này xem nhé.

2 Vようと思う。／Vようと思います。 Tôi định sẽ...

予定を述べる表現です。今まさに何かをしようとしている時は

Đây là mẫu câu diễn tả dự định. Khi đang định làm việc gì đó vào đúng lúc này, ta sẽ nói:

・今から友達の家に行こうと思います。

Tôi định tới nhà của bạn tôi bây giờ.

と言います。しかし、何かもう少し先の予定について、可能性の一つとして考えている時は

Tuy nhiên, với những dự định hơi xa một chút, khi ta chỉ nghĩ về việc đó như một khả năng thì ta sẽ nói như sau:

・来年は日本に行こうと思っています。

Năm sau tôi định sang Nhật.

と言います。しかしながら、「思います」と「思っています」にはそこまでの厳密な意味上の差は少ないです。

Mặc dù vậy, 「思います」 và 「思っています」 không có nhiều sự khác biệt nghiêm ngặt về mặt ý nghĩa.

3 今日は和食です。

Hôm nay món ăn Nhật.

「は」は文章のトピック、もっとも言いたい部分を表します。使い慣れるととても便利です。

"は" thể hiện chủ đề của câu nói, phần mà người nói muốn nói tới nhất. Nếu bạn sử dụng quen từ này thì nó sẽ là một từ rất tiện lợi.

・今日は（私が食べるのは）和食です。

(Món mà tôi sẽ ăn) ngày hôm nay là món Nhật.

・（日本語教師が言う）今日は（私たちが勉強するのは）17課です。

(Giáo viên tiếng Nhật nói) (bài chúng ta học) ngày hôm nay là bài 17.

ここでは（　）の部分が発言から省略されています。そして、「今日」の部分を強調しています。もしこの文の意味が分からなかったら、何がこの文章で省かれているのか考えてみるとよいでしょう。さらに、一例ですがレストランで注文を聞かれた際にこのようにも言うことが

あります。

Ở đây, phần nằm trong dấu ngoặc đơn (　) đã bị lược bỏ. Và phần "ngày hôm nay" được nhấn mạnh. Nếu không hiểu ý nghĩa của câu này, bạn nên thử nghĩ xem cụm từ nào đã bị lược bỏ khỏi câu. Một ví dụ khác, trong quán ăn khi được người phục vụ hỏi gọi món gì, người Nhật thường nói:

・私はウナギです。

　Tôi là lươn.

　これは言うまでもなく、「私はウナギという生き物です」を意味しません。「AはBです」は、「A=B」ではありません。これについて多くの教科書は学習者に誤解を与える記述をしています。

Hiển nhiên câu này không có nghĩa là "Tôi là một con lươn". "AはBです" không có nghĩa là "A = B". Rất nhiều cuốn sách giáo khoa đã có cách viết gây hiểu nhầm cho người học như vậy.

　連れのお客さんが何人かいて、それぞれ違うものを頼んだ場合、「私（の注文）は」と言う必要があります。もし一人で来たならば、「私は」もつけません。「ウナギください」だけです。全部言えば「私の注文はウナギです。」になりますが、このように言う人はいません。レストランの店員が入店したばかりのお客の席に来たのは、注文を聞きに来たからであり、お客は聞かれる側であるという前提がこのやりとりにはあります。従って、お互いにとって分かり切っている言葉を省くのです。「私は」を日本人があまり言わないのもそういう背景があるのです。

Trong trường hợp một nhóm có nhiều người, mỗi người gọi những món khác nhau thì cần phải nói "私（の注文）は Tôi (gọi món)". Nếu chỉ có một người tới ăn thì không cần cho "私は" vào câu nói. Chỉ cần nói "ウナギください Cho tôi lươn" là được. Nếu nói cả câu thì sẽ là 「私の注文はうなぎです。」(tôi muốn gọi món lươn), nhưng không ai nói như vậy cả. Tiền đề trong cuộc trao đổi là nhân viên quán ăn tới bàn của vị khách mới vào để hỏi xem vị khách đó gọi món gì, còn vị khách là người được hỏi. Thế nên họ lược bớt những từ mà cả hai bên đều biết rõ. Người Nhật ít khi nói "私は" cũng là vì lý do như vậy.

4　Vてみる。/みます。Thử làm gì…

　何か初めての事を試す時の基本表現です。その人にとって初めての行動を勧める時にもよく使います。

Đây là mẫu câu cơ bản khi một người thử làm việc gì đó lần đầu tiên. Cách nói này cũng thường được sử dụng khi khuyên ai đó làm việc gì mà với họ là lần đầu tiên.

B 地下鉄に乗ってみました。

Tôi đã thử đi tàu điện ngầm.

M 地下鉄に乗ってみた。

Tớ đã thử đi tàu điện ngầm.

B これおいしいですから食べてみてください。

Món này ngon lắm, anh ăn thử đi.

M これおいしいですから食べてみてよ。

Món này ngon lắm, cậu ăn thử đi.

5 Ｖ ようか。／ましょうか。 Chúng ta cùng… nhé.

これは誰かを何かに誘う表現です。

Đây là cách diễn đạt khi rủ ai đó cùng làm việc gì đó.

B 一緒にご飯を食べに行きましょうか。

Anh đi ăn cùng tôi nhé?

M 一緒にご飯を食べに行こうか?

Cậu đi ăn cùng tớ nhé?

もう少し遠慮がちに弱く言うならば

Nếu rủ một cách ngại ngùng, e dè thì nói như sau:

B 一緒にご飯を食べに行きませんか。

Anh có muốn đi ăn cùng tôi không?

M 一緒にご飯を食べに行かない?

Cậu có muốn đi ăn cùng tớ không?

となります。比較しますと、「行きましょう」の方が発言者の相手を誘いたい気持ちが強く表れています。

Nếu so sánh hai cách nói trên thì "行きましょう" thể hiện ý muốn mời rủ mạnh mẽ hơn.

6　こちら　そちら　あちら　どちら　Ở đây, ở đó, ở kia, ở đâu

ここ　そこ　あそこ　どこ

の丁寧な言い方です。これに対し、

Chúng là cách nói lịch sự hơn của các từ　"ここ"，"そこ"，"あそこ"，"どこ".

こっち　そっち　あっち　どっち

は少しぞんざいな言い方ですが日常会話では非常に多く使用されています。

Trái lại, các từ "こっち"，"そっち"，"あっち"，"どっち" là cách nói suồng sã hơn, nhưng chúng được dùng rất nhiều trong các cuộc hội thoại thường ngày.

7　おかけください。Mời anh ngồi.

お客さんに対して座ってくださいの意味として使われます。敬語的表現です。

Câu này được dùng với ý nghĩa mời một vị khách ngồi xuống. Nó là một câu kính ngữ.

8　Vているの？／Vているんですか。Anh đang làm gì thế?

習慣を尋ねる基本的な表現です。

Đây là mẫu câu cơ bản để hỏi về thói quen.

Q　B　どこの学校で勉強しているんですか。

　　　Anh đang học ở trường nào ạ?

Q　M　どこの学校で勉強してるの？

　　　Cậu đang học ở trường nào thế?

A　B　三木日本語学校で勉強しています。

　　　Tôi đang học ở trường tiếng Nhật Miki.

A　M　三木日本語学校で勉強してるよ。

　　　Tớ đang học ở trường tiếng Nhật Miki.

多くの教科書では

Nhiều cuốn sách giáo khoa, hướng dẫn người học luyện tập các câu hỏi:

Q　B　毎日、どこで勉強しますか。

　　　Hàng ngày anh học ở đâu ạ?

Q　M　毎日、どこで勉強するの？

　　　Hàng ngày cậu học ở đâu thế?

といった質問を練習させ、

Và họ cho người học trả lời như sau:

A　　B　　毎日、三木日本語学校で勉強します。

Hàng ngày tôi học ở trường tiếng Nhật Miki.

A　　M　　毎日、三木日本語学校で勉強するよ。

Hàng ngày tớ học ở trường tiếng Nhật Miki đấy.

と答えさせます。このように〈て形〉で習慣の質問をさせないことが多いですが、日本人としては上記の質問の仕方は違和感があるでしょう。その人の習慣を尋ねるのも基本的には〈て形〉で聞くことが多いです。〈ている〉は何か人や物が動いているように日本人は感じます。後述する〈てある〉は人や物が静止していて動いていない、死んでいるような印象を持つのです。「勉強する」は辞書形で、確かにこれでも習慣を尋ねられますが、辞書形はこれから何かをするという意味合いが濃いです。「勉強している」と言う場合、誰かが目の前で動いているように日本人は感じます。躍動感が生まれるのです。ですから、〈て形〉で聞くのが一般的と言えます。

　Những cuốn sách này thường không dạy người học đặt câu hỏi về thói quen với thể て, nhưng đối với người Nhật thì cách đặt câu hỏi như trên đây sẽ gây cảm giác kỳ quặc. Khi hỏi về thói quen của ai đó, thường người Nhật sẽ hỏi bằng thể て. Người Nhật cảm thấy cách dùng ている giống như người hoặc vật nào đó đang cử động. てある nghĩa là người hoặc vật đang tĩnh lặng, không có cử động nào, mang ấn tượng như đã chết. 「勉強する」 là thể từ điển, đúng là có thể hỏi về thói quen nhưng thể từ điển thường mang nghĩa là sắp tới sẽ làm gì đó. Nếu nói là 「勉強している」 thì người Nhật sẽ có cảm giác ai đó đang cử động trước mắt mình. Cách nói này mang tới cảm giác sống động, hoạt bát hơn. Vì vậy, có thể nói rằng hỏi bằng thể て là cách thông dụng.

9　B　　なA/いAそうです。

　　M　　なA/いAそうだ。

　　Trông.../ Có vẻ...

みんなからおいしいと言われているラーメンを目の前にして、まだ食べていない場合、「おいしいですね」とは言えません。この場合は「おいしそうですね」という言い方になります。このように、見た目などについて述べる時に使う表現です。

Trong trường hợp, mọi người nói rằng món mì ramen được đặt ở trước mặt ngon nhưng bản thân mình lại chưa ăn thì không thể nói là "おいしいですね ngon nhỉ". Trường hợp này ta sẽ có cách nói là "おいしそうですね trông ngon nhỉ". Như vậy đây là mẫu câu sử dụng khi muốn nói về vẻ bề ngoài.

B　あの泣いている子供はかわいそうですね。(いA)

　　Đứa bé đang khóc kia trông đáng thương nhỉ. (tính từ đuôi na)

M　あの泣いている子供はかわいそうだね。

　　Đứa bé đang khóc kia trông đáng thương nhỉ.

B　今日入社した田中さんは親切そうな人ですね。(なA)

　　Anh Tanaka, người mới vào công ty hôm nay có vẻ thân thiện nhỉ. (tính từ đuôi na)

M　今日入社した田中さんは親切そうな人だね。

　　Anh Tanaka, người mới vào công ty hôm nay có vẻ thân thiện nhỉ.

10　特別な用法 Cách sử dụng đặc biệt

いい→いいそう　×

よさそう　〇

となりますので、注意してください。

Bạn hãy chú ý nhé.

剣道

7課
Bài 7

にちよう び
日曜日
Chủ nhật

大会話 Hội thoại lớn Business

本田：ランさんは日曜日何をしているんですか。

ラン：そうですね。カフェで本を読んだり、泳ぎに行ったりしてますよ。

本田：へえ、泳ぐのが得意なんですか。

ラン：ええ、子供の時によく川で泳いでいたんです。

本田：そうですか。日本の川で泳いだことはあるんですか。

ラン：いいえ。ありません。どこの川で泳げるんですか。

本田：キャンプ場がある川なら泳げますよ。バーベキューも食べられます。

ラン：それは知りませんでした。キャンプしてみたいなあ。

本田：今度私の家族と一緒に行きませんか。

ラン：わー、嬉しいです。

本田：六月は雨が降っている日が多いので
七月にしませんか。

ラン：山は空もきれいだし、空気もよくて

いいですね。

本田：山に登ったり、お酒を飲んだり楽し

いですよ。

ラン：すみません、お酒は飲めないんです。

本田：ハハハ、大丈夫。お酒は飲まなくてもいいですよ。

ラン：どうもありがとうございます。

Honda: Lan thường làm gì vào ngày chủ nhật thế?

Lan: Dạ, cháu thường đọc sách ở quán cà phê hoặc đi bơi ạ.

Honda: Ồ, cháu giỏi bơi lội à?

Lan: Vâng ạ. Hồi còn nhỏ, cháu vẫn hay bơi ở sông.

Honda: Thế à? Thế cháu đã bơi ở sông bên Nhật bao giờ chưa?

Lan: Dạ chưa ạ. Cháu có thể bơi ở sông nào ạ?

Honda: Cháu có thể bơi ở sông trong khu cắm trại. Cháu cũng có thể ăn đồ nướng ở đó nữa.

Lan: Cháu đã không biết điều đó. Cháu muốn thử đi cắm trại ạ.

Honda: Lần tới cháu đi cùng với gia đình của bác chứ?

Lan: Ôi, cháu rất vui ạ.

Honda: Tháng sáu mưa nhiều nên ta đi tháng bảy nhé?

Lan: Bầu trời nhìn ở trên núi vừa đẹp, không khí lại trong lành, tuyệt vời thật bác nhỉ.

Honda: Chúng ta sẽ leo núi, uống rượu. Vui lắm đấy.

Lan: Cháu xin lỗi. Cháu không uống được rượu ạ.

Honda: Ha ha ha, không sao. Cháu không uống rượu cũng được mà.

Lan: Cháu cảm ơn bác ạ.

大会話　Hội thoại lớn Maruko

みき：ランちゃんは日曜日何をしているの?

ラン：そうだね。カフェで本を読んだり、泳ぎに行ったりしてるよ。

みき：へえ、泳ぐのが得意なの?

ラン：うん、子供の時によく川で泳いでいたよ。

みき：そうなんだ。日本の川で泳いだことはあるの?

ラン：ううん、ない。どこの川で泳げるの?

みき：キャンプ場がある川なら泳げるよ。バーベキューも食べられる。

ラン：それは知らなかった。キャンプしてみたいなあ。

みき：今度私の家族と一緒に行かない?

ラン：わー、嬉しい。

みき：六月は雨が降っている日が多いので七月にしない?

ラン：山は空もきれいだし、空気もよくていいね。

みき：山に登ったり、お酒を飲んだり楽しいよ。

ラン：ごめん、お酒は飲めないよ。

みき：ハハハ、大丈夫。お酒は飲まなくてもいいよ。

ラン：どうもありがとう。

Miki: Lan này, cậu thường làm gì vào ngày chủ nhật thế?

Lan: Tớ à, tớ thường đọc sách ở quán cà phê hoặc đi bơi.

Miki: Ồ, cậu giỏi bơi lội à?

Lan: Ừ. Hồi còn nhỏ, tớ vẫn hay bơi ở sông đấy.

Miki: Thế à? Thế cậu đã bơi ở sông bên Nhật bao giờ chưa?

Lan: Chưa, chưa hề. Tớ có thể bơi ở sông nào?

Miki: Cậu có thể bơi ở sông trong khu cắm trại. Cậu cũng có thể ăn đồ nướng ở đó nữa.

Lan: Tớ đã không biết điều đó. Tớ muốn thử đi cắm trại.

Miki: Lần tới cậu đi cùng với gia đình tớ không?

Lan: Ôi, vui quá.

Miki: Tháng sáu mưa nhiều nên ta đi tháng bảy nhé?

Lan: Bầu trời nhìn ở trên núi vừa đẹp, không khí lại trong lành, tuyệt vời nhỉ.

Miki: Chúng ta sẽ leo núi, uống rượu. Vui lắm đấy.

Lan: Xin lỗi. Tớ không uống được rượu đâu.

Miki: Ha ha ha, không sao. Cậu không uống rượu cũng được mà.

Lan: Cảm ơn cậu nhiều nha.

小会話 Hội thoại nhỏ Business

本田：初めて①日本に来た時どうでしたか。

ラン：色々困りました。

本田：そうですか。どんなことですか。

ラン：②日本人の会話が分からなかったり、
　　　③漢字が読めなかったりしました。

Honda: Lần đầu ①tới Nhật, cháu thấy thế nào?

Lan: Cháu đã gặp rất nhiều vấn đề ạ.

Honda: Vậy à? Là những chuyện gì vậy?

Lan: Là chuyện cháu ②không hiểu được người Nhật nói gì hay chuyện cháu ③không đọc được chữ Kanji ạ.

小会話 Hội thoại nhỏ Maruko

みき：初めて①日本に来た時どうだった？

ラン：色々困ったよ。

みき：そうなんだ。どんなこと？

ラン：②日本人の会話が分からなかったり、
　　　③漢字が読めなかったりしたよ。

Miki: Lần đầu ①tới Nhật, cậu thấy thế nào?

Lan: Tớ đã gặp rất nhiều vấn đề đấy.

Miki: Vậy à? Là những chuyện gì vậy?

Lan: Là chuyện tớ ②không hiểu được người Nhật nói gì hay chuyện tớ ③không đọc được chữ Kanji.

1) ①日本語を勉強する học tiếng Nhật

　②ひらがなが読めない không đọc được hiragana　③漢字が書けない không viết được kanji

2) ①バイトする đi làm thêm　②先輩が厳しい tiền bối khó tính

　③お客さんと上手に話せない không thể nói chuyện giỏi với khách hàng

3) ①和食を食べる ăn đồ ăn Nhật　②ちょっと甘いと感じる cảm thấy hơi ngọt

　③唐辛子が欲しい muốn có ớt

4) ①大学に入る vào đại học　②日本人の日本語が分からない không hiểu tiếng Nhật của người Nhật　③友達がいない không có bạn

Q & A

Q1　B　週末は何をしているんですか。

A1　B　音楽を聞いたり、ユーチューブを見たりしています。

Q1　Cuối tuần bạn thường làm gì vậy?

A1　Tôi thường nghe nhạc hoặc xem Youtube.

Q1　M　週末は何をしてるの？

A1　M　音楽を聞いたり、ユーチューブを見たりしてるよ。

Q1　Cuối tuần cậu thường làm gì thế?

A1　Tớ thường nghe nhạc hoặc xem Youtube.

Q2　B　勉強が得意なんですか。

A2　B　ええ、得意ですよ。

A2　B　いいえ、得意じゃないですよ。

Q2　Bạn học có giỏi không?

A2　Vâng, tôi học rất cừ đấy.

A2　Không, tôi học không giỏi đâu.

Q2　M　勉強が得意なの？

A2　M　うん、得意だよ。

Q1
日曜日 Chủ nhật
土曜日 thứ Bảy
休日 ngày nghỉ
夏休み nghỉ hè

A1　カラオケをした hát karaoke
散歩した tản bộ　ゲームした chơi game
ドライブした lái xe　掃除した dọn dẹp
洗濯した giặt giũ　買い物した mua sắm
勉強した học　スポーツした chơi thể thao
友達と遊んだ chơi với bạn bè
家族と過ごした quây quần bên gia đình

Q2　サッカー bóng đá　バレーボール bóng chuyền
バドミントン cầu lông　バスケ bóng rổ　料理 nấu ăn
将棋 cờ tướng Nhật Bản　囲碁 cờ vây
このゲーム game này　泳ぎ bơi　料理 nấu ăn
ピアノ(chơi) piano　絵を描くの vẽ tranh

169

A2　M　ううん、得意じゃないよ。

Q2　Cậu học có giỏi không?

A2　Ừ, tớ học rất cừ đấy.

A2　Không, tớ học không giỏi đâu.

Q3　B　子供の時によく何をしましたか。

A3　B　よくゲームをしました。

Q3　Hồi còn nhỏ bạn thường làm gì?

A3　Tôi hay chơi game.

Q3　M　子供の時によく何をしたの?

A3　M　よくゲームをしたよ。

Q3　Hồi còn nhỏ cậu thường làm gì?

A3　Tớ hay chơi game.

Q4　B　和食を食べたことがあるんですか。

A4　B　ええ、ありますよ。

A4　B　いいえ、ありませんよ。

Q4　Bạn đã từng ăn món Nhật chưa?

A4　Vâng, tôi đã từng ăn rồi.

A4　Không, tôi chưa ăn bao giờ.

Q4　M　和食を食べたことがある?

A4　M　うん、あるよ。

A4　M　ううん、ないよ。

Q4　Cậu đã từng ăn món Nhật chưa?

A4　Ừ, tớ đã từng ăn rồi.

A4　Không, tớ chưa ăn bao giờ.

Q5　B　肉まんを食べたいんですが、どこのコンビニで買うことができるんですか。

A5　B　ファミマで買えますよ。

Q5　Tôi muốn ăn bánh bao nhân thịt. Tôi có thể mua ở cửa hàng tiện lợi nào?

A5　Bạn có thể mua ở Family Mart.

Q5　M　肉まんを食べたいんだけど、どこのコンビニで買うことができるの?

A5　M　ファミマで買えるよ。

Q5　Tớ muốn ăn bánh bao nhân thịt. Tớ có thể mua ở cửa hàng tiện lợi nào?

A5　Cậu có thể mua ở Family Mart.

Q6　B　おいしい焼酎を飲みたいんですが、どこで飲めるんですか。

A6　B　あのバーで飲むことができますよ。

Q6　Tôi muốn uống rượu shoochuu ngon. Tôi có thể uống ở đâu?

A6　Bạn có thể uống ở quán bar kia.

Q6　M　おいしい焼酎を飲みたいんだけど、どこで飲めるの？

A6　M　あのバーで飲むことができるよ。

Q6　Tớ muốn uống rượu shoochuu ngon. Tớ có thể uống ở đâu?

A6　Cậu có thể uống ở quán bar kia.

Q6
ビール bia
ワイン rượu
お酒 rượu sake
日本酒 rượu Nhật

Q7　B　カッコいい彼氏が欲しいんですが、どうすれば作れますか。

A7　B　そうですね。美容室へ行って、可愛くなったら作れますよ。

Q7　Tôi muốn có bạn trai sành điệu. Tôi làm thế nào thì có được nhỉ?

A7　Xem nào. Bạn hãy đi đến Salon tóc, khi trở nên dễ thương rồi thì bạn sẽ có người yêu đấy.

Q7　M　カッコいい彼氏が欲しいんだけど、どうやれば作れるの？

A7　M　そうだね。美容室へ行って、可愛くなったら作れるよ。

Q7　Tớ muốn có bạn trai sành điệu. Tớ làm thế nào thì có được nhỉ?

A7　Xem nào. Cậu hãy đi đến Salon tóc, khi trở nên dễ thương rồi thì cậu sẽ có người yêu đấy.

Q7
恋人 người yêu
彼女 bạn gái

A7
床屋へ行って、髪を切ったら
đến tiệm cắt tóc, khi cắt tóc rồi thì

Q8　B　富士山の高さを知っていますか。

A8　B　ええ、知っています。

A8´　B　いいえ、知りません。

Q8　Bạn có biết độ cao của núi Phú Sĩ không?

A8　Vâng, tôi biết.

A8'　Không, tôi không biết.

Q8　B　富士山の高さを知ってる？

A8　B　うん、知ってるよ。

A8´　B　ううん、知らないよ。

Q8　Cậu có biết độ cao của núi Phú Sĩ không?

A8　Ừ, tớ biết chứ.

A8'　Không, tớ không biết.

Q8
日本の人口 dân số Nhật Bản
日本の首都 thủ đô của Nhật
日本の面積 diện tích nước Nhật

Q9　B　日本に行ったら何をしてみたいですか。

A9　B　すもうを見てみたいです。

A9
雪で遊んで nghịch tuyết
沖縄の海で泳いで bơi ở biển Okinawa
大分の温泉に行って
đến suối nước nóng ở Osaka
日本人と結婚して kết hôn với người Nhật
日本の企業で働いて
làm việc trong doanh nghiệp Nhật
日本人の友達を作って làm bạn với người Nhật

Q9 Nếu sang Nhật, bạn muốn thử làm gì?

A9 Tôi muốn thử xem sumo.

Q9 M 日本に行ったら何をしてみたいの?

A9 M すもうを見てみたいよ。

Q9 Nếu sang Nhật, cậu muốn thử làm gì?

A9 Tớ muốn thử xem sumo.

Q10 B 今日は大みそかですから、お昼はそばにしませんか。

A10 B ええ、いいですね。食べましょう。

A10´B すみません、そばはちょっと。アレルギーですから。

Q10 Vì hôm nay là ba mươi tết nên bữa trưa chúng ta ăn mì soba có được không?

A10 Vâng, hay đấy ạ. Ta cùng ăn nhé.

A10´Xin lỗi, mì soba thì… Vì tôi bị dị ứng.

Q10 M 今日は大みそかだから、お昼はそばにしない?

A10 M うん、いいね。食べよう。

A10´M ごめん、そばはちょっと。アレルギーだから。

Q10 Vì hôm nay là ba mươi tết nên bữa trưa chúng ta ăn mì soba nhé?

A10 Ừ, hay đấy. Ăn đi.

A10´Xin lỗi, mì soba thì… Vì tớ bị dị ứng.

A11
やさしいし、頭がよくて
vừa tốt bụng, lại thông minh

Q11 B ランちゃんはどんな女性ですか。

A11 B かわいいし、頭もよくて、素敵です。

Q11 Lan là cô gái như thế nào ạ?

A11 Cô ấy vừa dễ thương, lại thông minh và tuyệt vời nữa ạ.

Q11 M ランちゃんはどんな女性なの?

A11 M かわいいし、頭もよくて、素敵だよ。

Q11 Lan là cô gái như thế nào vậy?

A11 Cô ấy vừa dễ thương, lại thông minh và tuyệt
vời nữa đấy.

A12
おなかが痛いし、せきが出て
vừa đau bụng, lại còn ho nữa
歯が痛いし、吐き気がして
vừa đau răng, lại còn buồn nôn nữa
体がだるいし、寒気がして
vừa uể oải, lại còn ớn lạnh nữa
体がかゆいし、鼻水が出て
vừa ngứa người, lại còn chảy nước mũi

Q12 B どうして今日は会社に行かないんですか。

A12 B 頭が痛いし、熱もあって、行けないんです。

Q12 Tại sao hôm nay bạn không đi đến công ty?

A12 Vì tôi bị đau đầu, lại còn sốt nữa nên tôi không
thể đi đến công ty.

Q12　M　どうして今日(きょう)は会社(かいしゃ)に行(い)かないの?

A12　M　頭(あたま)が痛(いた)いし、熱(ねつ)もあって、行(い)けないんだよ。

Q12　Tại sao hôm nay cậu không đi đến công ty?

A12　Vì tớ <u>bị</u> đau đầu, lại còn sốt nữa nên tớ không thể đi đến công ty.

7課　説明 Bài 7 Giải thích ngữ pháp

	1G	1G	1G	1G	1G	1G
	降る	書(か)く	入(はい)る	分(わ)かる	聞(き)く	遊(あそ)ぶ
	Xuống, rơi xuống	Viết	Vào	Hiểu	Nghe, hỏi	Chơi
ない形 thể phủ định	降らない	書かない	入らない	分からない	聞かない	遊ばない
ます形 thể Masu	降ります	書きます	入ります	分かります	聞きます	遊びます
辞書形 thể từ điển	降る	書く	入る	分かる	聞く	遊ぶ
可能形 thể khả năng		書ける	入れる		聞ける	遊べる
ば形 thể Ba	降れば	書けば	入れば	分かれば	聞けば	遊べば
意向形 thể ý chí		書こう	入ろう	分かろう	聞こう	遊ぼう
て形 thể Te	降って	書いて	入って	分かって	聞いて	遊んで
た形 thể Ta	降った	書いた	入った	分かった	聞いた	遊んだ

	1G	2G	2G	2G	3G	3G
	過(す)ごす	感(かん)じる	いる	出(で)る	バイトする	散歩(さんぽ)する
	Trải qua	Cảm thấy	Có (người, con vật), ở (đâu đó)...	Ra (khỏi đâu đó), xuất hiện...	Làm thêm	Đi dạo
ない形 thể phủ định	過ごさない	感じない	いない	出ない	バイトしない	散歩しない
ます形 thể Masu	過ごします	感じます	います	出ます	バイトします	散歩します
辞書形 thể từ điển	過ごす	感じる	いる	出る	バイトする	散歩する
可能形 thể khả năng	過ごせる	感じられる	いられる	出られる	バイトできる	散歩できる
ば形 thể Ba	過ごせば	感じれば	いれば	出れば	バイトすれば	散歩すれば
意向形 thể ý chí	過ごそう	感じよう	いよう	出よう	バイトしよう	散歩しよう
て形 thể Te	過ごして	感じて	いて	出て	バイトして	散歩して
た形 thể Ta	過ごした	感じた	いた	出た	バイトした	散歩した

	3G	3G	3G	3G	3G	3G
	ゲームする	ドライブする	掃除(そうじ)する	キャンプする	買(か)い物(もの)する	スポーツする
	Chơi game	Lái xe	Dọn dẹp	Cắm trại	Mua sắm	Chơi thể thao
ない形 thể phủ định	ゲームしない	ドライブしない	掃除(そうじ)しない	キャンプしない	買(か)い物(もの)しない	スポーツしない
ます形 thể Masu	ゲームします	ドライブします	掃除します	キャンプします	買い物します	スポーツします
辞書形 thể từ điển	ゲームする	ドライブする	掃除する	キャンプする	買い物する	スポーツする
可能形 thể khả năng	ゲームできる	ドライブできる	掃除できる	キャンプできる	買い物できる	スポーツできる
ば形 thể Ba	ゲームすれば	ドライブすれば	掃除すれば	キャンプできれば	買い物すれば	スポーツすれば
意向形 thể ý chí	ゲームしよう	ドライブしよう	掃除しよう	キャンプしよう	買い物しよう	スポーツしよう
て形 thể Te	ゲームして	ドライブして	掃除して	キャンプして	買い物して	スポーツして
た形 thể Ta	ゲームした	ドライブした	掃除した	キャンプした	買い物した	スポーツした

	3G せんたく 洗濯する Giặt giũ			
ない形 thể phủ định	洗濯しない			
ます形 thể Masu	洗濯します			
辞書形 thể từ điển	洗濯する			
可能形 thể khả năng	洗濯できる			
ば形 thể Ba	洗濯すれば			
意向形 thể ý chí	洗濯しよう			
て形 thể Te	洗濯して			
た形 thể Ta	洗濯した			

1　VたりVたりする。／します

　　Làm việc này, việc kia.

　二つ以上の動詞をつなげて行動を説明する場合に使う表現です。

Đây là cách diễn đạt sử dụng khi muốn nói về các hoạt động bằng cách nối hai động từ trở lên với nhau.

Q　　B　週末は何をしているんですか。

　　　　Cuối tuần anh thường làm gì ạ?

Q　　M　週末は何をしてるの?

　　　　Cuối tuần cậu thường làm gì?

A　　B　たいていは、本を読んだりカフェで友達と話したりしています。

　　　　Cuối tuần tôi thường đọc sách hoặc đi cà phê tán chuyện với bạn bè.

A　　M　たいていは、本を読んだりカフェで友達と話したりしてるよ。

　　　　Cuối tuần tớ thường đọc sách hoặc đi cà phê tán chuyện với bạn bè.

　普段の習慣的な行動について述べています。しかし、次のような特定の過去について尋ねる場合も想定されます。

Những câu trên nói về các hoạt động theo thói quen thường ngày. Tuy nhiên cũng có thể dùng cách diễn đạt này để hỏi về một dịp cụ thể trong quá khứ.

Q　　B　先週末は何をしたんですか。

　　　　Cuối tuần trước anh đã làm gì ạ?

Q　　M　先週末は何をしたの?

　　　　Cuối tuần trước cậu đã làm gì thế?

A　B　先週末は、本を読んだりカフェで友達と話したりしました。

Cuối tuần trước tôi đã đọc sách hoặc đi cà phê tám chuyện với bạn bè.

A　M　先週末は、本を読んだりカフェで友達と話したりしたよ。

Cuối tuần trước tớ đã đọc sách hoặc đi cà phê tám chuyện với bạn bè.

　最後尾の動詞「します」だけ「しました」に変えなければなりません。そうすれば、先週末にした行動だけに限定されます。あるいは以下のように〈て形〉で答える場合もあります。

Chúng ta phải đổi động từ cuối câu từ "します" thành "しました". Làm như vậy, những hoạt động được nói tới sẽ được giới hạn chỉ trong dịp cuối tuần trước chứ không phải bất kỳ khoảng thời gian nào khác. Hoặc cũng có trường hợp trả lời bằng thể て như dưới đây.

A　B　先週末は、本を読んで、カフェで友達と話しました。

Cuối tuần trước tôi đã đọc sách rồi tám chuyện cùng với bạn bè ở quán cà phê.

A　M　先週末は、本を読んで、カフェで友達と話したよ。

Cuối tuần trước tớ đã đọc sách rồi tám chuyện cùng với bạn bè ở quán cà phê.

2　Vるのが得意なの?/なんですか。Cậu có giỏi ... gì đó không?

　これは相手の得意な行動を聞く表現です。言うまでもなく得意というのは本人の主観的な認識で、必ずしも客観的なその人の持つ能力への評価と合致するわけではありません。

Đây là cách diễn đạt để hỏi người nghe về việc mà người đó giỏi. Đương nhiên "giỏi" ở đây là đánh giá chủ quan của người nói, nó không nhất thiết phải giống với đánh giá khách quan về năng lực của người được hỏi.

Q　B　ピアノを弾くのが得意なんですか。

Anh chơi piano có giỏi không ạ?

Q　M　ピアノを弾くのが得意なの?

Cậu chơi piano có giỏi không?

　これは動詞文ですが、名詞でも聞けます。その場合は「の」を取り、「Nが得意なんですか。」になります。

Câu này là câu động từ, nhưng cũng có thể hỏi bằng danh từ. Trong trường hợp đó, ta bỏ từ "の", câu hỏi sẽ trở thành "Nが得意なんですか。"

Q　B　料理が得意なんですか。

Chị nấu nướng có giỏi không ạ?

Q　M　料理が得意なの?

　　　Cậu nấu nướng có giỏi không?

他の教科書では

Những sách giáo khoa khác thường chỉ cho người học luyện tập cách hỏi sau.

Q　B　料理が得意ですか。

　　　Chị nấu nướng có giỏi không ạ?

　といった質問ばかりを練習させます。これはやや不自然です。というのは何か無感情な印象を受けるからです。ここでは「なんですか」の「なん」がありません。本書は積極的に日本人の母語話者に近い話し方を推奨しているため

Cách hỏi này hơi thiếu tự nhiên. Lý do là nó gây ấn tượng hơi khô khan, thiếu cảm xúc. Trong câu trên thiếu chữ "なん" trong cụm "なんですか". Trong cuốn sách này, chúng tôi muốn gợi ý cho người học cách nói chuyện giống với người Nhật - những người nói tiếng Nhật như tiếng mẹ đẻ - nhất. Vì thế cuốn sách này sẽ hướng dẫn các bạn hỏi như sau:

Q　好きなんですか。Chị thích cái này ư?

Q　嫌いなんですか。Anh ghét cái đó ạ?

Q　得意なんですか。Anh giỏi cái đó ạ?

Q　苦手なんですか。Chị không giỏi cái đó ạ?

　と聞くように指導します。その理由は「なんですか」のほうが「ですか」よりも質問者が相手に対して関心を持っていることが伝えられるからです。

Lí do là vì dùng "なんですか" sẽ truyền tải được sự quan tâm của người hỏi đối với người nghe hơn là "ですか".

3　Ｖたことがあるの?／あるんですか。Anh đã từng làm việc đó chưa?

　これは相手の経験を聞く表現です。

Đây là cách diễn đạt để hỏi về kinh nghiệm của người nghe.

Q　B　日本に行ったことがあるんですか。

　　　Anh đã từng sang Nhật chưa ạ?

Q　M　日本に行ったことがあるの?

　　　Cậu đã từng sang Nhật chưa?

答え方は以下の通りです。

Cách trả lời như dưới đây.

A　　B　　はい。あります。

　　　　　　Rồi, tôi từng sang đó rồi.

A　　B　　いいえ。ありません。

　　　　　　Chưa, tôi chưa sang đó bao giờ.

A　　M　　うん。あるよ。

　　　　　　Rồi, tớ từng sang đó rồi.

A　　M　　ううん。ないよ。

　　　　　　Chưa, tớ chưa sang đó bao giờ.

4　N が（を）V可能形んですか。Bạn có thể làm gì đó không?

　相手が何かをするのが可能か聞く表現です。助詞は「が」が多いですが、「を」で聞く場合もあります。

Đây là cách để hỏi xem người nghe có khả năng làm được việc gì đó không. Người Nhật thường sử dụng trợ từ "が", nhưng đôi khi họ cũng hỏi với trợ từ "を".

Q　　B　　インド料理が（を）作れるんですか。

　　　　　　Anh có nấu được món Ấn không ạ?

Q　　M　　インド料理が（を）作れるの？　＊Marukoの場合は、「が」「を」の助詞はよく省かれます。

　　　　　　Cậu có nấu được món Ấn không? *Maruko thường lược bỏ trợ từ "が", "を".

A　　B　　はい。作れます。

　　　　　　Vâng, tôi nấu được.

A　　M　　うん。作れるよ。

　　　　　　Có, tớ nấu được chứ.

　ただし、これは注意が必要です。英語でもCan you speak English?と聞くのが失礼なように、相手の能力を何でも聞いていいわけではありません。文法的にはオッケーですが、以下のように聞くのは失礼にあたるかもしれません。

Tuy nhiên, có một điểm cần chú ý ở đây. Giống như việc hỏi "Can you speak English" là thất lễ trong tiếng Anh, không phải bất cứ năng lực gì của đối phương chúng ta cũng nên hỏi. Về mặt ngữ pháp thì không vấn đề gì, nhưng nếu hỏi như dưới đây thì rất có thể sẽ trở thành thất lễ.

Q　B　英語が（を）話せますか。　△

Anh có nói được tiếng Anh không ạ?

Q　M　英語が（を）話せる?　△

Cậu có nói được tiếng Anh không?

　日本では小中高と教育機関で英語を勉強します。しかしながら、総体的にあまり日本人の英語力が高くないのはよく知られている話です。他の日本語教科書にはこうした質問が出てきますが、日本人の中には英語コンプレックスがある人も見かけますので、上記の質問はしないほうがいいでしょう。どうしても聞きたいなら

Ở Nhật, mọi người được học tiếng Anh ở trường tiểu học, cấp hai, cấp ba và các cơ quan giáo dục khác. Nhưng việc năng lực tiếng Anh của người Nhật xét trên tổng thể không được tốt lắm là một sự thật được nhiều người biết tới. Ở các sách dạy tiếng Nhật khác có dạy những câu hỏi như trên đây, nhưng bạn có khả năng sẽ gặp những người Nhật tự ti về khả năng tiếng Anh của mình, vì vậy bạn không nên hỏi theo cách như trên.

Q　Do you speak English?

　と英語で話しかけて、答えが出てこないようだったらその人は英語があまり得意ではないと判断してもよいのかもしれません。それでも一生懸命に答えてくれる日本人も多いと思います。

Nếu người đó không trả lời thì có thể đoán rằng họ không giỏi tiếng Anh cho lắm. Dẫu vậy, tôi nghĩ có nhiều người Nhật sẽ cố gắng hết sức để đáp lại bạn.

5　一緒にVませんか。Bạn có muốn cùng tôi làm việc đó không?

　前の課でも若干説明しましたが、相手をひかえ目に誘う表現です。

Như đã giới thiệu qua ở bài trước, đây là cách diễn đạt khi rủ ai làm việc gì đó một cách dè dặt.

Q　B　日曜日、一緒に遊園地に行きませんか。

Chủ Nhật này bạn có muốn cùng tôi đi công viên giải trí không?

Q　M　日曜日、一緒に遊園地に行かない?

Chủ Nhật này cậu có muốn cùng tớ đi công viên giải trí không?

　答え方の一例は次の通りです。

Dưới đây là một ví dụ về cách trả lời.

A　B　ええ、いいですね。ぜひ。

Vâng, hay quá. Tôi rất thích đi ạ.

A　M　うん、いいね。ぜひ。

　　　Ừ, hay đấy. Tớ thích đi lắm.

　これは相手の誘いを歓迎する気持ちを表す答え方です。しかしながら、以下の答えは間違いです。

Trên đây là cách trả lời thể hiện tâm trạng đón nhận lời mời rủ của đối phương. Nhưng cách trả lời dưới đây là không đúng.

A　B　はい。行きません。×

　　　Vâng, tôi không đi.

A　M　うん。行かない。×

　　　Ừ, tớ không đi.

「行きませんか。」と聞かれて、Okだった場合「行きません」と答えてはいけません。これではNoの意味になってしまいます。行きたくない場合は

Khi được hỏi "行きませんか。" nếu bạn đồng ý thì không được trả lời là "行きません". Bởi trả lời như vậy sẽ mang nghĩa là không nhận lời. Nếu không muốn đi thì bạn có thể đáp như sau:

Q　すみません。その日はちょっと…。

　　Xin lỗi anh, hôm đó …

と答えれば大丈夫です。日本人はこれで都合が悪いと判断します。「ちょっと」は少しを意味しますが、曖昧で否定的なニュアンスをもつ言葉です。はっきり言わないのが日本語的表現です。これ以外にも人を呼ぶときや、誰かを注意するときなど「ちょっと」は日本人が頻繁に使う便利な言葉です。

Nghe câu này, người Nhật sẽ đoán ngày hôm đó không tiện cho đối phương. "ちょっと" mang nghĩa "một chút", nhưng nó cũng mang sắc thái ngầm từ chối. Việc không nói thẳng là một cách diễn đạt rất đặc trưng của tiếng Nhật. Ngoài cách dùng này, khi gọi ai đó hoặc khi nhắc nhở ai đó người Nhật cũng thường dùng từ 「ちょっと」, vì vậy đây là một từ rất tiện lợi.

6　Vた時どうだった?/どうでしたか。Lúc làm gì bạn thấy thế nào?

　何かをした時の様子を聞く表現です。

Đây là cách diễn đạt khi hỏi về trạng thái lúc làm việc gì đó.

Q　B　初めて日本語を勉強した時どうでしたか。

Lúc mới học tiếng Nhật anh thấy thế nào ạ?

Q　M　初めて日本語を勉強した時どうだった？

Lúc mới học tiếng Nhật cậu thấy thế nào?

　以下は答え方の一例です。前の課で勉強した形容詞の〈て形〉を使って答えましょう。

Dưới đây là một ví dụ về cách trả lời. Hãy dùng thể て của tính từ học được ở bài trước để trả lời nhé.

A　B　字が難しくて読めなくて困りました。

Hồi đó tôi đã rất khổ sở vì chữ khó quá, tôi chẳng thể đọc được.

A　M　字が難しくて読めなくて困ったよ。

Hồi đó tớ đã rất khổ sở vì chữ khó quá, tớ chẳng thể đọc được.

　「読めなくて」は「読める」の否定形を〈て形〉にしたものです。日本語には動詞だけではなく、名詞、形容詞と色々なところに理由や原因を表す〈て形〉がありますので、〈て形〉を上手に使えるようにしましょう。活用に慣れるのが日本語上達の一番の近道です。

"読めなくて"là thể て của dạng phủ định của từ "読める". Trong tiếng Nhật, không chỉ động từ mà danh từ, tính từ và nhiều dạng từ khác đều có thể て, nên chúng ta hãy tập sử dụng thể て một cách thật nhuần nhuyễn nhé. Thành thạo được với sự biến đổi của từ là con đường ngắn nhất để chinh phục, để giỏi được tiếng Nhật.

相撲

コラム 真部　明（日本語教師）

日本語教師所感

　日本語教師になって初めての学校はベトナムの学校だった。1年で帰る予定だったが、結局合計3年間働くこととなった。

　私が勤務した日本語学校の学生のほとんどは日系企業（製造業）のエンジニアになる学生で、高度人材の学生たちだった。学歴は素晴らしく、有名大学を卒業しているもの、在籍中のものがほとんどだった。さすがに高度人材の学生たちは、毎日復習、予習をきちんと行い、貪欲に日本語を勉強していた。英語も話せる学生が多く、日本の英語教育は負けたなとも思った。ただし、遅刻、カンニングは当たり前で、日本語よりも、日本人の仕事に対するルールを教えることの難しさや、文化の違いに戸惑ったこともあった。遅刻について注意すると、まず言い訳から始まる。また理由を聞いたところで、今日は雨が降っていて渋滞していたとか、日本では理由にならない言い訳をする学生が多くいたことも事実である。また、カンニングについては、助け合いの精神からなのか、罪として感じていない風潮が見られた。

　学生たちから感じたことは、年上を敬うことが日本よりかなり強いことだった。そのため、祖父、祖母の面倒を見るのは当たり前。また、学生たちにホームパーティーに招待された場合も、そこの家族（ご両親等）が参加するのは当たり前で家族のきずなも強く感じた。

　日本人から見ると、いい文化に見えるかもしれないが、やはり問題も多く、結婚した場合はできれば別居したいと考えている学生たちも多くいた。また、学生に限らず世話をやいてくれる人も多くいた。マンションの隣人たちは食事に誘ってくれ、外国人である私にベトナムの料理や文化を教えてくれた。迷子になった場合も見ず知らずの人が一生懸命道を教えてくれた。時には案内してくれることもあった。世話をやきすぎて、面倒なこともあったが、今となってはすべて良い思い出である。私は日本へ帰国してからも日本語教師として働いているので、ベトナムで受けた恩を、私の学生たちに返したいと思う。

　日本では、ベトナム人の犯罪が多くなり、ベトナム人に対して悪いイメージがついてきているが、ほとんどのベトナム人は素直でまじめな人たちだと思う。少しでもそういった見方が変わるように私も日本語教師という仕事を通して努力していきたい。

Cảm nhận của giáo viên tiếng Nhật

Ngôi trường đầu tiên tôi làm giáo viên tiếng Nhật là ở Việt Nam. Tôi đã lên kế hoạch quay trở về Nhật sau một năm giảng dạy, nhưng cuối cùng tôi lại làm việc tại Việt Nam đến tận 3 năm.

Hầu hết các sinh viên tại trường Nhật ngữ nơi tôi đã làm việc đều là những sinh viên sẽ trở thành kỹ sư cho các công ty Nhật Bản (ngành sản xuất) sau này. Họ là những sinh viên vô cùng ưu tú, một nguồn nhân lực trẻ với tay nghề cao. Nhiều sinh viên đã tốt nghiệp hoặc đang theo học tại các trường đại học nổi tiếng với trình độ học vấn tuyệt vời. Quả nhiên, không ngoài kì vọng, những sinh viên ấy mỗi ngày đều học tập vô cùng chăm chỉ, nghiêm túc và đặc biệt, rất nhiệt huyết, nỗ lực trong việc học tiếng Nhật. Bên cạnh đó, cũng có rất nhiều sinh viên còn có thể giao tiếp bằng tiếng Anh rất tốt khiến tôi đã từng có suy nghĩ rằng, giáo dục tiếng Anh tại Nhật Bản còn thua xa. Thế nhưng, việc học sinh đi muộn hay gian lận ở đây là một chuyện hết sức bình thường, điều đó khiến tôi đã từng cảm thấy bối rối và hoang mang vô cùng bởi sự khác biệt về văn hóa giữa hai nước và bởi sự khó khăn trong việc dạy cho sinh viên các quy tắc làm việc của người Nhật hơn là việc chỉ dạy tiếng Nhật đơn thuần. Mỗi lần tôi nhắc nhở về việc đi trễ thì y rằng học sinh sẽ bắt đầu biện bạch, bao biện cho bản thân. Mặt khác, khi tôi hỏi lí do vì sao đi trễ thì có rất nhiều sinh viên trả lời lại bằng những lí do không hề thỏa đáng, hợp lí chút nào đối với người Nhật như là vì trời mưa to nên bị tắc đường. Bên cạnh đó, đối với việc gian lận quay cóp trong kiểm tra, học sinh có xu hướng không cho rằng đó là lỗi bởi hình như họ nghĩ rằng, gian lận chỉ đơn thuần là bởi tinh thần giúp đỡ lẫn nhau thôi.

Điều tôi cảm nhận rõ nhất từ những học sinh ở đây đó chính là lòng kính trọng mà họ dành cho người lớn tuổi mạnh mẽ hơn nhiều so với ở Nhật Bản. Do đó, đối với họ, việc chăm sóc cho ông bà của mình là điều đương nhiên. Ngoài ra, khi tôi được học sinh mời đến một bữa tiệc tại nhà, cả gia đình (cha mẹ, v.v.) cũng tham gia là điều hết sức bình thường, và điều đó khiến tôi cảm nhận được sợi dây gắn kết chặt chẽ giữa các thành viên trong gia đình.

Đối với một người Nhật khi nhìn vào, đó chính là một nét văn hóa đẹp của người Việt; tuy nhiên, mặt khác cũng có không ít những sinh viên tôi dạy muốn được dọn ra sống riêng sau khi kết hôn. Ở Việt Nam, tôi không chỉ được học sinh mà còn rất nhiều khác quan tâm và giúp đỡ. Những người hàng xóm sống cùng chung cư với tôi đã từng mời tôi đến ăn, từng dạy cho một người nước ngoài như tôi những nét văn hóa và ẩm thực của Việt Nam. Khi tôi bị lạc đường, những người mặc dù không hề quen biết gì với tôi vẫn sẵn sàng tận tình chỉ đường cho tôi. Thỉnh thoảng, còn có người đi cùng tôi và dẫn đường cho tôi luôn. Có khi vì được họ quan tâm quá mà tôi cảm thấy có chút phiền phức nhưng dù sao tất cả với tôi bây giờ đều là những kỉ niệm vô cùng đẹp. Vì tôi vẫn đang làm việc với tư cách là một giáo viên dạy tiếng Nhật sau khi trở về Nhật Bản, tôi luôn muốn báo đáp lại những tấm lòng nhân ái mà tôi đã nhận được ở Việt Nam cho các học sinh của mình.

Ở Nhật, số lượng người Việt Nam phạm tội ngày càng nhiều, hình ảnh người Việt Nam cũng bị xấu đi, nhưng tôi nghĩ đa số người Việt Nam là những người trung thực và nghiêm túc. Thông qua công việc là một giáo viên dạy tiếng Nhật, dù chỉ đóng góp được một chút ít thôi, tôi vẫn muốn nỗ lực hết mình để thay đổi những suy nghĩ không tốt của mọi người đối với con người Việt Nam.

8課
Bài 8

こいびと
恋人
Người yêu

大会話　Hội thoại lớn Business

本田：ランさんは恋人がいるんですか。

ラン：いいえ、まだいません。好きな人はいるんですが。

本田：へえ、どんな人なんですか。

ラン：背が高くなくて、イケメンでもないんですが、優しい人なんです。

本田：そうですか。もしその人と恋人に成ったら何をしたいんですか。

ラン：スキーをしたり、一緒に寿司を食べに行ったりしたいですね。

本田：いいですね。ランさんは彼の顔が良くなくても恋人に成れるんですね。

ラン：顔はあまり大切ではありません。性格が大切です。

本田：ちょっとその好きな人の写真を見せてください。

ラン：えー、恥ずかしいから嫌ですよ。

本田：分かりました。

ラン：でも少しだけいいですよ。

本田：わー、イケメンじゃないですか。いい男ですよ。

ラン：そうですか。そう思いませんが。

本田：頑張ってください。応援しています。

ラン：どうもありがとうございます。

Honda: Lan có người yêu chưa?

Lan: Dạ, cháu chưa có ạ. Nhưng cháu có thích một người ạ.

Honda: Ồ. Cậu ấy là người như thế nào vậy?

Lan: Bạn ấy không cao cũng không đẹp trai nhưng là một người hiền ạ.

Honda: Vậy à. Nếu cậu ấy trở thành bạn trai của cháu thì cháu muốn cùng làm gì với cậu ấy?

Lan: Cháu muốn đi trượt tuyết và cùng đi ăn sushi với bạn ấy ạ.

Honda: Hay đấy. không cần phải đẹp trai vẫn trở thành người yêu của cháu được nhỉ.

Lan: Với cháu thì gương mặt không quan trọng. Quan trọng là tính cách ạ.

Honda: Cháu cho bác xem ảnh người mà cháu thích xem nào.

Lan: Ôi, cháu xấu hổ lắm nên cháu không cho bác xem đâu.

Honda: Bác hiểu rồi.

Lan: Nhưng mà một chút thôi thì được ạ.

Honda: Ồ, bác thấy đẹp trai mà. Cậu ấy là người tốt đấy.

Lan: Vậy à bác? Cháu lại không nghĩ như thế.

Honda: Cháu cố gắng lên. Bác lúc nào cũng ủng hộ cháu.

Lan: Cháu cảm ơn bác nhiều ạ.

大会話　Hội thoại lớn Maruko

みき：ランちゃんは恋人がいるの？

ラン：ううん、まだいない。好きな人はいるんだけど。

みき：へえ、どんな人？

ラン：背が高くなくて、イケメンでもないけど、優しい人なんだ。

みき：そうなんだ。もしその人と恋人に成ったら何をしたいの？

ラン：スキーをしたり、一緒に寿司を食べに行ったりしたい！

みき：いいね。ランちゃんは彼の顔が良くなくても恋人に成れるんだね。

ラン：顔はあまり大切ではないよ。性格が大切だよ。

みき：ちょっとその好きな人の写真を見せて！

ラン：えー、恥ずかしいから嫌だよ。

みき：分かったよ。

ラン：でも少しだけいいよ。

みき：わー、イケメンじゃない？いい男だよ。

ラン：そう？そう思わないけど。

みき：頑張って！応援してる。

ラン：どうもありがとう。

Miki: Lan có người yêu chưa?

Lan: Chưa, tớ chưa có. Nhưng tớ có thích một người đấy.

Miki: Ồ. Cậu ấy là người như thế nào vậy?

Lan: Bạn ấy không cao cũng không đẹp trai nhưng là một người hiền.

Miki: Vậy à. Nếu cậu ấy trở thành bạn trai của cậu thì cậu muốn cùng làm gì với cậu ấy?

Lan: Tớ muốn đi trượt tuyết và cùng đi ăn sushi với bạn ấy!

Miki: Hay đấy. không cần phải đẹp trai vẫn trở thành người yêu của cậu được nhỉ.

Lan: Với tới, gương mặt không quan trọng. Quan trọng là tính cách cơ.

Miki: Cho tớ xem ảnh người mà cậu thích đi!

Lan: Ôi, tớ xấu hổ lắm, không cho xem đâu.

Miki: Tớ hiểu rồi.

Lan: Nhưng mà một chút thôi thì được.

Miki: Ồ, tớ thấy đẹp trai mà. Cậu ấy là người tốt đấy.

Lan: Vậy à? Tớ lại không nghĩ như thế.

Miki: Cậu cố lên. Tớ lúc nào cũng ủng hộ cậu.

Lan: Cảm ơn cậu nhiều nha.

小会話 Hội thoại nhỏ Business

本田：億万長者になったらなにをしたいですか。

ラン：そうですね。ちょっと考えさせてください。

本田：どうぞ。

ラン：①旅行したり、②休んだりしたいですね。

Honda: Nếu trở thành tỷ phú thì cháu muốn làm gì?

Lan: Vâng. Bác cho cháu nghĩ một chút đã ạ.

Honda: Ừ.

Lan: Cháu muốn đi ①đi du lịch hay ②nghỉ ngơi ạ.

小会話 Hội thoại nhỏ Maruko

みき：億万長者になったらなにをしたい？

ラン：そうだね。ちょっと考えさせて。

本田：いいよ。

ラン：①旅行したり、②休んだりしたいな。

Miki: Nếu trở thành tỷ phú thì cậu muốn làm gì?

Lan: Để xem nào. Cho tớ nghĩ một chút đã.

Hondai: Ừ.

Lan: Tớ muốn đi ①đi du lịch hay ②nghỉ ngơi.

1) ①ビジネスをする làm kinh doanh　②ビルを買う mua tòa nhà

2) ①おいしいものを毎日食べる ăn món ngon hằng ngày　②世界一周に行く đi vòng quanh thế giới

3) ①親に大きい家を買う mua nhà to cho bố mẹ　②飛行機を買う mua máy bay

4) ①有名人を招待する mời người nổi tiếng ②貧しい人に寄付をする quyên góp cho người nghèo

Q & A

Q1　B　この動物園にパンダがいるんですか。

A1　B　ええ、いますよ。

A1　B　いいえ、いませんよ。

Q1　Ở vườn bách thú này có gấu trúc không ạ?

A1　Vâng, có đấy ạ.

A1　Không, không có đâu ạ.

> Q1
> 犬 chó　猫 mèo　象 voi
> ライオン sư tử　トラ hổ
> 牛 bò　豚 lợn　鳥 chim

Q1　Mこの動物園にパンダがいるの?

A1　Mうん、いるよ。

A1　Mううん、いないよ。

Q1　Ở vườn bách thú này có gấu trúc không?

A1　Ừ, có đấy.

A1　Không, không có đâu.

Q2　B　すみません。社長さんは会社にいらっしゃいますか。

A2　B　ええ、おりますよ。

A2　B　いいえ、おりませんよ。まだ外に出ていますよ。

Q2　Xin lỗi. Giám đốc có ở công ty không ạ?

A2　Vâng, có đấy ạ.

A2　Không, ông ấy không có ở đây. Ông ấy vẫn đang đi ra ngoài ạ.

> Q2とQ3
> 部長 trưởng bộ phận
> 課長 trưởng phòng
> 係長 quản đốc
> マネージャー quản lý
> リーダー người lãnh đạo

Q2　M　ごめん。社長は会社にいるの?

A2　M　うん、いるよ。

A2　M　ううん、いないよ。まだ外に出てるよ。

Q2　Xin lỗi. Giám đốc có ở công ty không?

A2　Ừ, có đấy.

A2　Không, ông ấy không có ở đây. Ông ấy vẫn đang đi ra ngoài rồi.

Q3　B　すみません。部長さんは家に帰られましたか。

A3　B　ええ、もう帰りましたよ。

A3　B　いいえ、まだ帰ってませんよ。仕事が忙しいですから。

Q3　Xin lỗi. Trưởng phòng đã về nhà chưa ạ?

A3　Vâng, ông ấy đã về rồi ạ.

A3　Chưa, ông ấy vẫn chưa về đâu. Vì công việc rất bận.

Q3　M　ごめん。部長さんは家に帰ったの？
A3　M　うん、もう帰ったよ。
A3　M　ううん、まだ帰ってないよ。仕事が忙しいから。
Q3　Xin lỗi. Trưởng phòng đã về nhà chưa?
A3　Ừ, ông ấy đã về rồi.
A3　Chưa, ông ấy vẫn chưa về đâu. Vì công việc rất bận.

Q4　B　恋人はどんな人なんですか。
A4　B　年下ですが、お金持ちの人ですよ。
Q4　Người yêu của chị là người như thế nào ạ?
A4　Tuy anh ấy kém tuổi tôi nhưng lại là người giàu có.

> A4
> 年上 lớn tuổi hơn tôi
> お金がない nghèo

Q4　M　恋人はどんな人なの？
A4　M　年下ですが、お金持ちの人だよ。
Q4　Người yêu của cậu là người như thế nào?
A4　Tuy anh ấy kém tuổi tớ nhưng lại là người giàu có.

Q5　B　ベトナムは免許がなくてもバイクに乗れるんですか。
A5　B　はい、50ccは乗れますよ。
Q5　Ở Việt Nam, không có bằng lái xe vẫn được phép đi xe máy ạ?
A5　Vâng, xe 50cc thì được đi ạ.

> Q6
> 日本語の勉強
> việc học tiếng Nhật
> 仕事 công việc

Q5　M　ベトナムは免許がなくてもバイクに乗れるの？
A5　M　うん、50ccは乗れるよ。
Q5　Ở Việt Nam, không có bằng lái xe vẫn được phép đi xe máy à?
A5　Ừ, xe 50cc thì được đi đấy.

Q6　B　人生で何が一番大切ですか。
A6　B　家族が大切ですよ。
Q6　Đối với bạn, thứ gì là quan trọng nhất trong cuộc đời?
A6　Với tôi gia đình là quan trọng nhất đấy.

> A6
> お金 tiền
> ペットとの生活 cuộc sống với thú cưng
> 会話 hội thoại　漢字 chữ Hán
> 人間関係 quan hệ giữa người với người
> 友達 bạn bè

Q6　M　人生で何が一番大切なの？
A6　M　家族が大切だよ。

Q6　Đối với cậu, thứ gì là quan trọng nhất trong cuộc đời?

A6　Với tớ gia đình là quan trọng nhất đấy.

Q7　B　お金と健康とどちらが大切ですか。

A7　B　お金が大切ですよ。

A7´　B　どちらも大切ですよ。

Q7　Đối với bạn, tiền và sức khỏe thứ nào quan trọng hơn?

A7　Với tôi tiền quan trọng hơn đấy.

A7'　Với tôi thứ nào cũng quan trọng.

Q7　M　お金と健康とどちらが大切?

A7　M　お金が大切だよ。

A7´　M　どちらも大切だよ。

Q7　Đối với cậu, tiền và sức khỏe thứ nào quan trọng hơn?

A7　Với tớ tiền quan trọng hơn đấy.

A7´　Với tớ thứ nào cũng quan trọng.

Q8　B　毎日、何をするのが嫌ですか。

A8　B　漢字を勉強するのが嫌ですよ。

Q8　Bạn ghét làm gì hàng ngày?

A8　Tôi ghét học Kanji.

> A8
> 掃除する dọn dẹp
> 洗濯する giặt giũ
> 買い物する mua sắm

Q8　M　毎日、何をするのが嫌なの?

A8　M　漢字を勉強するのが嫌だよ。

Q8　Cậu ghét làm gì hàng ngày?

A8　Tớ ghét học Kanji.

Q9　B　どうして嫌ですか。

A9　B　漢字は難しいからですよ。

Q9　Tại sao bạn lại ghét?

A9　Vì Kanji khó.

> A9
> 時間がない không có thời gian
> 遊びたい muốn chơi
> 忙しい bận
> 面倒臭い phiền phức

Q9　M　どうして嫌なの。

A9　M　漢字は難しいからだよ。

Q9　Tại sao cậu lại ghét?

A9　Vì Kanji khó.

Q10　B　お時間、少しだけよろしいですか。

A10　B　ええ、いいですよ。

A10´B　すみません、ちょっと。今、ご飯を食べてますから。

Q10　Bạn có thể bớt chút thời gian cho tôi không?

A10　Vâng, được ạ.

A10´Xin lỗi, tôi... Vì bây giờ tôi đang ăn cơm.

Q10　M　時間、ちょっといい?

A10　M　うん、いいよ。

A10´M　ごめん、ちょっと。今ご飯食べてるから。

Q10　Cậu có rảnh không?

A10　Ừ, tớ rảnh.

A10´Xin lỗi, tớ... Vì bây giờ tớ đang ăn cơm.

Q11　B　スーパーの方がコンビニより安いんじゃないですか。

A11　B　ええ、スーパーの方が安いです。

A11´B　いいえ、安いコンビニもありますよ。

Q11　Chẳng phải siêu thị rẻ hơn cửa hàng tiện lợi hay sao?

A11　Vâng, siêu thị rẻ hơn ạ.

A11´Không, cũng có cửa hàng tiện lợi giá cả rẻ mà.

Q11　M　スーパーの方がコンビニより安いんじゃない?

A11　M　うん、スーパーの方が安いよ。

A11´M　ううん、安いコンビニもあるよ。

Q11　Chẳng phải siêu thị rẻ hơn cửa hàng tiện lợi hay sao?

A11　Ừ, siêu thị rẻ hơn đấy.

A11´Không, cũng có cửa hàng tiện lợi giá cả rẻ đấy.

Q12　B　今、何を頑張っていますか。

A12　B　運動を頑張っていますよ。

Q12　Bây giờ, bạn đang cố gắng làm gì vậy?

A12　Tôi đang cố gắng vận động thể thao đấy.

Q12　M　今、何を頑張ってるの?

A12　M　運動を頑張ってるよ。

Q12　Bây giờ, cậu đang cố gắng làm gì vậy?

A12　Tớ đang cố gắng vận động thể thao đấy.

A12

勉強 học　料理 nấu ăn

趣味 sở thích　仕事 công việc

189

8課　説明 Bài 8 Giải thích ngữ pháp

	1G	1G	1G	2G	3G	3G
	休む	買う	いらっしゃる	考える	応援する	招待する
	Nghỉ	Mua	Đi, đến, ở	Suy nghĩ	Ủng hộ	Mời
ない形 thể phủ định	休まない	買わない	いらっしゃらない	考えない	応援しない	招待しない
ます形 thể Masu	休みます	買います	*いらっしゃいます	考えます	応援します	招待します
辞書形 thể từ điển	休む	買う	いらっしゃる	考える	応援する	招待する
可能形 thể khả năng	休める	買える		考えられる	応援できる	招待できる
ば形 thể Ba	休めば	買えば	いらっしゃれば	考えれば	応援すれば	招待すれば
意向形 thể ý chí	休もう	買おう		考えよう	応援しよう	招待しよう
て形 thể Te	休んで	買って	いらっしゃって	考えて	応援して	招待して
た形 thể Ta	休んだ	買った	いらっしゃった	考えた	応援した	招待した

1　B　どんなNなんですか。

1　M　どんなNなの?

　　　N như thế nào?

　Nの様子を尋ねる時の基本的表現です。

Đây là mẫu câu cơ bản sử dụng khi muốn hỏi về tình trạng của N.

Q　　B　日本はどんな国なんですか。

　　　Nhật Bản là đất nước như thế nào ạ?

Q　　M　日本はどんな国なの?

　　　Nhật Bản là đất nước như thế nào thế?

A　　B　島がたくさんある国です。

　　　Nhật Bản là đất nước có rất nhiều đảo ạ.

A　　M　島がたくさんある国だよ。

　　　Nhật Bản là đất nước có nhiều đảo đấy.

2　B　いA／なA／Nなくて、いA／なA／Nでもないんですが、いA／なA／N(な)んです。

2　M　いA／なA／Nなくて、いA／なA／Nもないけど、いA／なA（だ）／N（だ）よ。

　　　N không… nhưng...

逆接の最後に肯定的（否定的）なことをいう表現です。

Đây là cách nói khẳng định (hoặc phủ định) sự việc ở vế sau trong câu có hai vế đối lập về ý nghĩa.

B　あのラーメン屋は近くないんですが、おいしい店なんです。　　いA　い→くない

　　Hàng ramen đó không gần nhưng là hàng ramen ngon đấy ạ.

M　あのラーメン屋は近くないけど、おいしい店だよ。

　　Hàng ramen đó không gần nhưng là hàng ramen ngon đấy.

＊「おいしい店なんだよ」という言い方もありますが、男性的です。

　　Cũng có cách nói là "おいしい店なんだよ", nhưng đây là cách nói của nam giới.

B　この町は静かじゃないんですが、好きなんです。　　なA　な→じゃない

　　Khu phố này tuy không yên tĩnh nhưng tôi lại rất thích.

M　この町は静かじゃないけど、好きだよ。

　　Khu phố này tuy không yên tĩnh nhưng tớ lại rất thích.

　　二つ以上の否定的（肯定的）な表現の後に肯定的（否定的）なことを言う場合は、形容詞を否定形にして〈て形〉を作ります。

Trong trường hợp muốn nói khẳng định (hoặc phủ định) sự việc mà vế trước đó có hơn hai từ phủ định (hoặc khẳng định) thì ta chia tính từ về dạng phủ định <thể て>

B　あそこのラーメン屋は近くなくて、安くもないんですが、おいしいんです。

　　Hàng ramen ở đằng kia không gần, cũng không rẻ nhưng ngon ạ.

M　あっちのラーメン屋は近くなくて、安くもないけど、おいしいよ。

　　Hàng ramen ở đằng kia không gần, cũng không rẻ nhưng ngon đấy.

いA　い→くなくて、い→くもない

B　この町はきれいじゃなくて、静かでもないんですが、好きなんです。

　　Khu phố này không sạch, cũng không yên tĩnh nhưng tôi lại thích.

M　この町はきれいじゃなくて、静かでもないけど、好きだよ。

　　Khu phố này không sạch, cũng không yên tĩnh nhưng tớ lại thích.

なA　な→じゃなくて、な→でもない

3　B　もしVたら何をしたいんですか。

3　M　もしVたら何をしたいの？

　　　　Nếu「động từ」thì bạn muốn làm gì?

　　仮定的なことを述べる表現です。

Đây là cách nói về sự việc mang tính giả định.

Q　　B　もし日本に行ったら何をしたいんですか。

　　　　　Nếu sang Nhật thì chị muốn làm gì ạ?

Q　　M　もし日本に行ったら何をしたいの？

　　　　　Nếu sang Nhật thì cậu muốn làm gì?

A　　B　富士山に登ってみたいです。

　　　　　Tôi muốn thử leo núi Phú Sĩ ạ.

A　　M　富士山に登ってみたいよ。

　　　　　Tớ muốn thử leo núi Phú Sĩ.

　　実際の会話では質問文頭の「もし」が省かれることも多いです。これを付け加えることで強調する意味があります。

Trong hội thoại thực tế, từ "もし" trong câu hỏi hay bị lược đi. Nếu ta thêm từ này vào sẽ có ý nghĩa nhấn mạnh cho câu hỏi.

4　B　いA／なA／Nないですか。

4　M　いA／なA／Nない？

　　　　Chẳng phải N… hay sao?

　　想定していたこととは異なる事実を発見し、驚いた時などによく使われます。

Mẫu câu này rất hay được sử dụng khi phát hiện ra điều gì đó khác với giả định khiến chúng ta vô cùng ngạc nhiên.

木村　B　ラーメンを初めて作ったんですが、いかがですか。

　　　　　Lần đầu tôi nấu ramen đấy. Chị có muốn ăn không ạ?

加藤　B　（初めて作ったのに）おいしいじゃないですか。

　　　　　(Lần đầu làm vậy mà) chẳng phải ngon hay sao ạ?

木村　M　ラーメンを初めて作ったけど、どう？

Lần đầu tớ nấu ramen đấy. Cậu có muốn ăn không?

加藤 M　（初めて作ったのに）おいしいじゃない！

(Lần đầu làm vậy mà) chẳng phải ngon hay sao!

5　B　疑問詞が一番いA／なAんですか。
5　M　疑問詞が一番いA／なAの？

　いくつかの物と比較してその中の一番を聞く表現です。

Đây là mẫu câu dùng để hỏi cái gì là nhất khi so sánh nhiều thứ với nhau.

Q　B　日本ではどの山が一番高いんですか。

　　　Ở Nhật, núi nào cao nhất vậy ạ?

Q　M　日本ではどの山が一番高いの？

　　　Ở Nhật, núi nào cao nhất thế?

A　B　富士山です。

　　　Núi Phú Sĩ ạ.

A　M　富士山だよ。

　　　Núi Phú Sĩ đấy.

6　B　N1とN2とどちらがいA／なAんですか。
6　M　N1とN2とどっちがいA／なAの？

　N1とN2と比較して大小や優劣などを聞く表現です。

Đây là mẫu câu hỏi để so sánh N1 và N2 to nhỏ hoặc tốt kém.

いAの場合。

Trường hợp là tính từ đuôi i.

Q　B　このケーキとあのケーキとどちら（のほう）がおいしいんですか。

　　　Cái bánh này và cái bánh kia, cái nào ngon hơn vậy ạ?

Q　M　こっちのケーキとあっちのケーキとどっち（のほう）がおいしいの？

　　　Cái bánh này và cái bánh kia, cái nào ngon hơn thế?

A　B　あのケーキ（のほう）がおいしいです。

Cái bánh kia ngon hơn ạ.

A　M　あのケーキ（のほう）がおいしいよ。

Cái bánh kia ngon hơn đấy.

なAの場合。

Trường hợp là tính từ đuôi na.

Q　B　車とバイクとどちら（のほうが）が便利なんですか。

Ô tô và xe máy cái nào tiện hơn ạ?

Q　M　車とバイクとどっち（のほうが）が便利なの？

Ô tô và xe máy cái nào tiện hơn thế?

A　B　バイク（のほう）が便利です。

Xe máy tiện hơn ạ.

A　M　バイク（のほう）が便利だよ。

Xe máy tiện hơn đấy.

「どちらのほうがいA／なAんですか」と記述されている教科書も見かけますが、「のほう
が」は言わなくても通じます。

Bạn cũng sẽ gặp những sách giáo khoa có ghi "どちらのほうがいA/なAんですか" nhưng
không cần nói "のほうが" thì người ta vẫn hiểu.

7　B　N1のほうがN2よりいA／なAんですか。

7　M　N1のほうがN2よりいA／なAの？

　二つの何かを比較していずれかの大小や優劣などを聞く表現です。（のほうが）は省いても
大丈夫です。「N1はN2よりいA/なAんですか。」でも意味は伝わります。

Đây là cách hỏi khi so sánh hai thứ xem cái nào to lớn, tốt kém hơn. Ta lược bỏ "のほうが" đi
cũng không sao. Chỉ cần nói "N1はN2よりいA/なAんですか。" cũng đủ truyền đạt ý nghĩa.

いAの場合。

Trường hợp là tính từ đuôi i.

Q　B　佐藤君のほうが鈴木君より背が高いんですか。

Sato cao hơn Suzuki ạ?

Q　M　佐藤君のほうが鈴木君より背が高いの？

Sato cao hơn Suzuki à?

A　B　はい。そうです。

Vâng, đúng vậy ạ.

A　M　うん。そうだよ。

Ừ, đúng đấy.

A´　B　いいえ。鈴木君です。

Không, Suzuki cao hơn ạ.

A´　M　ううん。鈴木君だよ。

Không, Suzuki cao hơn chứ.

A´　B　いいえ。同じくらいです。

Không, họ cao bằng nhau ạ.

A´　M　ううん。同じくらいだよ。

Không, cao bằng nhau đấy chứ.

なAの場合。

Trường hợp là tính từ đuôi na.

Q　B　東京と青森とどちらが賑やかなんですか。

Tokyo và Aomori nơi nào nhộn nhịp hơn ạ?

Q　M　東京と青森とどちらが賑かなの？

Tokyo và Aomori nơi nào nhộn nhịp hơn thế?

A　B　東京だと思います。

Tôi nghĩ là Tokyo.

A　M　東京だと思うよ。

Tớ nghĩ là Tokyo.

8　B　どうしてV／なA／いA／Nんですか。

8　M　どうしてなA／いA／Nの？

Tại sao…?

理由を尋ねる表現です。以下は品詞別に示します。

Đây là mẫu câu để hỏi về lí do. Dưới đây chúng tôi sẽ trình bày theo loại từ.

Ｖの場合。

Trường hợp là động từ.

Q　　B　どうして日本に行くんですか。

　　　　　Tại sao chị lại sang Nhật ạ?

Q　　M　どうして日本に行くの?

　　　　　Tại sao cậu lại sang Nhật?

　　答える時は「から」を使います。

Khi trả lời, ta sử dụng từ "から" (vì)

A　　B　留学するからです。

　　　　　Vì tôi đi du học.

A　　M　留学するからだよ。

　　　　　Vì tớ đi du học.

いＡの場合。

Trường hợp là tính từ đuôi i.

Q　　B　どうしてこのそばはおいしいんですか。

　　　　　Tại sao mì soba này lại ngon ạ?

Q　　M　どうしてこのそばはおいしいの?

　　　　　Tại sao mì soba này lại ngon thế?

A　　B　お店の水がいいからです。

　　　　　Vì nước của cửa hàng này chất lượng ạ.

A　　M　お店の水がいいからだよ。

　　　　　Vì nước của cửa hàng này chất lượng đấy.

なＡの場合。

Trường hợp là tính từ đuôi na.

Q　　B　どうしていつもきれいなんですか。

　　　　　Tại sao lúc nào bạn cũng xinh đẹp vậy?

Q　M　どうしていつもきれいなの。

　　　　Tại sao lúc nào cậu cũng xinh đẹp vậy?

A　B　ありがとうございます。

　　　　Cảm ơn anh ạ.

A　M　ありがとう。

　　　　Cảm ơn cậu.

Nの場合。

Trường hợp là danh từ.

＊25歳の人に質問。普通日本では22歳で大学卒業の場合が多い。

*Đặt câu hỏi với người 25 tuổi. Thông thường ở Nhật, nhiều người tốt nghiệp đại học khi 22 tuổi.

Q　B　失礼ですが、どうしてまだ学生なんですか。

　　　　Tôi xin phép hỏi điều này. Tại sao bạn vẫn còn là sinh viên vậy ạ?

Q　M　失礼だけど、どうしてまだ学生なの?

　　　　Tớ hỏi khí không phải. Tại sao cậu vẫn còn là sinh viên thế?

A　B　三年間、外国に留学したからです。

　　　　Vì tôi đã đi du học ở nước ngoài ba năm ạ.

A　M　三年間、外国に留学したからだよ。

　　　　Vì tớ đã đi du học ở nước ngoài ba năm đấy.

習字

9課
Bài 9

火事
Hỏa hoạn

大会話 Hội thoại lớn Business

外の声：おーい！早く逃げろ！遅れるな！

ラン　：外でなにかあったんですか。

教師A：ちょっと、だれか窓を開けて外を見てください。

学生A：先生、外には人がたくさん集まっています。

教師A：隣が火事のようですね。学校の外へ非難しましょう。騒がないでください。みんな落ち着いてください。心配しないでください。

学生A：はい、分かりました。廊下に出ます。

教師B：おーい、そっちへ行くな！まっすぐこっちに来い！早くしろ！

教師A：全員ここに集合してください！

学生達：はい、了解です！

教師A：一列に並んでください！

学生達：さあ、並んで、並んで！

教師A：じゃあ、点呼してください！

学生達：番号！１！２！３！…

ラン　：逃げ遅れた学生はいません！

Tiếng hét ở bên ngoài: Này! Mau chạy đi! Đừng chậm trễ!

Lan: Bên ngoài xảy ra chuyện gì vậy ạ?

Giáo viên A: Bạn nào mở cửa sổ và xem tình hình bên ngoài thế nào.

Học sinh A: Thưa cô, bên ngoài người ta tập trung đông lắm ạ.

Giáo viên A: Hình như khu bên cạnh xảy ra hỏa hoạn. Chúng ta mau chóng di tản ra phía ngoài trường học thôi. Các em đừng gây náo loạn. Tất cả hãy bình tĩnh. Đừng lo lắng.

Học sinh A: Vâng, em hiểu rồi ạ. Em sẽ di chuyển ra hành lang.

Giáo viên B: Này, không được đi hướng đó! Hãy đi thẳng đến đây! Nhanh lên!

Giáo viên A: Tất cả hãy tập trung ở đây!

Học sinh: Vâng, chúng em đã rõ!

Giáo viên A: Hãy xếp thành một hàng nào!

Học sinh: Nào, xếp hàng, xếp hàng đi các cậu!

Giáo viên A: Nào, hãy điểm danh từ một đến hết!

Học sinh: 1! 2! 3!...

Lan: Báo cáo không có bạn nào tới trễ ạ!

大会話 Hội thoại lớn Maruko

外の声：おーい！早く逃げろ！遅れるな！

ラン　：外でなにかあったの？

みき　：ちょっと、だれか窓を開けて外を見て！

友人Ａ：みきちゃん、外には人がたくさん集まってるよ！

みき　：隣が火事のようだね。寮の外へ非難しよう。騒がないで。みんな落ち着いて！心配し

　　　　ないで。

友人Ａ：うん、分かった。廊下に出るよ。

管理人：おーい、そっちへ行くな！まっすぐこっちに来い！早くしろ！

みき　：全員ここに集合して！

友人Ａ：うん、了解！

みき　：一列に並んで！

友人Ａ：さあ、並んで、並んで！

みき　：じゃあ、点呼して！

友人達：番号！１！２！３！・・・

ラン　：逃げ遅れた学生はいないよ！

Tiếng hét ở bên ngoài: Này! Mau chạy đi! Đừng chậm trễ!

Lan: Bên ngoài xảy ra chuyện gì vậy nhỉ?

Miki: Ai mở cửa sổ và xem tình hình bên ngoài thế nào đi!

Bạn A: Miki ơi, bên ngoài người ta tập trung đông lắm.

Miki: Hình như khu bên cạnh xảy ra hỏa hoạn. Ta mau di tản ra phía ngoài ký túc xá thôi. Các cậu đừng gây náo loạn. Tất cả hãy bình tĩnh! Đừng lo lắng.

Bạn A: Ừ, tớ hiểu rồi. Tớ sẽ di chuyển ra hành lang.

Người quản lý: Này, không được đi hướng đó! Hãy đi thẳng đến đây! Nhanh lên!

Miki: Các cậu mau tập trung ở đây!

Bạn A: Ừ, rõ rồi!

Miki: Xếp thành một hàng nào!

Bạn A: Nào, xếp hàng, xếp hàng đi các cậu!

Miki: Nào, hãy điểm danh từ một đến hết!

Đám bạn: 1! 2! 3!...

Lan: Không có ai tới trễ đâu!

小会話 Hội thoại nhỏ Business

寮 長：寮で生活する前に注意があります。

ラン：はい。何でしょうか。

寮長：①勝手にパーティーしないでくださいね。

ラン：分かりました。

Trưởng ký túc xá: Có điều này tôi cần lưu ý bạn trước khi vào sống ở ký túc xá.

Lan: Vâng. Là gì vậy ạ?

Trưởng ký túc xá: Bạn không được tự ý tổ chức tiệc tùng ở ký túc xá đâu đấy.

Lan: Tôi hiểu rồi.

小会話 Hội thoại nhỏ Maruko

みき：寮で生活する前に注意があるよ。

ラン：うん。何?

みき：①勝手にパーティーしないでね。

ラン：分かったよ。

Miki: Có điều này tớ cần lưu ý cậu trước khi vào sống ở ký túc xá.

Lan: Ừ. Gì vậy?

Miki: Cậu không được tự ý tổ chức tiệc tùng ở ký túc xá đâu đấy.

Lan: Tớ hiểu rồi.

1) ①勝手に友達を呼ばない không tự tiện gọi bạn đến

2) ①大きい音で音楽を聞かない không nghe nhạc to

3）①ペットを飼わない không nuôi thú cưng

4）①遅く帰らない không về muộn

Q & A

Q1　B　あれは [STOP 止まれ] どういう意味ですか。

A1　B　止まれという意味です。あそこで止まらなければなりません。

Q1　Cái kia nghĩa là gì vậy ạ?

A1　Nó có nghĩa là dừng lại. Bạn phải dừng lại ở đằng kia.

Q1　M　あれ [STOP 止まれ] はどういう意味なの?

A1　M　止まれという意味だよ。あそこで止まらなきゃ。

Q1　Cái kia nghĩa là gì thế?

A1　Nó có nghĩa là dừng lại. Cậu phải dừng lại ở đằng kia.

Q2　B　2021年に世界で何があったんですか。

A2　B　東京オリンピックがありました。

Q2　Vào năm 2021, trên thế giới đã có chuyện gì vậy?

A2　Olympic Tokyo đã được tổ chức.

Q2　M　2021年に世界で何があったの。

A2　M　東京オリンピックがあった。

Q2　Vào năm 2021, trên thế giới đã có chuyện gì vậy?

A2　Olympic Tokyo đã được tổ chức.

Q3　B　今、家に誰かいるんですか。

A3　B　ええ、いますよ。

A3´　B　いいえ、いません。

Q3　Bây giờ, ở nhà có ai không ạ?

A3　Dạ, có đấy ạ.

A3´　Không, không có ạ.

Q3　M　今、家に誰かいるの。

A3　M　うん、いるよ。

A3´　M　ううん、いないよ。

Q3　Bây giờ, ở nhà có ai không?

A3　Ừ, có đấy.

A3´　Không, không có ai đâu.

> A2
> アメリカの大統領選挙
> cuộc bầu cử tổng thống Mỹ
> コロナの感染拡大
> sự lây lan của COVID-19

Q4　B　今、家には誰がいるんですか。

A4　B　両親がいますよ。

Q4　Bây giờ, ở nhà có ai vậy ạ?

A4　Có bố mẹ tôi ở nhà đấy.

Q4　M　今、家には誰がいるの。

A4　M　両親がいるよ。

Q4　Bây giờ, ở nhà có ai thế?

A4　Có bố mẹ tớ ở nhà đấy.

A4

父 bố tôi　母 mẹ tôi　主人 chồng tôi

妻 vợ tôi　祖父 ông tôi　祖母 bà tôi

子供 con tôi

Q5　B　なぜ人が集まっているんですか。

A5　B　地震のようですね。

Q5　Tại sao người ta lại tập trung lại vậy ạ?

A5　Hình như là có động đất.

Q5　M　どうして人が集まってるの。

A5　M　地震のようだね。

Q5　Tại sao người ta lại tập trung lại thế?

A5　Hình như là có động đất.

A5

事故 tai nạn　事件 vụ án

バーゲン giảm giá

コンサート buổi hoà nhạc

コロナの検査 xét nghiệm COVID-19

Q6　B　どこに人が集まっているんですか。

A6　B　病院ですよ。

Q6　Mọi người đang tập trung ở đâu vậy ạ?

A6　Ở bệnh viện đấy.

Q6　M　どこに人が集まっているの。

A6　M　病院だよ。

Q6　Mọi người đang tập trung ở đâu thế?

A6　Ở bệnh viện đấy.

A6

会社 công ty　学校 trường học

スーパー siêu thị　公園 công viên

レストラン nhà hàng

Q7　B　会議はどちらに集合するんですか。

A7　B　ここです。

Q7　Tập trung họp ở đâu vậy ạ?

A7　Ở đây ạ.

Q7　B　会議はどこに集合するの。

A7　B　こっちだよ。

Q7　Tập trung họp ở đâu thế?

Q7

遠足 đi tham quan

バスツアー du lịch bằng xe buýt

工場見学 tham quan xí nghiệp

ごみ拾い nhặt rác

ボランティア tình nguyện

新人歓迎会 tiệc chào mừng nhân viên mới

A7

こちら ở đây　そちら ở đó　あちら ở kia

ここ ở đây　そこ ở đó　あそこ ở kia

こっち ở đây　そっち ở đó　あっち ở kia

A7　Ở đây đấy.

Q8　B　新しい課長はもう結婚しているんですか。

A8　B　ええ、結婚しているようですよ。

Q8　Trưởng ban mới đã kết hôn rồi ạ?

A8　Vâng. Hình như anh ấy kết hôn rồi đấy.

Q8　M　新しい課長はもう結婚してるの。

A8　M　うん、結婚しているようだよ。

Q8　Trưởng ban mới đã kết hôn rồi à?

A8　Ừ, hình như anh ấy kết hôn rồi đấy.

*病院で患者と医者 Ở bệnh viện, bệnh nhân và bác sĩ

Q9　B　最近熱があるんです。どうでしょうか。

A9　B　ちょっと拝見します。うーん、風邪のようですね。

Q9　Mấy hôm nay người tôi cứ nóng nóng. Tôi bị sao vậy?

A9　Để tôi xem nào. Ưm, hình như là bị cảm rồi.

*友達と Nói chuyện với bạn

Q9　M　最近熱があるんだよ。どうかなあ。

A9　M　ちょっと見せて。うーん、風邪のようだね。

Q9　Mấy hôm nay người tớ cứ nóng nóng. Tớ bị sao vậy ta?

A9　Để tớ xem nào. Ưm, hình như là bị cảm rồi.

Q10　B　テト休みは何をしましょうか。

A10　B　そうですね。みんなでつりしに行きましょうか。

Q10　Chúng ta sẽ làm gì vào kỳ nghỉ Tết nhỉ?

A10　Xem nào. Tất cả chúng ta cùng đi câu cá đi.

Q10　M　テト休みは何をしようか。

A10　M　そうだね。みんなでつりしに行こうか。

Q10　Chúng ta sẽ làm gì vào kỳ nghỉ Tết nhỉ?

A10　Xem nào. Tất cả chúng ta cùng đi câu cá đi.

Q11　B　お手洗いはどちらですか。

A11　B　こちらですよ。

Q11　Nhà vệ sinh ở đâu ạ?

Q8

先生 giáo viên　先輩 tiền bối

後輩 hậu bối　同僚 đồng nghiệp

社長 giám đốc　部長 trưởng bộ phận

係長 quản đốc　部下 cấp dưới

A8

既婚者 người đã có gia đình

独身 độc thân

バツイチ đã ly hôn

A9

インフルエンザ cúm

肺炎 viêm phổi

Q10

春 mùa xuân

ゴールデンウイーク
tuần lễ vàng

夏 mùa hè　正月 tết

冬 mùa đông

A10

買い物をし mua sắm　山登りし leo núi

泳ぎ bơi　スキーし trượt tuyết

映画を見 xem phim

203

A11　Ở đây ạ.

Q11　M　トイレはどっち？
A11　M　こっちだよ。
Q11　Nhà vệ sinh ở đâu thế?
A11　Ở đây này.

> **Q11**
> 事務所 văn phòng　　教室 lớp học　　ロビー sảnh
> 自販機 máy bán hàng tự động　　食堂 nhà ăn
> エレベーター thang máy　　階段 cầu thang
> エスカレーター thang cuốn

> **A11**
> こちら ở đây　　そちら ở đó　　あちら ở kia　　ここ ở đây　　そこ ở đó
> あそこ ở kia　　こっち ở đây　　そっち ở đó　　あっち ở kia

＊路上でバス停に向かう途中 Hai người đang hướng về phía bến xe buýt

Q12　B　早くしないとバスに乗り遅れてしまいますよ。大丈夫ですか？
A12　B　そうですね。もっと急ぎます！
Q12　Nếu không nhanh lên thì anh sẽ bị lỡ chuyến xe buýt đấy. Liệu anh có ổn không?
A12　Đúng thế nhỉ. Tôi phải đi nhanh hơn nữa mới được.

Q12　M　早くしないとバスに乗り遅れちゃうよ。大丈夫？
A12　M　そうだね。もっと急ぐよ！
Q12　Nếu không nhanh lên thì cậu sẽ bị lỡ chuyến xe buýt đấy. Cậu có ổn không?
A12　Đúng thế nhỉ. Tớ phải đi nhanh hơn nữa mới được.

9課　説明 Bài 9 Giải thích ngữ pháp

	1G	1G	1G	1G	1G	2G
	落ちつく	止まる	集まる	騒ぐ	並ぶ	逃げる
	Bình tĩnh	Dừng lại	Tập trung	Làm ồn	Xếp hàng	Thoát khỏi
ない形 thể phủ định	落ち着かない	止まらない	集まらない	騒がない	並ばない	逃げない
ます形 thể Masu	落ち着きます	止まります	集まります	騒ぎます	並びます	逃げます
辞書形 thể từ điển	落ち着く	止まる	集まる	騒ぐ	並ぶ	逃げる
可能形 thể khả năng	落ち着ける	止まれる	集まれる	騒げる	並べる	逃げられる
ば形 thể Ba	落ち着けば	止まれば	集まれば	騒げば	並べば	逃げれば
意向形 thể ý chí	落ち着こう	止まろう	集まろう	騒ごう	並ぼう	逃げよう
て形 thể Te	落ち着いて	止まって	集まって	騒いで	並んで	逃げて
た形 thể Ta	落ち着いた	止まった	集まった	騒いだ	並んだ	逃げた

	3G	3G	3G			
	避難する	点呼する	パーティーする			
	Di tản	Điểm danh	Tiệc tùng			
ない形 thể phủ định	避難しない	点呼しない	パーティーしない			
ます形 thể Masu	避難します	点呼します	パーティーします			
辞書形 thể từ điển	避難する	点呼する	パーティーする			
可能形 thể khả năng	避難できる	点呼できる	パーティーできる			
ば形 thể Ba	避難すれば	点呼すれば	パーティーすれば			
意向形 thể ý chí	避難しよう	点呼しよう	パーティーしよう			
て形 thể Te	避難して	点呼して	パーティーして			
た形 thể Ta	避難した	点呼した	パーティーした			

1　命令形　Thể mệnh lệnh

　絶対に相手に何かをしなさいという強制力がある表現です。警告を意味するため、緊急事態で使われることが多いです。肉体労働系の現場でも使われます。また家庭教育でも親が子供に言います。近年若年層の使用頻度が減っておりますが、使う人もおり、この表現を知らないと命にかかわる可能性もあるため、言う必要はなくても最低限の理解は必要です。

Đây là cấu trúc câu thể hiện sự ép buộc, bảo ai đó tuyệt đối phải làm gì. Vì cấu trúc này mang ý nghĩa cảnh báo nên nó được sử dụng nhiều trong các tình huống khẩn cấp. Nó cũng được sử dụng ở công trường có lao động chân tay. Ngoài ra, trong giáo dục ở gia đình, bố mẹ cũng sẽ dùng mẫu câu này để nói với con cái. Những năm gần đây, người trẻ ít dùng cấu trúc này tuy nhiên, vẫn có người dùng và vì cũng có khả năng nếu không biết cấu trúc này thì có trường hợp mất cả tính mạng nên không cần phải nói thì bạn cũng cần phải có những hiểu biết tối thiểu về cấu trúc này.

1Gの場合。　読める→読め　可能形の「る」が消える

Trường hợp động từ nhóm 1. 読める→読め, "る" trong thể khả năng biến mất.

・ここは津波が来るぞ。危ないからあっち（に）行け！　＊助詞（に）は抜けることが多い。

　Sóng thần đổ bộ vào đây đấy. Vì nguy hiểm nên hãy đi ra kia đi! *Trợ từ "に" hay bị lược bỏ.

＊親が子供に Bố mẹ nói với con cái

・テレビばかり見てないで、少しは本を読め！

　Đừng chỉ xem ti vi mãi thế. Đọc sách đi!

2Gの場合。　見られる→見ろ　可能形の「られる」を「ろ」にする。

Trường hợp động từ nhóm 2. 見られる→見ろ, chuyển "られる" ở thể khả năng thành "ろ".

・おい!起きろ!地震だぞ。

　Này! Dậy đi! Động đất đấy.

＊親が子供に Bố mẹ nói với con cái
・いつまで起きてるんだ。早く寝ろ！

　Mày định ngủ đến bao giờ vậy. Dậy mau!

3G来るの場合。　来られる→来い

Trường hợp động từ nhóm 3来(く)る.

・そっちは危ないぞ!こっち（に）来い！

　Ở đó nguy hiểm lắm! Lại đây đi!

3Gするの場合。　できる→しろ

Trường hợp động từ nhóm 3する.

＊親が子供に Bố mẹ nói với con cái
・ゲームばかりしてないで、勉強しろ！

　Đừng có chỉ toàn chơi game thế, học đi!

・もう少し会話の練習しろ！

　Luyện tập hội thoại thêm một chút đi!

2　V禁止形 Thể cấm chỉ

　絶対にしてはいけないことを強く言う表現です。命令形同様に天災などの非常時や、親が子供を教育する場面で使用されます。警告であり、高圧的表現ですので、学習者が使う場面は少ないと想定されますが、理解は必要です。

Đây là mẫu câu nhấn mạnh tuyệt đối không được làm gì. Cũng giống với thể mệnh lệnh, mẫu câu này được sử dụng trong tình huống bất thường về thiên tai hay khi bố mẹ giáo dục con cái. Vì là mẫu câu cảnh báo, có tính chất ép buộc nên có thể người học sẽ ít phải sử dụng đến nhưng vẫn cần hiểu rõ mẫu câu này.

1Gの場合。　話す→話すな　辞書形に「な」をつける。

Trường hợp động từ nhóm 1. 話す→話すな, thêm "な"vào thể từ điển.

・危ないからそっちに行くな！

　Nguy hiểm đấy nên không được đi ra chỗ đó!

・大きい声で話すな！

　Không được nói to!

・人の間違いを笑うな！

　Không được cười vào sai lầm của người khác!

2Gの場合。　食べる→食べるな　辞書形に「な」をつける。

Trường hợp động từ nhóm 2. 食べる→食べるな, thêm "な"vào thể từ điển.

・汚く食べるな！

　Không được ăn rơi vãi thế!

・教室で寝るな！

　Không được ngủ trong lớp học!

3Gの来るの場合。　来る→来るな　辞書形に「な」をつける。

Trường hợp động từ nhóm 3来る. 来る→来るな, thêm "な"vào thể từ điển.

・こっち（に）来るな！

　Không được đến đây!

3Gのするの場合。　する→するな　辞書形に「な」をつける。

Trường hợp động từ nhóm 3する. する→するな, thêm "な"vào thể từ điển.

・ここで宴会するな！

　Không được mở tiệc ở đây!

いAの場合。　い→くするな　「い」を「くするな」にする。

Trường hợp là tính từ đuôi i. い→くするな, chuyển "い"thành "くするな".

・部屋を汚くするな！

Không được làm bẩn phòng!

なＡの場合。　な→するな！　「な」を「するな」にする。

Trường hợp là tính từ đuôi na. な→するな!chuyển "な"thành "するな".

・邪魔するな！

Đừng cản trở tôi!

3　B　Ｖ／いＡ／なＡ／Ｎのようですね。

Hình như...

何かを見て推測するときに使う表現です。確信の度合いは高いです。

Đây là mẫu câu sử dụng khi đưa ra phán đoán về sự việc mình nhìn thấy. Mức độ chắc chắn của người nói cao.

Ｖの場合。

Trường hợp với động từ.

B　さきほどから鈴木君がいませんね。外に行ったようですね。

Từ nãy Suzuki đã không ở đây rồi nhỉ. Hình như cậu ấy ra ngoài rồi.

M　さっきから鈴木君がいないね。外に行ったようだね。

Từ nãy Suzuki đã không ở đây rồi nhỉ. Hình như cậu ấy ra ngoài rồi.

B　あのワンちゃんは何か食べたいようですね。

Con chó kia hình như muốn ăn cái gì đó hay sao ấy nhỉ.

M　あの犬は何か食べたいようだね。

Con chó kia hình như muốn ăn cái gì đó hay sao ấy nhỉ.

いＡの場合。

Trường hợp với tính từ đuôi i.

B　最近、君田さんを見ませんが、忙しいようですね。

Dạo gần đây tôi không nhìn thấy anh Kimita. Chắc là anh ấy bận nhỉ.

M　最近、君田さんを見ないけど、忙しいようだね。

Dạo gần đây tớ không nhìn thấy anh Kimita. Chắc là anh ấy bận nhỉ.

なAの場合。

Trường hợp với tính từ đuôi na.

B　近頃、井上さんをよく見かけますが、暇なようですね。

　　Dạo này, tôi hay gặp chị Inoue. Chắc chị ấy đang rảnh nhỉ.

M　近頃、井上さんをよく見かけるけど、暇なようだね。

　　Dạo này, tớ hay gặp chị Inoue. Chắc chị ấy đang rảnh nhỉ.

Nの場合。　Nに「の」をつける。

Trường hợp với danh từ. Ta thêm "の" vào sau danh từ.

B　人がたくさん集まっていますね。事故のようです。

　　Nhiều người tập trung quá nhỉ. Chắc là tai nạn rồi.

M　人がたくさん集まってるね。事故のようだね。

　　Nhiều người tập trung quá nhỉ. Chắc là tai nạn rồi.

4　B　Nはどういう意味ですか。

4　M　Nってどういう意味?

　　　N có nghĩa là gì?

　Nの意味が分からない時に尋ねる表現です。

Đây là mẫu câu dùng để hỏi khi bạn không biết nghĩa của N.

Q　B　先生、コミュニケーションはどういう意味ですか。

　　　Thưa cô, communication nghĩa là gì vậy ạ?

A　B　英語の「communication」ですよ。

　　　Là từ "communication" (giao tiếp) trong tiếng Anh đấy.

＊友達と会話。Nói chuyện với bạn

Q　M　あの標識ってどういう意味なの?

　　　Biển báo kia nghĩa là gì vậy?

A　M　「行くな」っていう意味だよ。

Nó có nghĩa là "cấm đi" đấy.

5　B　Vてしまいますよ。

5　M　Vちゃうよ。（関東）

5　M　Vてまう。（関西）

Trót, lỡ, mất...

　相手に対して何か教えてあげる時の表現です。また自分がついつい後悔交じりで何かをしてしまう時にも使います。Mは地域によって変わります。ここでは代表的な関東と関西の言い回しを紹介します。

Đây là mẫu câu dùng khi muốn chỉ cho đối phương biết điều gì. Ngoài ra, khi bản thân mình trót làm điều gì đó có phần hối tiếc thì cũng sử dụng mẫu câu này. M sẽ khác nhau tùy theo từng địa phương. Ở đây, chúng tôi xin giới thiệu cách nói tiêu biểu của vùng Kanto và Kansai.

＊相手に対して Đối với người nghe

B　かばんが開いていますね。スマホが落ちてしまいますよ。

　　Cặp của bạn chưa khóa kìa. Cẩn thận không điện thoại rơi mất đấy.

M　かばんが開いてるね。スマホが落ちちゃうよ。（関東）

　　Cặp của cậu chưa khóa kìa. Cẩn thận không điện thoại rơi mất đấy.(Kanto)

M　かばんが開いてるで。スマホが落ちてまうよ。（関西）

　　Cặp của cậu chưa khóa kìa. Cẩn thận không điện thoại rơi mất đấy.(Kansai)

＊後悔交じりの会話 Nói có phần tiếc nuối

茶道

B　ダイエット中ですが、ついついケーキを食べてしまうんですよ。

　　Tôi đang ăn kiêng nhưng toàn trót ăn bánh ngọt thôi.

M　ダイエット中だけど、ついついケーキを食べちゃうよ。（関東）

　　Tớ đang ăn kiêng nhưng toàn trót ăn bánh ngọt thôi.(Kanto)

M　ダイエット中やけど、ついついケーキを食べてまうわ。（関西）＊だけど→やけど

　　Tớ đang ăn kiêng nhưng toàn trót ăn bánh ngọt thôi.(Kansai)

ゆうれい
幽霊
Ma

大会話　Hội thoại lớn Business

ラン：本田さん聞いてくださいよ。

本田：何かあったんですか。

ラン：最近、勝手に寮の部屋の電気がついたり消えたりするんですよ。

本田：それは気持ちが悪いですね。

ラン：ルームメイトも私も何もしていないんですが。晩御飯を食べている時なんです。

本田：寮の管理人には言ったんですか。

ラン：言ったんですが、何も異常はないと。

本田：いきなり部屋が暗くなったら勉強できないですね。

ラン：そうなんです。ですから、懐中電灯がいるので買ってきました。

本田：緊急事態で役に立つので持っておいたほうがいいですね。

ラン：部屋が暗くなる原因はなんでしょうか。

本田：言いたくないですが、ひょっとしたら。

ラン：え、何ですか?

本田：幽霊かもしれませんよ。

ラン：え、まさかー！信じられません。

Lan: Bác Honda ơi, bác phải nghe chuyện này mới được.

Honda: Đã có chuyện gì xảy ra vậy?

Lan: Dạo gần đây, phòng của cháu ở ký túc xá, điện cứ tự bật tắt liên tục đấy.

Honda: Thế thì khó chịu nhỉ.

Lan: Bạn cùng phòng và cháu không hề làm gì cả. Lúc ấy bọn cháu đang ăn cơm tối.

Honda: Thế cháu đã nói chuyện này với quản lý ký túc xá chưa?

Lan: Cháu đã nói rồi nhưng bác ấy bảo không có gì bất thường cả.

Honda: Đột nhiên phòng tối om thì không học bài được nhỉ.

Lan: Vâng ạ. Chính vì cần một cái đèn pin nên cháu đã mua về rồi đây.

Honda: Đúng là đèn pin có ích trong những trường hợp khẩn cấp nên dự phòng sẵn một cái thì tốt nhỉ.

Lan: Theo bác nguyên nhân khiến căn phòng trở nên tối om là gì ạ?

Honda: Mặc dù bác không muốn nói ra đâu nhưng lẽ nào…

Lan: Ối, là gì vậy bác?

Honda: Cũng có thể là ma đấy.

Lan: Ối, không thể nào! Cháu không thể tin được.

大会話 Hội thoại lớn Maruko

ラン：さっちゃん聞いてよ。

幸子：何かあったの？

ラン：最近、勝手に寮の部屋の電気がついたり消えたりするだよ。

幸子：それは気持ちが悪いね。

ラン：ルームメイトも私も何もしていないんだけど。晩御飯を食べている時なんだ。

幸子：寮の管理人には言ったの？

ラン：言ったけど、何も異常はないって。

幸子：いきなり部屋が暗くなったら勉強できないね。

ラン：そう。だから、懐中電灯がいるから買ってきたよ。

幸子：緊急事態で役に立つので持っておいたほうがいいね。

ラン：部屋が暗くなる原因はなんだろう？

幸子：言いたくないけど、ひょっとしたら。

ラン：え、何？

幸子：幽霊かもしれないね。

ラン：え、まさかー！信じられない。

Lan: Sacchi ơi, cậu phải nghe chuyện này mới được.

Sachiko: Đã có chuyện gì xảy ra vậy?

Lan: Dạo gần đây, phòng của tớ ở ký túc xá, điện cứ tự bật tắt liên tục đấy.

Sachiko: Thế thì khó chịu nhỉ.

Lan: Bạn cùng phòng tớ và tớ không hề làm gì cả. Lúc ấy bọn tớ đang ăn cơm tối.

Sachiko: Thế cậu đã nói chuyện này với quản lý ký túc xá chưa?

Lan: Tớ đã nói rồi nhưng bác ấy bảo không có gì bất thường cả.

Honda: Đột nhiên phòng tối om thì không học bài được nhỉ.

Lan: Thì thế. Chính vì cần một cái đèn pin nên tớ đã mua về rồi đấy.

Sachiko: Đúng là đèn pin có ích trong những trường hợp khẩn cấp nên dự phòng sẵn một cái thì tốt nhỉ.

Lan: Theo cậu nguyên nhân khiến căn phòng trở nên tối om là gì?

Sachiko: Mặc dù tớ không muốn nói ra đâu nhưng lẽ nào…

Lan: Ổi, là gì vậy?

Sachiko: Cũng có thể là ma đấy.

Lan: Ổi, không thể nào! Không thể tin được.

小会話 Hội thoại nhỏ Business

＊パーティーの後 Sau bữa tiệc

本田：あー楽しかったですね。

ラン：またやりましょうね。

本田：ランさん、すみませんが①テーブルが汚れているので②きれいにして頂けますか。

ラン：分かりました。

Honda: Ôi, hôm nay vui quá nhỉ.

Lan: Hôm nào bác cháu mình lại tổ chức tiệc nữa nhé.

Honda: Lan ơi, vì <u>bàn bị bẩn</u> nên cháu có thể <u>lau sạch</u> giúp bác được không?

Lan: Dạ vâng ạ.

小会話 Hội thoại nhỏ Maruko

＊パーティーの後 Sau bữa tiệc

みき：あー楽しかったね。

ラン：またやろうね。

みき：ランちゃん、悪いけど①テーブルが汚れているので②きれいにしてもらえるかな？

ラン：分かったよ。

Miki: Ôi, hôm nay vui quá nhỉ.

Lan: Hôm nào chúng mình lại tổ chức tiệc nữa nhé.

Miki: Lan ơi, vì <u>bàn bị bẩn</u> nên cậu có thể <u>lau sạch</u> giúp tớ được không?

Lan: Tớ hiểu rồi.

1) ①窓が開いて mở cửa sổ　②閉めて đóng

2) ①ゴミが落ちて rơi rác　②拾って nhặt

3) ①お皿が割れて đĩa bị vỡ　②片付けて dọn dẹp

4) ①イスが壊れて ghế bị hỏng　②外に出して mang ra ngoài

Q & A

Q1　B　ちょっとすみません。かばんのチャックが開いてますよ！

A1　B　ああ、どうも御親切にありがとうございます。

Q1　Xin lỗi. Khóa cặp của chị đang mở kìa!

A1　A, cảm ơn chị rất nhiều vì đã cho tôi biết.

Q1　M　ちょっとちょっと。かばんのチャックが開いてるよ！

A1　M　どうも親切にありがとう。

Q1　Này này. Khóa cặp của cậu đang mở kìa!

A1　A, cảm ơn cậu nhiều nha.

Q2　B　明日何か予定があるんですか。

A2　B　恋人とデートがありますよ。

Q2　Ngày mai chị có kế hoạch gì không?

A2　Tôi có hẹn với người yêu đấy.

Q2　M　明日何か予定あるの?

A2　M　恋人とデートがあるよ。

Q2　Ngày mai cậu có kế hoạch gì không?

A2　Tớ có hẹn với người yêu đấy.

A2
サッカーの試合
trận đấu bóng đá
面白い映画 bộ phim hay
友達の誕生日会
tiệc sinh nhật của bạn

Q3　B　もっと日本語が上手になるにはどうすればいいですか。

A3　B　日本語のアニメをたくさん見たほうがいいですよ。

Q3　Tôi phải làm gì để có thể giỏi tiếng Nhật hơn?

A3　Bạn nên xem nhiều Anime tiếng Nhật vào.

Q3　M　もっと日本語が上手になるにはどうすればいいの?

A3　M　日本語のアニメをたくさん見たほうがいいよ。

Q3　Tớ phải làm gì để có thể giỏi tiếng Nhật hơn?

A3　Cậu nên xem nhiều Anime tiếng Nhật vào.

Q4　B　あー、疲れました！

A4　B　少し休んだほうがいいですよ。

Q4　A, mệt quá!

A4　Bạn nên nghỉ ngơi một chút đi.

Q4　M　あー、疲れた！

A4　M　少し休んだほうがいいよ。

Q4　A, mệt quá!

A4　Cậu nên nghỉ ngơi một chút đi.

Q5　B　何をしている時が楽しいですか。

A5　B　そうですね。何もしていない時でしょうか。

Q5　Lúc làm gì thì bạn thấy vui?

A5　Để xem nào. Chắc là khi không làm gì cả.

Q5　M　何をしている時が楽しい？

A5　M　そうだな。何もしていない時かな。

Q5　Lúc làm gì thì cậu thấy vui?

A5　Xem nào. Chắc là khi không làm gì cả.

A5

恋人といる ở cùng người yêu

サッカーをしている chơi bóng đá

ビールを飲んでいる uống bia

映画を見ている xem phim

旅行している đi du lịch

Q6　B　津波が来たら何をすればいいですか。

A6　B　急いで＊緊急避難場所に逃げてください！

Q6　Tôi phải làm gì khi sóng thần đến?

A6　Bạn hãy khẩn trương di chuyển đến *nơi sơ tán khẩn cấp!

Q6

洪水 lũ lụt

地震 động đất

火事 hoả hoạn

＊地方自治体により指定されている災害の避難場所のこと。

Việc đi di tán đến địa điểm sơ tán do chính quyền địa phương chỉ định khi xảy ra thiên tai.

Q6　M　津波が来たら何をすればいいの？

A6　M　急いで＊緊急避難場所に逃げて！

Q6　Tớ phải làm gì khi sóng thần đến?

A6　Cậu hãy khẩn trương di chuyển đến *nơi sơ tán khẩn cấp!

Q7　B　避難する時には何がいるんですか。

A7　B　水や食料がいりますよ。

Q7　Khi đi sơ tán thì cần những thứ gì vậy ạ?

A7　Bạn cần mang theo nước và đồ ăn.

A7

トイレットペーパー giấy vệ sinh

下着 đồ lót　ナイフ dao

ラジオ đài radio　毛布 chăn

Q7 M 緊急事態の時には何がいる？

A7 M 水や食料がいるよ。

Q7 Khi đi sơ tán thì cần những thứ gì vậy?

A7 Cậu cần mang theo nước và đồ ăn.

Q8 B これからパーティーですね。何を買っていくんですか。

A8 B ジュースを買っていきますよ。

Q8 Bữa tiệc sắp diễn ra rồi nhỉ. Bạn sẽ mua gì mang đi vậy?

A8 Tôi sẽ mua nước trái cây mang đi đấy.

Q8 M これからパーティーですね。何を買っていくんですか。

A8 M ジュースを買っていきますよ。

Q8 Bữa tiệc sắp diễn ra rồi nhỉ. Cậu sẽ mua gì mang đi vậy?

A8 Tớ sẽ mua nước trái cây mang đi đấy.

> A8
> ビール bia
> お酒 rượu sake
> りんご táo
> みかん cam
> すいか dưa hấu

Q9 B 日本で生活する時に役に立つものは何なんですか？

A9 B たくさんの日本人の友達だと思います。

Q9 Việc gì sẽ có ích cho chúng ta khi sinh sống tại Nhật vậy ạ?

A9 Tôi nghĩ việc có nhiều bạn bè người Nhật sẽ có ích.

Q9 M 仕事をする時に役に立つものは何？

A9 M たくさんの日本人の友達だと思うよ。

Q9 Việc gì sẽ có ích cho chúng ta khi sinh sống tại Nhật vậy?

A9 Tớ nghĩ việc có nhiều bạn bè người Nhật sẽ có ích.

> A9
> 会話の能力
> năng lực hội thoại
> 読解の能力
> năng lực đọc hiểu
> 聴解の能力
> năng lực nghe hiểu

Q10 B ケーキ作ってみたんですが。いかがですか。

A10 B ありがとうございます。砂糖をもっと入れたらおいしくなりますよ。

Q10 Tôi đã thử làm bánh đấy. Anh có muốn dùng thử không?

A10 Cảm ơn chị ạ. Bánh này nếu cho thêm đường sẽ ngon hơn đấy ạ.

Q10 M ケーキ作ってみたんだけど。いかが？

A10 M ありがとう。砂糖をもっと入れたらおいしくなるよ。

Q10 Tớ đã thử làm bánh đấy. Cậu muốn ăn thử không?

A10 Cảm ơn nha. Bánh này nếu cho thêm đường sẽ ngon hơn đấy.

Q11 B 今日はとても寒いですか？→質問

A11 B ひょっとすると、明日は大雪かもしれませんね。

Q11　Hôm nay rất lạnh à?

A11　Có khả năng ngày mai tuyết rơi nhiều nhỉ.

Q11　M　今日はとても寒い?

A11　M　ひょっとすると、明日は大雪かもしれないね。

Q11　Hôm nay rất lạnh à?

A11　Có khả năng ngày mai tuyết rơi nhiều nhỉ.

Q12　B　幽霊を信じますか。

A12　B　はい、信じますよ。

A12´B　いいえ、信じませんよ。

Q12　Bạn tin có ma không?

A12　Vâng, tôi tin chứ.

A12　Không, tôi không tin đâu.

Q12　M　幽霊を信じる?

A12　M　うん、信じるよ。

A12´M　ううん、信じないよ。

Q12　Cậu tin có ma không?

A12　Ừ, tin chứ.

A12　Không, tớ chẳng tin đâu.

Q12
UFO
恋人 người yêu
友達 bạn bè

10課　説明 Bài 10 Giải thích ngữ pháp

	1G	1G	1G	1G	1G	1G
	買^かっていく	開^あく	聞^きく	役^{やく}に立^たつ	やる	要^いる
	Mua mang đi	Mở	Hỏi	Có ích	Làm	Cần
ない形 thể phủ định	買っていかない	開かない	聞かない	役に立たない	やらない	要らない
ます形 thể Masu	買っていきます	開きます	聞きます	役に立ちます	やります	要ります
辞書形 thể từ điển	買っていく	開く	聞く	役に立つ	やる	要る
可能形 thể khả năng	買っていける		聞ける	役に立てる	やれる	
ば形 thể Ba	買っていけば	開けば	聞けば	役に立てば	やれば	要れば
意向形 thể ý chí	買っていこう		聞こう	役に立とう	やろう	
て形 thể Te	買っていって	開いて	聞いて	役に立って	やって	要って
た形 thể Ta	買っていった	開いた	聞いた	役に立った	やった	要った

	1G	1G	2G	2G	2G	2G
	急^{いそ}ぐ	拾^{ひろ}う	つける	信^{しん}じる	開^あける	閉^しめる
	Khẩn trương	Nhặt	Gắn	Tin	Mở	Đóng
ない形 thể phủ định	急がない	拾わない	つけない	信じない	開けない	閉めない
ます形 thể Masu	急ぎます	拾います	つけます	信じます	開けます	閉めます
辞書形 thể từ điển	急ぐ	拾う	つける	信じる	開ける	閉める
可能形 thể khả năng	急げる	拾える	つけられる	信じられる	開けられる	閉められる
ば形 thể Ba	急げば	拾えば	つければ	信じれば	開ければ	閉めれば
意向形 thể ý chí	急ごう	拾おう	つけよう	信じよう	開けよう	閉めよう
て形 thể Te	急いで	拾って	つけて	信じて	開けて	閉めて
た形 thể Ta	急いだ	拾った	つけた	信じた	開けた	閉めた

	2G	2G	2G	2G	2G	
	落^おちる	割^われる	片^{かた}づける	壊^{こわ}れる	消^きえる	
	Rơi	Vỡ	Dọn dẹp	Hỏng	Tắt, biến mất	
ない形 thể phủ định	落ちない	割れない	片付けない	壊れない	消えない	
ます形 thể Masu	落ちます	割れます	片付けます	壊れます	消えます	
辞書形 thể từ điển	落ちる	割れる	片付ける	壊れる	消える	
可能形 thể khả năng			片付けられる			
ば形 thể Ba	落ちれば	割れれば	片付ければ	壊れれば	消えれば	
意向形 thể ý chí			片付けよう			
て形 thể Te	落ちて	割れて	片付けて	壊れて	消えて	
た形 thể Ta	落ちた	割れた	片付けた	壊れた	消えた	

1 B Vて（自動詞）います。

1 M Vて（自動詞）いる。

　日本語には他動詞と自動詞の二つがあります。他動詞はVとNの間に「を」を使っているので分かりやすいです。

Tiếng Nhật có ngoại động từ (tha động từ) và nội động từ (tự động từ) . Với tha động từ, vì giữa V và N người ta sử dụng trợ từ "を" nên rất dễ hiểu.

B ドア を 開けます。

　　Tôi mở cửa.

M ドア を 開ける。

　　Tớ mở cửa.

　自動詞とはなんでしょうか。

Còn tự động từ là gì nhỉ?

B 自動ドア が 開きます。

　　Cửa tự động mở.

M 自動ドア が 開く。

　　Cửa tự động mở.

　NとVの間に「が」が入っています。これは誰かが開けたのではなく、物自体が勝手に動くことを示しています。しかし実際は誰か人がしたことも、自動詞で表現されることがあります。これは結果の状態を示す「ています」で表現されることが多いです。

Giữa N và V có trợ từ "が". Đây không phải là ai đó đã mở cửa mà là cái cửa tự mở. Nhưng thực thế, kể cả ai đó thực hiện hành động đi chăng nữa thì cũng có thể diễn đạt bằng câu có tự động từ.

Mẫu câu này thường được diễn tả bằng "ています" dùng để thể hiện trạng thái của kết quả.

B ドアが開いているから、閉めてください。

　　Vì cửa đang mở nên bạn hãy đóng cửa lại đi.

M ドアが開いているから、閉めて!

　　Cửa đang mở nên cậu hãy đóng lại đi!

B 財布が落ちているから、拾ってください。

　　Vì ví rơi nên bạn hãy nhặt nó lên đi.

M 財布が落ちているから、拾って！

Ví rơi rồi, nhặt lên đi!

B 時計が壊れているから、修理してください。

Vì đồng hồ hỏng rồi nên anh hãy sửa cho tôi với.

M 時計が壊れているから、修理して！

Đồng hồ hỏng rồi, cậu hãy sửa đi!

B 骨が折れているから、病院へ行きました。

Vì tôi bị gãy xương nên tôi đã đi đến bệnh viện.

M 骨が折れているから、病院へ行ったよ。

Vì bị gãy xương nên tớ đã đi đến bệnh viện đấy.

自動詞は物や体の一部の様態を表す時に頻繁に使用される表現です。

Câu có tự động từ được sử dụng rất phổ biến khi diễn tả trạng thái của sự vật, sự việc hoặc trạng thái của một bộ phận của cơ thể.

2 B 何もVないんです。

2 M 何もVないよ。

Chưa… bất cứ thứ gì.

何かをしていないことを強調する表現です。「も」は否定的なことを強める意味があります。

Đây là mẫu câu nhấn mạnh việc không làm gì đó. Trợ từ "も" có ý nghĩa nhấn mạnh sự việc mang tính phủ định.

B 今朝から何も食べていないんです。＊ていない　していない状態が持続している。Trạng thái chưa làm gì đang tiếp diễn.

Từ sáng tớ giờ tôi chưa ăn bất cứ thứ gì.

M 今朝から何も食べてないよ。

Từ sáng tới giờ tớ chưa ăn bất cứ thứ gì.

3 B いA／なAなります。

3 M いA／なAなる。

Trở nên…

形容詞を使って状態の変化を述べる表現です。

本文の「なったら」は1章4課で説明した通り、仮定のことです。

Đây là mẫu câu sử dụng tính từ để nói về sự biến đổi trạng thái.

"なったら" theo như phần giải thích trong bài 4 chương 1 mang nghĩa giả định.

いAの場合。　い→「くなります」　例　おいしくなります。

Trường hợp với tính từ đuôi i. い→「くなります」　Ví dụ おいしくなります trở nên ngon.

B　この料理は砂糖を入れるともっとおいしくなります。

　　Món ăn này nếu chị cho đường vào sẽ ngon hơn đấy.

M　この料理は砂糖を入れるともっとおいしくなるよ。

　　Món ăn này nếu cậu cho đường vào sẽ ngon hơn đấy.

ここの「入れると」は　辞書形+と　の文法です。何かの行動をすると、確実に予想される結果を述べる時に使用します。

"入れると" trong mẫu ngữ pháp Động từ thể từ điển +と. Mẫu câu này sử dụng khi thực hiện một hành động nào đó và ta dự đoán được chắc chắn về kết quả của nó.

なAの場合。　な→「になります」　例　ひまになります。

Trường hợp với tính từ đuôi na. な→「になります」　Ví dụ ひまになります trở nên rảnh rỗi.

B　最近、コロナ禍で日本語の教師は暇になりました。

　　Gần đây, do ảnh hưởng của Corona nên giáo viên tiếng Nhật rảnh hơn.

M　最近、コロナ禍で日本語の教師は暇になった。

　　Gần đây, do ảnh hưởng của Corona nên giáo viên tiếng Nhật rảnh hơn.

「コロナ禍」はコロナで災いが多い時のことを指すNです。最近よく使いますので、覚えましょう。

"コロナ禍" là danh từ chỉ thời điểm có nhiều tai ương do Corona gây ra. Gần đây mọi người hay sử dụng từ này nên chúng ta hãy cùng ghi nhớ nó nhé.

4　B　Vておきます。

4　M　Vておく。

　　　　Làm sẵn.

221

何かを前もって準備し備えておくことを表現します。

Đây là mẫu câu nói về sự chuẩn bị trước một thứ gì đó.

B いまから友達がたくさん来ますから、飲み物を買っておきます。

Vì bạn bè tôi sắp đến rất đông nên tôi mua nước sẵn.

M いまから友達がたくさん来るので、飲み物を買っておく。

Vì bạn bè tớ sắp đến rất đông nên tôi mua nước sẵn.

5 B Vたほうがいいです。

5 M Vたほうがいい。

Nên làm gì.

何かをアドバイスする時の表現です。

Đây là mẫu câu dùng để khuyên ai đó điều gì.

B 日本人だけだと不安ですから、ベトナム人と一緒に行ったほうがいいですよ。

Vì chỉ có người Nhật thì không yên tâm nên bạn hãy đi cùng với người Việt Nam thì sẽ tốt hơn đấy.

M 日本人だけだと不安だから、ベトナム人と一緒に行ったほうがいいよ。

Vì chỉ có người Nhật thì không yên tâm nên cậu hãy đi cùng với người Việt Nam thì sẽ tốt hơn đấy.

6 B 何か予定があるんですか。

6 M 何か予定があるの？

Bạn có dự định, kế hoạch gì không?

相手の予定を聞き出す表現です。よく他の教科書では、

Đây là mẫu câu hỏi về dự định của người nghe. Các sách giáo khoa khác hay cho người học hỏi theo cách sau:

B 明日暇ですか。

Ngày mai chị rảnh không ạ?

M 明日暇？

Ngày mai cậu rảnh không?

と学習者に言わせますが、親しい友達ならともかく、ビジネスの上では相手に対して失礼です。といいますのは、基本的に日本人の間では依然として「暇」に肯定的なイメージは乏しいからです。相手の時間を尋ねるなら

Nếu là bạn bè thân thiết hỏi theo cách này thì không vấn đề gì nhưng trong hội thoại Business thì đây là cách hỏi thất lễ đối với người nghe. Nói như vậy là bởi vì người Nhật vốn nghèo nàn trong việc thể hiện những việc mang tính khẳng định như với từ "rảnh". Nếu muốn hỏi người nghe có thời gian không, bạn hãy hỏi:

B　明日のご予定は何ですか。

　　Kế hoạch ngày mai của chị là gì ạ?

M　明日の予定は?

　　Ngày mai cậu có kế hoạch gì không?

あるいは

hoặc

B　明日お時間はございますか。

　　Ngày mai anh có thời gian không ạ?

M　明日時間があるの?

　　Ngày mai cậu có thời gian không?

などの表現がいいでしょう。

Hỏi theo các cách này có lẽ sẽ hay hơn.

能

223

11課
Bài 11

ホウレンソウって<ruby>何<rt>なに</rt></ruby>？

Hoorensoo nghĩa là gì?

大会話 Hội thoại lớn Business

＊アルバイトで

ラン：<ruby>遅<rt>おそ</rt></ruby>くなって<ruby>本当<rt>ほんとう</rt></ruby>に<ruby>申<rt>もう</rt></ruby>し<ruby>訳<rt>わけ</rt></ruby>ございません。

<ruby>店長<rt>てんちょう</rt></ruby>：どうしたんですか。

ラン：<ruby>寝坊<rt>ねぼう</rt></ruby>してしまいました。<ruby>昨夜<rt>ゆうべ</rt></ruby>、<ruby>遅<rt>おそ</rt></ruby>くまで<ruby>宿題<rt>しゅくだい</rt></ruby>をしていたんです。

店長：<ruby>何時<rt>なんじ</rt></ruby>に<ruby>寝<rt>ね</rt></ruby>たんですか。

ラン：<ruby>深夜一時<rt>しんやいちじ</rt></ruby>です。

店長：それはダメですね。バイトは<ruby>七時<rt>しちじ</rt></ruby>からですから。

ラン：これからは<ruby>早<rt>はや</rt></ruby>く<ruby>寝<rt>ね</rt></ruby>て<ruby>起<rt>お</rt></ruby>きるようにします。

店長：そして、<ruby>来<rt>く</rt></ruby>る<ruby>前<rt>まえ</rt></ruby>に「<ruby>今日<rt>きょう</rt></ruby>は<ruby>少<rt>すこ</rt></ruby>し<ruby>遅<rt>おく</rt></ruby>れます」と<ruby>連絡<rt>れんらく</rt></ruby>しなければなりませんよ。みんな<ruby>心配<rt>しんぱい</rt></ruby>

していたんです。

ラン：<ruby>分<rt>わ</rt></ruby>かりました。

店長：<ruby>日本人<rt>にほんじん</rt></ruby>は<ruby>報告連絡相談<rt>ほうこくれんらくそうだん</rt></ruby>がとても<ruby>大切<rt>たいせつ</rt></ruby>です。ホウレンソウと<ruby>言<rt>い</rt></ruby>います。<ruby>覚<rt>おぼ</rt></ruby>えておいてくだ

さい。

ラン：<ruby>日本<rt>にほん</rt></ruby>に<ruby>来<rt>く</rt></ruby>る<ruby>前<rt>まえ</rt></ruby>に<ruby>勉強<rt>べんきょう</rt></ruby>したんですが、<ruby>忘<rt>わす</rt></ruby>れてしまいました。

店長：でもランちゃんが<ruby>言<rt>い</rt></ruby>い<ruby>訳<rt>わけ</rt></ruby>をしないで、<ruby>正直<rt>しょうじき</rt></ruby>に<ruby>理由<rt>りゆう</rt></ruby>を<ruby>話<rt>はな</rt></ruby>したことはよかったですね。

ラン：え、どういう<ruby>意味<rt>いみ</rt></ruby>ですか。

店長：<ruby>普通<rt>ふつう</rt></ruby>の<ruby>人<rt>ひと</rt></ruby>は<ruby>寝坊<rt>ねぼう</rt></ruby>は<ruby>恥<rt>は</rt></ruby>ずかしいので、<ruby>嘘<rt>うそ</rt></ruby>をつく<ruby>人<rt>ひと</rt></ruby>も<ruby>多<rt>おお</rt></ruby>いんです。

ラン：そうですね。<ruby>私<rt>わたし</rt></ruby>も<ruby>恥<rt>は</rt></ruby>ずかしいです。

店長：<ruby>次<rt>つぎ</rt></ruby>からは<ruby>気<rt>き</rt></ruby>をつけてください。

ラン：<ruby>分<rt>わ</rt></ruby>かりました。

＊ Tại chỗ làm thêm

Lan: Em xin lỗi vì đã đến muộn ạ.

Quản lý cửa hàng: Đã có chuyện gì à?

Lan: Em ngủ quên mất ạ. Tại vì đêm qua em thức khuya để làm bài tập.

Quản lý cửa hàng: Mấy giờ em mới đi ngủ?

Lan: Dạ một giờ ạ.

Quản lý cửa hàng: Như thế đâu có được. Ca làm của em bắt đầu từ bảy giờ mà.

Lan: Từ giờ trở đi em sẽ cố gắng đi ngủ sớm và dậy đúng giờ ạ.

Quản lý cửa hàng: Thêm nữa, trước khi đến đây em phải liên lạc với anh và báo rằng "hôm nay em sẽ đến muộn một chút". Mọi người lo lắng lắm đấy.

Lan: Em hiểu rồi ạ.

Quản lý cửa hàng: Đối với người Nhật thì việc báo cáo, liên lạc, trao đổi là cực kỳ quan trọng. Người ta gọi nguyên tắc này là Hoorensoo. Em hãy nhớ kỹ nhé.

Lan: Trước khi sang Nhật em đã học về nguyên tắc này rồi vậy mà em lại quên mất.

Quản lý cửa hàng: Nhưng Lan đã không viện cớ để bào chữa mà đã nói thật lý do em đến muộn. Điều đó rất tốt.

Lan: Ôi, nghĩa là như thế nào ạ?

Quản lý cửa hàng: Bình thường, sẽ xấu hổ nếu nói rằng mình ngủ quên nên có nhiều người đã nói dối.

Lan: Vâng ạ. Em cũng thấy xấu hổ lắm.

Quản lý cửa hàng: Lần sau em chú ý nhé.

Lan: Em hiểu rồi ạ.

大会話　Hội thoại lớn Maruko

＊ボランティアで

ラン：遅くなって本当にごめんなさい。

みき：どうしたの？

ラン：うん。寝坊しちゃった。昨夜、遅くまで宿題をしていたから。

みき：何時に寝たの？

ラン：深夜一時。

みき：それはダメだね。ボランティアは七時からなんだから。

ラン：これからは早く寝て起きるようにするね。

みき：そして、来る前に「今日は少し遅れる」と連絡しなきゃ。みんな心配していたんだよ。

ラン：分かった。

みき：日本人は報告連絡相談がとても大切。ホウレンソウと言うんだ。覚えといて。

ラン：日本に来る前に勉強したのに、忘れちゃった。

みき：でもランちゃんが言い訳をしないで、正直に理由を話したのはよかったね。

ラン：え、どういう意味?

みき：普通の人は寝坊は恥ずかしいので、嘘をつく人も多いよ。

ラン：そうだね。私も恥ずかしい。

みき：次からは気をつけてね。

ラン：分かったよ。

*Tại nơi diễn ra hoạt động tình nguyện

Lan: Xin lỗi vì tớ đã đến muộn nhé.

Miki: Đã có chuyện gì à?

Lan: Tớ ngủ quên mất. Tại vì đêm qua tớ thức khuya để làm bài tập.

Miki: Mấy giờ cậu mới đi ngủ?

Lan: Một giờ.

Miki: Như thế đâu có được. Công việc tình nguyện bắt đầu từ bảy giờ mà.

Lan: Từ giờ trở đi tớ sẽ cố gắng đi ngủ sớm và dậy đúng giờ.

Miki: Thêm nữa, trước khi đến đây cậu phải liên lạc với tớ và báo rằng "hôm nay tớ sẽ đến muộn một chút". Mọi người lo lắng lắm đấy.

Lan: Tớ hiểu rồi.

Miki: Đối với người Nhật thì việc báo cáo, liên lạc, trao đổi là cực kỳ quan trọng. Người ta gọi nguyên tắc này là Hoorensoo. Cậu hãy nhớ kỹ nhé.

Lan: Trước khi sang Nhật tớ đã học về nguyên tắc này rồi vậy mà tớ lại quên mất.

Miki: Nhưng Lan đã không viện cớ để bào chữa mà đã nói thật lý do cậu đến muộn. Điều đó rất tốt.

Lan: Ôi, nghĩa là như thế nào?

Miki: Bình thường, sẽ xấu hổ nếu nói rằng mình ngủ quên nên có nhiều người đã nói dối.

Lan: Đúng đấy. Tớ cũng thấy xấu hổ lắm.

Miki: Lần sau cậu chú ý nhé.

Lan: Tớ hiểu rồi.

小会話 Hội thoại nhỏ Business

本田：いつも何時に寝て、何時に起きるんですか。

ラン：午後10時に寝て、午前6時に起きます。

本田：そうですか。ところで、<u>何曜日</u>から<u>何曜日</u>まで<u>学校へ行く</u>んですか。

ラン：月曜日<ruby>月曜日<rt>げつようび</rt></ruby>から金曜日<ruby>金曜日<rt>きんようび</rt></ruby>までです。

Honda: Cháu thường đi ngủ và thức dậy lúc mấy giờ thế?

Lan: Cháu thường đi ngủ lúc 10 giờ tối và dậy lúc 6 giờ sáng ạ.

Honda: Thế à. Mà tiện đây thì cháu đến trường từ <u>thứ mấy</u> đến <u>thứ mấy</u>?

Lan: Từ <u>thứ hai</u> đến <u>thứ sáu</u> ạ.

小会話 Hội thoại nhỏ Maruko

みき：いつも何時<ruby><rt>なんじ</rt></ruby>に寝<ruby><rt>ね</rt></ruby>て、何時<ruby><rt>なんじ</rt></ruby>に起<ruby><rt>お</rt></ruby>きるの？

ラン：午後<ruby><rt>ごご</rt></ruby>10時<ruby><rt>じ</rt></ruby>に寝<ruby><rt>ね</rt></ruby>て、午前<ruby><rt>ごぜん</rt></ruby>6時<ruby><rt>じ</rt></ruby>に起<ruby><rt>お</rt></ruby>きるよ。

みき：そうなんだ。ところで、何曜日<ruby><rt>なんようび</rt></ruby>から何曜日<ruby><rt>なんようび</rt></ruby>まで学校<ruby><rt>がっこう</rt></ruby>へ行<ruby><rt>い</rt></ruby>くの？

ラン：月曜日<ruby><rt>げつようび</rt></ruby>から金曜日<ruby><rt>きんようび</rt></ruby>までだよ。

Miki: Cậu thường đi ngủ và thức dậy lúc mấy giờ thế?

Lan: Tớ thường đi ngủ lúc 10 giờ tối và dậy lúc 6 giờ sáng.

Miki: Thế à. Mà tiện đây thì cậu đến trường từ <u>thứ mấy</u> đến <u>thứ mấy</u> vậy?

Lan: Từ <u>thứ hai</u> đến <u>thứ sáu</u> đấy.

1) ①何時<ruby><rt>なんじ</rt></ruby> mấy giờ　②何時<ruby><rt>なんじ</rt></ruby> mấy giờ　③宿題<ruby><rt>しゅくだい</rt></ruby>する làm bài tập về nhà　④午後<ruby><rt>ごごしちじ</rt></ruby>7時 7 giờ tối
⑤午後9時<ruby><rt>ごご　じ</rt></ruby> 9 giờ tối

2) ①何時<ruby><rt>なんじ</rt></ruby> mấy giờ　②何時<ruby><rt>なんじ</rt></ruby> mấy giờ　③学校<ruby><rt>がっこう</rt></ruby>で勉強<ruby><rt>べんきょう</rt></ruby>する học ở trường
④午前8時15分<ruby><rt>ごぜんはちじじゅうごふん</rt></ruby> 8h15 sáng　⑤午後4時半<ruby><rt>ごごよじはん</rt></ruby> 4h30 chiều

3) ①いつ khi nào　②いつ khi nào　③夏休<ruby><rt>なつやす</rt></ruby>みな* nghỉ hè　④7月21日<ruby><rt>しちがつにじゅういちにち</rt></ruby> ngày 21 tháng 7
⑤8月31日<ruby><rt>はちがつさんじゅういちにち</rt></ruby> ngày 31 tháng 8

4) ①どこ ở đâu　②どこ ở đâu　③友達<ruby><rt>ともだち</rt></ruby>の家<ruby><rt>いえ</rt></ruby>へ行<ruby><rt>い</rt></ruby>く đến nhà bạn
④千葉県<ruby><rt>ちばけん</rt></ruby>の松戸<ruby><rt>まつど</rt></ruby> Matudo, tỉnh Chiba　⑤東京<ruby><rt>とうきょうしんじゅく</rt></ruby>の新宿 Shinjuku, Tokyo

---

Q & A

Q1　B　どうして遅<ruby><rt>おそ</rt></ruby>くなったんですか。

A1　B　交通事故<ruby><rt>こうつうじこ</rt></ruby>がありましたから。

Q1　Tại sao anh lại đến muộn vậy?

A1　Vì có <u>tai nạn giao thông</u>.

Q1　M　どうして遅<ruby><rt>おそ</rt></ruby>くなったの？

> A1
> 人身事故<ruby><rt>じんしんじこ</rt></ruby>があった
> tai nạn đường tàu
> 雪<ruby><rt>ゆき</rt></ruby>が降<ruby><rt>ふ</rt></ruby>った tuyết rơi

Q1　M　交通事故があったから。

Q1　Tại sao cậu lại đến muộn vậy?

A1　Vì có tai nạn giao thông.

Q2　B　どうして寝坊したんですか。

A2　B　夜更かししてしまいました。

Q2　Tại sao bạn lại ngủ quên vậy?

A2　Tại tôi thức khuya quá.

Q2　M　どうして寝坊したの?

A2　M　夜更かししてしまったんだよ。

Q2　Tại sao cậu lại ngủ quên vậy?

A2　Tại tớ thức khuya quá.

Q3　B　顔色が悪いですね。どうしたんですか。

A3　B　熱がありますから。

Q3　Sắc mặt bạn xấu đấy. Bạn làm sao vậy?

A3　Vì tôi bị sốt.

Q3　M　顔色が悪いね。どうしたの?

A3　M　熱があるから。

Q3　Sắc mặt cậu xấu đấy. Cậu làm sao vậy?

A3　Vì tớ bị sốt.

Q4　B　今朝、何時に起きたんですか。

A4　B　8時に起きました。

Q4　Sáng nay, bạn đã dậy lúc mấy giờ?

A4　Tôi đã dậy lúc 8 giờ.

Q4　M　今朝、何時に起きたの?

A4　M　8時に起きたよ。

Q4　Sáng nay, cậu dậy lúc mấy giờ thế?

A4　Tớ dậy lúc 8 giờ.

Q5　B　昨夜、何時に寝たんですか。

A5　B　11時に寝ました。

Q5　Tối qua, bạn đã đi ngủ lúc mấy giờ?

A5　Tôi đã đi ngủ lúc 11 giờ.

Q2
遅刻した đến muộn
間に合わなかった không kịp

A2
飲みすぎて uống quá chén

A3
頭が痛いです đau đầu
お腹が痛いです đau bụng

Q5　M　昨夜、何時に寝たの？

A5　M　11時だよ。

Q5　Tối qua, cậu đã đi ngủ lúc mấy giờ thế?

A5　Tớ đã đi ngủ lúc 11 giờ đấy.

Q6　B　毎日、何をするようにしているんですか。

A6　B　運動するようにしています。

Q6　Hàng ngày, bạn thường cố gắng làm gì?

A6　Tôi cố gắng vận động.

> A6
> 家を早く出る ra khỏi nhà sớm
> 早く帰る về sớm
> 野菜をたくさん食べる ăn nhiều rau

Q6　M　毎日、何をするようにしてるの？

A6　M　運動するようにしてる。

Q6　Hàng ngày, cậu thường cố gắng làm gì?

A6　Tớ cố gắng vận động.

Q7　B　学校を休む時、何をしなければならないんですか。

A7　B　学校に電話しなければなりません。

Q7　Khi nghỉ học thì tôi phải làm gì?

A7　Bạn phải gọi điện đến trường.

Q7　M　学校を休む時、何をしないといけないの？

A7　M　学校に電話しないと。

Q7　Khi nghỉ học thì tớ phải làm gì?

A7　Cậu phải gọi điện đến trường.

> A8
> 歯を磨いて đánh răng
> 宿題をして làm bài tập về nhà
> ジョギングをして chạy bộ

Q8　B　毎日、寝る前に何をしているんですか。

A8　B　本を読んでいます。

Q8　Hàng ngày, bạn thường làm gì trước khi đi ngủ?

A8　Tôi thường đọc sách.

Q8　M　毎日、寝る前に何をしているの？

A8　M　本を読んでるよ。

Q8　Hàng ngày, cậu thường làm gì trước khi đi ngủ?

A8　Tớ thường đọc sách.

> Q9
> 国に帰った về nước
> 仕事が終わった xong việc
> ご飯を食べた ăn cơm xong
> 朝起きた dậy buổi sáng

Q9　B　家に帰った後何をするんですか。

A9　B　1人でビールを飲みますよ。

Q9　Sau khi trở về nhà, bạn sẽ làm gì?

A9　Tôi uống bia một mình đấy.

Q9　B　家に帰った後何をしてるの？

A9　B　１人でビールを飲むよ。

Q9　Sau khi trở về nhà, cậu sẽ làm gì?

A9　Tớ uống bia một mình đấy.

A9
新しい仕事をする làm công việc mới
ゆっくり休む nghỉ ngơi thoải mái
コーヒーを飲む uống cà phê
歯をみがく đánh răng

Q10　B　なぜ日本へ来たんですか。

A10　B　日本語を勉強したいからです。

Q10　Vì sao bạn lại đến Nhật?

A10　Vì tôi muốn học tiếng Nhật.

Q10　M　どうして日本へ来たの？

A10　M　日本語を勉強したいから。

Q10　Vì sao cậu lại đến Nhật?

A10　Vì tôi muốn học tiếng Nhật.

A10
日本で働きたい muốn làm việc ở Nhật
日本を旅行したい muốn du lịch Nhật Bản
富士山を見たい muốn ngắm núi Phú Sĩ
温泉に入りたい muốn tắm suối nước nóng

Q11　B　「有言実行」は何という意味なんですか。

A11　B　自分が言ったことは必ずするという意味ですよ。

Q11　"Yuugenjikkoo" nghĩa là gì vậy ạ?

A11　Nghĩa là nhất định phải thực hiện lời mình đã nói (Tiếng Việt: nói được làm được).

Q11　M　「有言実行」はどういう意味なの。

A11　M　自分が言ったことは必ずするという意味だよ。

Q11　"Yuugenjikkoo" nghĩa là gì thế?

A11　Nghĩa là nhất định phải thực hiện lời mình đã nói đấy (Tiếng Việt: nói được làm được).

Q12　B　「ホウレンソウ」は何という意味なんですか。

A12　B　報告・連絡・相談をしましょうという意味ですよ。

Q12　"Hoorensoo" nghĩa là gì vậy ạ?

A12　Nó có nghĩa là chúng ta hãy báo cáo・liên lạc・trao đổi đấy.

Q12　M　「ホウレンソウ」は何という意味なの？

A12　M　報告・連絡・相談をしようという意味だよ。

Q12　"Hoorensoo" nghĩa là gì thế?

A12　Nó có nghĩa là chúng ta hãy báo cáo・liên lạc・trao đổi đấy.

11課　説明 Bài 11 Giải thích ngữ pháp

	1G	2G	2G	2G	2G
	磨く	起きる	遅れる	覚える	忘れる
	Đánh (răng, giầy…)	Thức dậy	Muộn	Nhớ	Quên
ない形 thể phủ định	磨かない	起きない	遅れない	覚えない	忘れない
ます形 thể Masu	磨きます	起きます	遅れます	覚えます	忘れます
辞書形 thể từ điển	磨く	起きる	遅れる	覚える	忘れる
可能形 thể khả năng	磨ける	起きられる		覚えられる	忘れられる
ば形 thể Ba	磨けば	起きれば	遅れれば	覚えれば	忘れれば
意向形 thể ý chí	磨こう	起きよう		覚えよう	忘れよう
て形 thể Te	磨いて	起きて	遅れて	覚えて	忘れて
た形 thể Ta	磨いた	起きた	遅れた	覚えた	忘れた
	2G	3G	3G	3G	
	気をつける	寝坊する	連絡する	心配する	
	Chú ý, cẩn thận	Ngủ dậy muộn	Liên lạc	Lo lắng	
ない形 thể phủ định	気をつけない	寝坊しない	連絡しない	心配しない	
ます形 thể Masu	気をつけます	寝坊します	連絡します	心配します	
辞書形 thể từ điển	気をつける	寝坊する	連絡する	心配する	
可能形 thể khả năng	気をつけられる	寝坊できる	連絡できる	心配できる	
ば形 thể Ba	気をつければ	寝坊すれば	連絡すれば	心配すれば	
意向形 thể ý chí	気をつけよう	寝坊しよう	連絡しよう	心配しよう	
て形 thể Te	気をつけて	寝坊して	連絡して	心配して	
た形 thể Ta	気をつけた	寝坊した	連絡した	心配した	

1　ホウレンソウ

　ホウレンソウはビジネス用語の一つで、仕事で重要とされている行動の頭文字をとったものです。報告・連絡・相談を指します。日本人は近年個人主義的な傾向が強くなってまいりましたが、それでも依然として学校教育などで集団生活の重要性を学んでいます。なかにはホウレンソウに対する否定的な意見もありますが、大方のビジネスパーソンはこの原則に従い動いているようですし、こうした教育が教師の側に求められることも多々あります。

何か自分だけでは手に負えないような問題が発生したら上司らに〈報告〉をします。そしてその問題が続いていたとしたら主観を交えず客観的な事実の〈連絡〉を上司や同僚などの関係者に行います。そして何か決めなければならないときに至ったら先輩や上司などに〈相談〉し、その決断の可否を問います。これはあくまでもホウレンソウの一例であり、最低限これだけ心

がけておけばよいでしょう。

Hoorensoo là một trong những từ được dùng trong hội thoại thương mại, là từ được kết hợp từ ba từ đầu trong Hookoku (báo cáo) · Renraku (liên lạc) · Soodan (trao đổi), chỉ những hành động rất quan trọng trong công việc. Mặc dù những năm gần đây, xu hướng coi trọng chủ nghĩa cá nhân của người Nhật trở nên khá mạnh mẽ nhưng kể cả có là như vậy thì trong giáo dục trường học, người Nhật cũng được học về tầm quan trọng của việc sinh hoạt trong tập thể. Cũng có ý kiến không đồng tình về Hoorensoo nhưng hầu hết những người làm kinh doanh đều làm việc tuân theo nguyên tắc này và đòi hỏi giáo viên cần phải dạy cho học sinh những điều này.

Nếu có vấn đề nào đó phát sinh mà tự mình không thể giải quyết được thì bạn cần "báo cáo" với cấp trên của mình. Nếu vấn đề đó vẫn tiếp tục xảy ra thì bạn phải "liên lạc" phản ánh về tình hình sự việc một cách khách quan, không được xen lẫn ý kiến chủ quan của mình cho những người có liên quan như cấp trên hay đồng nghiệp. Sau đó, nếu phải quyết định vấn đề gì thì bạn cần "trao đổi" với tiền bối hoặc cấp trên để hỏi xem quyết định của bạn có được chấp nhận hay không. Đây chỉ là một trong những ví dụ về Hoorensoo nhưng nếu bạn khắc cốt ghi tâm được điều tối thiểu này có lẽ sẽ tốt cho bạn trong học tập và làm việc.

1　B　どうしたんですか。Bạn làm sao vậy?

1　M　どうしたの? Cậu bị sao thế?

　誰かの異変を聞き出す際に使う表現です。特に体調がおかしい人を見たときに使います。

Đây là mẫu câu sử dụng khi muốn hỏi về sự khác thường của một ai đó, đặc biệt là khi ta nhìn thấy họ có biểu hiện bất thường về mặt sức khoẻ.

B　顔色が良くないですね、どうかしたんですか。

　　Sắc mặt của bạn không tốt đâu. Bạn bị làm sao vậy?

もっと丁寧に言う場合は

Ta có cách hỏi lịch sự hơn nữa như dưới đây mặc dù ý nghĩa giống nhau.

B　顔色が良くないですね、どうかされたんですか。

　　Sắc mặt của bạn không tốt đâu. Bạn bị làm sao vậy?

でも構いません。友達には以下のように言いましょう。

Nhưng cũng không thành vấn đề. Khi nói với bạn bè, ta hãy nói như sau.

M　顔色が悪いね、どうしたの。

　　Sắc mặt cậu xấu nhỉ. Cậu làm sao thế?

2 V辞書形ようよう V từ điển よう

努力していることや心がけていることなどについて表現します。

Đây là mẫu câu nói về sự nỗ lực, để tâm làm việc gì đó.

B 健康<ruby>けんこう</ruby>にいいから、たくさん野菜<ruby>やさい</ruby>を食<ruby>た</ruby>べるようにしています。

　　Vì rau tốt cho sức khỏe nên tôi cố gắng ăn thật nhiều rau.

M 健康<ruby>けんこう</ruby>にいいから、たくさん野菜<ruby>やさい</ruby>を食<ruby>た</ruby>べるようにしてる。

　　Vì rau tốt cho sức khỏe nên tớ cố gắng ăn thật nhiều rau.

他には、自分がしていることの目的などを表現します。

Ngoài ra, mẫu câu này cũng diễn tả mục đích của việc mình đang làm.

B ベトナム語<ruby>ご</ruby>が話<ruby>はな</ruby>せるようになりたいので、毎日<ruby>まいにち</ruby>2時間<ruby>じかん</ruby>勉強<ruby>べんきょう</ruby>をしています。

　　Vì tôi muốn nói được tiếng Việt nên hàng ngày tôi học 2 tiếng.

M ベトナム語<ruby>ご</ruby>が話<ruby>はな</ruby>せるようになりたいので、毎日<ruby>まいにち</ruby>2時間<ruby>じかん</ruby>勉強<ruby>べんきょう</ruby>してるよ。

　　Vì tớ muốn nói được tiếng Việt nên hàng ngày tớ học 2 tiếng đấy.

ここに出てくる可能形の「話せる」は〈無意志動詞〉と言って、自分の意思とは関係のない能力などを言います。「ようになります」と言う場合、この〈無意志動詞〉との組み合わせが多いです。

Người ta gọi từ "話せる" thể khả năng xuất hiện ở đây là "động từ không ý chí", nói đến năng lực không liên quan đến ý chí của bản thân. Trường hợp nói với "ようになります" là cách kết hợp thường hay gặp ở "động từ không ý chí".

Vないを使って以下のような言い方もあります。

Cũng có cách nói sử dụng với Vない như dưới đây.

B 道<ruby>みち</ruby>で落<ruby>お</ruby>とさないように、本<ruby>ほん</ruby>を鞄<ruby>かばん</ruby>にしまってください。

　　Bạn hãy cất sách vào trong cặp để không đánh rơi nó trên đường.

M 道<ruby>みち</ruby>で落<ruby>お</ruby>とさないように、本<ruby>ほん</ruby>を鞄<ruby>かばん</ruby>にしまって。

　　Cậu hãy cất sách vào trong cặp để không đánh rơi nó trên đường.

B 宿題<ruby>しゅくだい</ruby>を忘<ruby>わす</ruby>れないようにしてください。

　　Bạn đừng quên làm bài tập nhé.

M 宿題を忘れないようにして。

Cậu đừng quên làm bài tập nhé.

3 Ｖ辞書形前に〜。／ Ｖた形後に〜。

これは何かをする前と、何かをした後の表現です。

Đây là mẫu câu nói về trước khi làm gì và mẫu câu nói về sau khi làm gì.

何かをする前は、「Ｖ辞書形+前に」と言います。

Trước khi làm gì ta dùng cấu trúc "Ｖ辞書形+前に".

B 寝る前に、歯を磨いてください。

Bạn hãy đánh răng trước khi đi ngủ.

M 寝る前に、歯を磨いて。

Cậu hãy đánh răng trước khi đi ngủ.

B 食べる前に手を洗ってください。

Bạn hãy rửa tay trước khi ăn.

M 食べる前に手を洗って。

Hãy rửa tay trước khi ăn.

B 帰る前に買い物に行きます。

Tôi sẽ đi mua đồ trước khi về nhà.

M 帰る前に買い物に行く。

Tớ sẽ đi mua đồ trước khi về nhà.

B 家に来る前に、ジュースを買ってきてください。

Bạn hãy mua về nước ép trái cây trước khi về nhà nhé.

M 家に来る前に、ジュースを買ってきて。

Cậu hãy mua về nước ép trái cây trước khi về nhà nhé.

何かをした後は「Ｖた形+後に」と言います。「Ｖ辞書形+前に」とワンセットで覚えてほしい表現です。Mでは「に」は省かれることがあります。

Sau khi làm gì ta dùng cấu trúc "Ｖた形+後に". Bạn hãy nhớ cấu trúc này thường đi thành một cặp với cấu trúc "Ｖ辞書形+前に". Trong hội thoại với Maruko, trợ từ "に" có thể bị lược bỏ.

B　歯磨きをした後に、寝てください。

　　Sau khi đánh răng xong bạn hãy đi ngủ.

M　歯磨きをした後、寝て。

　　Đánh răng xong thì cậu ngủ đi.

B　手を洗った後に、食べてください。

　　Bạn hãy ăn sau khi đã rửa tay.

M　手を洗った後に、食べて。

　　Rửa tay xong rồi hãy ăn.

B　買い物に行った後に帰ります。

　　Sau khi đi mua đồ tôi sẽ về nhà.

M　買い物に行った後に帰る。

　　Mua đồ xong tớ sẽ về nhà.

B　ジュースを買った後で家に来てください。

　　Sau khi mua nước ép trái cây xong bạn hãy đến nhà tôi nhé.

M　ジュースを買った後で家に来て。

　　Mua nước ép trái cây xong thì cậu đến nhà tớ nhé.

5　B　Nと言います。

5　M　Nと言う。

　　　　Nói…

「と言います。」の〈と〉は、言葉を紹介する時に用いられます。

Từ「と」trong「と言います。」được sử dụng khi trích dẫn lời nói.

B　彼は「明日雨が降る」と言いました。

　　Anh ấy nói rằng "ngày mai trời sẽ mưa".

M　彼は「明日雨が降る」と言った。

　　Anh ấy nói rằng "ngày mai trời sẽ mưa".

6　B　VることはいA／なAです。

6　M　VことはいA。

6　M　VことはなAだ。

　動詞を名詞化し〈Vこと〉と形容詞でその動詞の行動を評価したりします。

Sử dụng "Vこと" để danh từ hóa động từ kết hợp với tính từ để đánh giá về hành động của động từ đó.

・早く起きることは、とても体にいいです。

　(Việc) dậy sớm rất tốt cho cơ thể (sức khỏe).

・早く起きることは、とても体にいい。

　(Việc) dậy sớm rất tốt cho cơ thể (sức khỏe).

浄瑠璃

12課
Bài 12

掃除
そうじ
Dọn dẹp

| 大会話 | Hội thoại lớn Business |

ラン　：おはようございます。

店長　：おはようございます。今日はトイレ掃除からお願いします。
てんちょう　　　　　　　　　　　　きょう　　　　　　そうじ　　　　ねが

ラン　：はい。

店長　：トイレの中に紙が貼ってありますから、
　　　　　　　　なか　かみ　は
　　　　掃除したらチェックを入れておいてくださ
　　　　そうじ　　　　　　　　い
　　　　い。

ラン　：はい、了解いたしました。
　　　　　　　りょうかい

店長　：トイレ掃除ははじめてですね。Aさんに教
　　　　　　　そうじ　　　　　　　　　　　　　　　おし
　　　　えてもらってください。

店員A：はじめまして。スタッフのAです。
てんいん

ラン　：はじめまして。ランと申します。ベトナムのハノイの出身です。
　　　　　　　　　　　　　　　もう　　　　　　　　　　　　　　　　　　しゅっしん
　　　　どうぞよろしくお願いいたします。ご指導のほどよろしくお願いします。
　　　　　　　　　　　ねが　　　　　　しどう　　　　　　　　　ねが

店員A：はい。こちらこそよろしくお願いいたします。
　　　　　　　　　　　　　　　　ねが

店長　：色々ランさんに教えてあげてください。
　　　　いろいろ　　　　おし

店員A：承知いたしました。では行きましょう。
　　　　しょうち　　　　　　　　　い

ラン　：はい。

店員A：トイレ掃除は一日八回やります。今日は大変ですが六回やってください。
　　　　　　　そうじ　いちにちはっかい　　　　きょう　たいへん　　　ろっかい

ラン　：了解いたしました。ピカピカにします。
　　　　りょうかい

店員A：最初は掃除や片づけが多いですが頑張ってください。
　　　　さいしょ　そうじ　かた　　　おお　　　　がんば

ラン　：はい。頑張ります！ではトイレの中に入ります。
　　　　　　　がんば　　　　　　　　　　なか　はい

Lan: Em chào anh ạ.

Quản lý cửa hàng: Chào em. Hôm nay em bắt đầu dọn dẹp giúp anh từ nhà vệ sinh nhé.

Lan: Vâng ạ.

Quản lý cửa hàng: Trong nhà vệ sinh có bảng theo dõi tiến độ công việc, em dọn dẹp xong thì đánh dấu tích vào đó nhé.

Lan: Vâng, em đã rõ ạ.

Quản lý cửa hàng: Lần đầu tiên em dọn dẹp nhà vệ sinh nhỉ? Nhân viên A sẽ chỉ việc cho em nhé.

Nhân viên A: Chào em. Chị là A, nhân viên ở đây.

Lan: Em chào chị ạ. Em là Lan. Em đến từ Hà Nội, Việt Nam.
　　Em rất vui khi gặp chị. Em mong chị sẽ chỉ bảo cho em nhiều điều ạ.

Nhân viên A: Ừ. Chị cũng rất vui được gặp em.

Quản lý cửa hàng: Em hãy chỉ việc cho em Lan nhiều vào nhé.

Nhân viên A: Em đã rõ ạ. Nào, ta đi thôi.

Lan: Vâng.

Nhân viên A: Một ngày chúng ta sẽ dọn nhà vệ sinh tám lần. Hôm nay có lẽ sẽ vất vả cho em.
　　Em hãy dọn sáu lần nhé.

Lan: Em hiểu rồi ạ. Em sẽ dọn dẹp sạch bóng.

Nhân viên A: Ban đầu em sẽ phải lau chùi và dọn dẹp nhiều. Em cố gắng nhé.

Lan: Vâng ạ! Vậy em vào dọn trong nhà vệ sinh đây ạ.

大会話　Hội thoại lớn Maruko

ラン：おはよう。

みき：おはよう。今日はトイレ掃除からお願いね。

ラン：うん！

みき：トイレの中に紙が貼ってあるから、掃除したらチェックを入れといて。

ラン：うん、了解！

みき：トイレ掃除ははじめてだね。なおちゃんに教えてもらって。

なお：はじめまして。スタッフの佐藤なおです。

ラン：はじめまして。ランと申します。ベトナムのハノイの出身です。
　　どうぞよろしくお願いいたします。ご指導のほどよろしくお願いします。

なお：うん。こちらこそよろしく。

みき：色々ランちゃんに教えてあげて。

なお：オッケー。じゃあ行こう。

ラン：うん。

なお：トイレ掃除は一日八回やるよ。今日は大変だ

けど六回やってね。

ラン：了解！ピカピカにするね。

なお：最初は掃除や片づけが多いけど頑張ってね。

ラン：うん。頑張る！じゃあトイレの中に入るね。

Lan: Chào cậu.

Miki: Chào cậu. Hôm nay cậu bắt đầu dọn dẹp giúp tớ từ nhà vệ sinh nhé.

Lan: Ừ!

Miki: Trong nhà vệ sinh có bảng theo dõi tiến độ công việc, cậu dọn dẹp xong thì đánh dấu tích vào đó nhé.

Lan: Ừ, nhất trí!

Miki: Lần đầu tiên cậu dọn dẹp nhà vệ sinh nhỉ? Nao sẽ chỉ việc cho cậu.

Nao: Chào cậu. Tớ là Sato Nao, nhân viên ở đây.

Lan: Chào cậu. Tớ là Lan. Tớ đến từ Hà Nội, Việt Nam.
　　Rất vui khi gặp cậu. Cậu giúp đỡ tớ với nhé.

Nao: Ừ. Tớ cũng rất vui được gặp cậu.

Miki: Nao chỉ việc cho Lan nhiều vào nhé.

Nao: Ok. Nào, ta đi thôi.

Lan: Ừ.

Nao: Một ngày chúng ta sẽ dọn nhà vệ sinh tám lần đấy. Hôm nay có lẽ sẽ vất vả cho cậu. Cậu hãy dọn sáu lần nhé.

Lan: Nhất trí! Tớ sẽ dọn dẹp sạch bóng.

Nao: Ban đầu cậu sẽ phải lau chùi và dọn dẹp nhiều. Cố lên nhé.

Lan: Ừ. Tớ sẽ cố gắng! Vậy tớ vào dọn trong nhà vệ sinh nhé.

小会話 Hội thoại nhỏ Business

店員Ａ：①トイレがいつも汚れてしまいます。

ラン　：②左はどうですか。

店員Ａ：③左より④右が汚いです。

ラン　：はい。きれいにします。

Nhân viên A: Bồn cầu luôn rất bẩn.

Lan: Chị thấy bên trái thế nào ạ?

Nhân viên A: Bên phải bẩn hơn bên trái.

Lan: Vâng. Em sẽ cọ sạch ạ.

小会話 Hội thoại nhỏ Maruko

なお：①トイレがいつも汚れちゃう。

ラン：②左はどう?

なお：③左より④右が汚いね。

ラン：うん。きれいにするね。

Nao: Bồn cầu luôn rất bẩn.

Lan: Cậu thấy bên trái thế nào?

Nao: Bên phải bẩn hơn bên trái nhỉ.

Lan: Ừ. Tớ sẽ cọ sạch sẽ.

1) ①この窓 cửa sổ này　②上 trên　③上 trên　④下 dưới

2) ①この出入口 cửa ra vào này　②外 bên ngoài　③外 bên ngoài　④中 bên trong

3) ①この階段 cầu thang này　②左 bên trái　③左 bên trái　④右 bên phải

4) ①この床 sàn nhà này　②右 bên phải　③右 bên phải　④左 bên trái

5) ①この部屋 căn phòng này　②後ろ đằng sau　③後ろ đằng sau　④前 đằng trước

Q & A

Q1　B　細かいお金がないので、1000円でいいですか。

A1　B　承知いたしました。1000円をお預かりします。

Q1　Tôi không có tiền lẻ. 1000 Yên có được không ạ?

A1　Vâng ạ. Tôi nhận của chị 1000 Yên ạ.

Q2　B　もう旅行の準備はしてあるんですか。

A2　B　ええ、もうしてあります。

A2　B　いいえ、まだです。

Q2　Bạn đã chuẩn bị xong cho chuyến du lịch chưa?

A2　Vâng, tôi đã chuẩn bị xong rồi.

A2´　Chưa, tôi vẫn chưa chuẩn bị xong.

Q2　M　もう旅行の準備はしてあるの?

A2　M　うん、もうしてあるよ。

A2　M　ううん、まだだよ。

Q2　Cậu đã chuẩn bị xong cho chuyến du lịch chưa?

A2　Ừ, tớ đã chuẩn bị xong rồi đấy.

A2´　Chưa, tớ vẫn chưa chuẩn bị xong đâu.

Q3　B　食事が終わったら、皿を洗っておいてくれますか。

A3　B　ええ、了解しました。

Q3　Sau khi ăn xong, bạn rửa bát đĩa giúp tôi được không?

A3　Vâng, tôi hiểu rồi ạ.

Q3　M　食事が終わったら、皿を洗っといてくれる？

A3　M　うん、了解！

Q3　Sau khi ăn xong, cậu rửa bát đĩa giúp tớ được không?

A3　Ừ, nhất trí!

Q4　B　そろそろお客さんが来るから部屋を片づけておいてくれますか。

A4　B　ええ、承知しました。

Q4　Khách sắp tới rồi, bạn dọn dẹp phòng xong giúp tôi được không?

A4　Vâng, tôi hiểu rồi ạ.

Q4　M　そろそろお客さんが来るから部屋を片づけといてくれる？

A4　M　うん、分かった。

Q4　Khách sắp tới rồi, cậu dọn dẹp phòng xong giúp tớ được không?

A4　Ừ, tớ hiểu rồi.

Q5　B　ランさん、スキーは初めてですか。

A5　B　ええ、初めてです。

A5´　B　いいえ、2回目ですよ。

Q5　Lan này, lần đầu cháu trượt tuyết à?

A5　Vâng, đây là lần đầu ạ.

A5´　Dạ không, đây là lần thứ 2 ạ.

Q5　M　ランさん、スキーは初めてなの？

A5　M　うん、初めてだよ。

A5´　M　ううん、2回目だよ。

Q5　Lan này, lần đầu cậu trượt tuyết à?

A5　Ừ, đây là lần đầu tiên đấy.

A5´　Không, đây là lần thứ 2.

Q6　B　ケータイが壊れてしまったので修理してもらえますか。

A6　B　承知しました。拝見します。

Q6　Vì điện thoại của tôi bị hỏng nên anh có thể sửa giúp tôi được không?

A6　Tôi hiểu rồi. Tôi sẽ xem xem nó bị hỏng thế nào.

Q6　M　ケータイが壊れてしまったので修理してもらえる？

A6　M　分かったよ。ちょっと見せて。

Q6　Vì điện thoại của tớ bị hỏng nên cậu có thể sửa giúp tớ được không?

A6　Tớ hiểu rồi. Cho tớ xem một chút nào.

Q7　B　みきさんに女の子を紹介してもらいましたか。

A7　B　ええ、紹介してもらいました。

A7´　B　いいえ、まだです。紹介してもらっていません。

Q7　Miki đã giới thiệu bạn gái cho anh chưa?

A7　Vâng, Miki đã giới thiệu cho tôi rồi.

A7´　Chưa, Miki vẫn chưa giới thiệu cho tôi.

Q7　M　みきさんに女の子を紹介してもらったの？

A7　M　うん、紹介してもらったよ。

A7´　M　ううん、まだだよ。紹介してもらってないよ。

Q7　Miki đã giới thiệu bạn gái cho cậu chưa?

A7　Ừ, Miki đã giới thiệu cho tớ rồi đấy.

A7´　Chưa, Miki vẫn chưa giới thiệu cho tớ đâu.

Q8　B　ラムさん、忙しそうですよ。手伝ってあげてくれますか。

A8　B　ええ、了解しました。

Q8　Chị Lam có vẻ bận nhỉ. Anh giúp chị ấy hộ tôi được không?

A8　Vâng, tôi hiểu rồi.

Q8　M　ラムさん、忙しそうだよ。手伝ってあげてくれる？

A8　M　うん、了解。

Q8　Chị Lam có vẻ bận nhỉ. Cậu giúp chị ấy hộ tớ được không?

A8　Ừ, nhất trí.

Q9　B　時間があったらランさんに日本語の勉強を教えてあげてくれますか。

A9　B　ええ、いいですよ。

Q9　Nếu chị có thời gian thì chị có thể dạy tiếng Nhật cho Lan hộ tôi được không?

A9　Vâng, được ạ.

Q9　M　時間あったらランさんに日本語の勉強を教えてくれる？

A9　M　うん、いいよ。

Q9　Nếu cậu có thời gian thì cậu dạy tiếng Nhật cho Lan hộ tớ được không?

A9　Ừ, được chứ.

Q10　B　お食事は何にしますか。

A10　B　そうですね。すしにします。

Q10　Bạn chọn ăn món gì thế?

A10　Xem nào. Tôi sẽ ăn sushi.

Q10　M　食事は何にする？

A10　M　そうだね。すしにするよ。

Q10　Cậu chọn ăn món gì thế?

A10　Xem nào. Tớ sẽ ăn sushi.

Q11　B　お飲み物は何にしますか。

A11　B　そうですねえ。コーヒーにします。

Q11　Bạn chọn uống gì thế?

A11　Xem nào. Tôi sẽ uống cà phê.

Q11　M　飲み物は何にする？

A11　M　そうだねえ。コーヒーにするよ。

Q11　Cậu chọn uống gì thế?

A11　Xem nào. Tớ sẽ uống cà phê.

＊面接で

Q12　B　本日はありがとうございました。

A12　B　こちらこそありがとうございました。

*Tại buổi phỏng vấn

Q12　Cảm ơn bạn ngày hôm nay nhé.

A12　Tôi cũng cảm ơn anh rất nhiều ạ.

A10
かつどん
món cơm với thịt heo chiên xù

てんぷら tempura　ラーメン mỳ ramen

うどん mỳ udon

A11
ジュース nước hoa quả

コーラ Coca

紅茶 hồng trà　ワイン rượu

野菜 rau

キャベツ bắp cải
トマト cà chua
ねぎ hành
大根 củ cải
にんじん cà rốt
レタス xà lách
きゅうり dưa chuột
まめ đậu
なす cà tím
白菜 cải thảo
ジャガイモ khoai tây
玉ねぎ hành tây
ごぼう ngưu bàng

12課　説明 Bài 12 Giải thích ngữ pháp

	1G	1G	1G	2G	2G	3G
	うご 動く	もう 申す	あら 洗う	はじ 始める	おし 教える	りょうかい 了解する
	Chuyển động	Nói	Rửa, giặt	Bắt đầu	Dạy	Hiểu
ない形 thể phủ định	動かない	申さない	洗わない	始めない	教えない	了解しない
ます形 thể Masu	動きます	申します	洗います	始めます	教えます	了解します
辞書形 thể từ điển	動く	申す	洗う	始める	教える	了解する
可能形 thể khả năng	動ける	申せる	洗える	始められる	教えられる	了解できる
ば形 thể Ba	動けば	申せば	洗えば	始めれば	教えれば	了解すれば
意向形 thể ý chí	動こう	申そう	洗おう	始めよう	教えよう	
て形 thể Te	動いて	申して	洗って	始めて	教えて	了解して
た形 thể Ta	動いた	申した	洗った	始めた	教えた	了解した

	3G	3G	3G	3G	3G	3G
	ねが お願いする	しょう ち 承知する	しゅくだい 宿題する	じゅん び 準備する	しゅう り 修理する	しょうかい 紹介する
	Mong muốn	Hiểu	Làm bài tập	Chuẩn bị	Sửa chữa	Giới thiệu
ない形 thể phủ định	お願いしない	承知しない	宿題しない	準備しない	修理しない	紹介しない
ます形 thể Masu	お願いします	承知します	宿題します	準備します	修理します	紹介します
辞書形 thể từ điển	お願いする	承知する	宿題する	準備する	修理する	紹介する
可能形 thể khả năng	お願いできる	承知できる	宿題できる	準備できる	修理できる	紹介できる
ば形 thể Ba	お願いすれば	承知すれば	宿題すれば	準備すれば	修理すれば	紹介すれば
意向形 thể ý chí	お願いしよう		宿題しよう	準備しよう	修理しよう	紹介しよう
て形 thể Te	お願いして	承知して	宿題して	準備して	修理して	紹介して
た形 thể Ta	お願いした	承知した	宿題した	準備した	修理した	紹介した

	3G
	あんない 案内する
	Hướng dẫn
ない形 thể phủ định	案内しない
ます形 thể Masu	案内します
辞書形 thể từ điển	案内する
可能形 thể khả năng	案内できる
ば形 thể Ba	案内すれば
意向形 thể ý chí	案内しよう
て形 thể Te	案内して
た形 thể Ta	案内した

1　掃除 Dọn dẹp

　このトピックの掃除（清掃はN）は日本人にとって最も基本的な公共空間における活動の一つです。小学校中学校の義務教育では徹底的にその重要性を学習し、児童自らが率先して学校の美化活動を行います。よく聞く話では、会社の社長がトイレ掃除を行い従業員にその範を示すこともあるとのことです。トイレ掃除は些細なことではないということを社長自らが示すのです。ヒットした『トイレの神様』（2010　作詞作曲植村花菜）という歌の中に、トイレには女神さまがいて、トイレをきれいにすると美人になるという話があります。

ですから、たかがトイレ掃除など思わずに取り組んでください。それは些細なことなのではなく、光の当たらない所こそ大切だと考える日本人の意識の表れなのです。

Từ "掃除" (掃除 là danh từ) trong chủ đề này đối với người Nhật là một trong những hoạt động cơ bản nhất trong không gian sinh hoạt chung. Trong giáo dục bắt buộc ở trường tiểu học, trung học cơ sở, học sinh được học rất kỹ về tầm quan trọng của vấn đề này, bản thân những đứa trẻ chủ động trong việc làm cho trường lớp sạch đẹp. Câu chuyện chúng ta thường nghe thấy đó là việc giám đốc một công ty dọn vệ sinh toilet để làm gương cho nhân viên của mình. Vị giám đốc đó muốn nói rằng dọn vệ sinh toilet không phải là chuyện nhỏ nhặt. Trong bài hát đã trở thành hit "Toire no kamisama (vị thần toilet)" (được sáng tác bởi Uemura Kana vào năm 2010) có nhắc đến câu chuyện rằng có một nữ thần ở trong toilet, nếu bạn dọn sạch toilet thì bạn sẽ sẽ trở thành mỹ nhân.

Vì vậy, bạn hãy nỗ lực bắt tay vào làm và đừng nghĩ rằng chỉ là việc dọn toilet. Bởi vì đó không phải là việc tầm thường mà nó thể hiện ý thức của người Nhật trong việc suy nghĩ rằng càng những nơi không được ánh sáng chiếu đến thì càng quan trọng.

2　B　Vてもらってください。

2　M　Vてもらって。

　これは「もらいます」と「ください」を組み合わせた複合動詞です。組み合わせる際は、Vて形を使用します。誰かに何かをしてもらう時の表現です。

Đây là động từ phức được kết hợp từ "もらいます" và "ください". Khi kết hợp hai từ này với nhau, ta sử dụng động từ thể Te. Đây là mẫu câu được ai đó làm giúp cho cái gì.

B　分からなかったら、彼に手伝ってもらってください。
　　Nếu bạn không hiểu thì anh ấy sẽ giúp bạn.

M　分からなかったら、彼に手伝ってもらって。
　　Nếu cậu không hiểu thì anh ấy sẽ giúp.

3　B　Vてあげてください。

3　M　Vてあげて。

　これも「あげます」と「ください」を組み合わせた複合動詞です。組み合わせる際は、Vて形を使用します。誰かに何かをしてあげる時の表現です。

Đây cũng là động từ phức được kết hợp từ "あげます" và "ください". Khi kết hợp hai từ này với nhau, ta sử dụng động từ thể Te. Đây là mẫu câu làm gì cho ai đó.

　B　すみませんが、少し彼を手伝ってあげてください。

　　　Xin lỗi, phiền bạn hãy giúp anh ấy một tay.

　M　悪いけど、少し彼を手伝ってあげて。

　　　Nếu không phiền thì cậu hãy giúp anh ấy một tay đi.

4　B　Nはどうですか。

　これは店員がお客に何かを勧める時によく使う表現です。アルバイトなどで使えます。

Đây là mẫu câu hay được sử dụng khi nhân viên gợi ý cho khách hàng về món đồ gì đó. Bạn có thể sử dụng nó khi đi làm thêm.

　・この服はどうですか。

　・この服はどうでしょうか。

　・この服はいかがですか。

　　　Quý khách nghĩ thế nào về bộ quần áo này ạ?

　「どうでしょうか。」や「いかがですか」のほうがより丁寧に聞こえます。これはお客に提案をしているのです。さらに言えば、

"どうでしょうか。" hoặc "いかがですか" nghe sẽ lịch sự hơn. Cách sử dùng này để đưa ra gợi ý cho khách. Bạn còn có thể dùng cách nói lịch sự hơn nữa như dưới đây.

　B　この服などいかがですか。

　　　Quý khách nghĩ thế nào về bộ quần áo này ạ?

　M　この服なんかどう？

　　　Cậu thấy bộ này thế nào?

　と「N+など」で、数ある服から目の前の服を強調する表現もあります。「なんか」でMです。

"N+など" cũng mang nghĩa nhấn mạnh về bộ quần áo trước mặt trong số rất nhiều bộ. "なんか" được sử dụng trong hội thoại với Maruko.

13課 日本の生活
Bài 13
Cuộc sống ở Nhật

大会話 Hội thoại lớn Business

＊寮（りょう）の管理人（かんりにん）との会話（かいわ）

ラン　　：おはようございます。

管理人（かんりにん）：おはようございます。ごみ出（だ）しですか。

ラン　　：はい、そうです。燃（も）えるごみと燃（も）えない
　　　　　ごみと分別（ぶんべつ）してから袋（ふくろ）に入（い）れました。

管理人（かんりにん）：ルールを守（まも）って素晴（すば）らしいですね。

ラン　　：前（まえ）にごみを出（だ）した時（とき）に失敗（しっぱい）してしまいま
　　　　　したので、今日（きょう）は大丈夫（だいじょうぶ）だと思（おも）います。

管理人（かんりにん）：日本（にほん）はごみ出（だ）しのルールが色々（いろいろ）と厳（きび）しいですからね。瓶（びん）や缶（かん）、燃（も）えるごみなどを分（わ）け
　　　　　ずにそのまま出（だ）してはいけないんです。

ラン　　：私（わたし）の国（くに）ではここまで細（こま）かい規則（きそく）はありませんから、びっくりしました。

管理人（かんりにん）：最初（さいしょ）は慣（な）れなくて当然（とうぜん）ですよ。

ラン　　：今度（こんど）捨（す）てようと思（おも）っているごみがあるんです。机（つくえ）なんですが、どうですか。
　　　　　燃（も）えるごみでしょうか。

管理人（かんりにん）：いいえ、それは粗大（そだい）ごみですね。

ラン　　：前（まえ）の人（ひと）が置（お）いていってしまいました。

管理人（かんりにん）：捨（す）てる時（とき）はこのステッカーを貼（は）ってください。一枚（いちまい）500円（えん）です。

ラン　　：分（わ）かりました。いつもご親切（しんせつ）にありがとうございます。

管理人（かんりにん）：いいえ、これが私（わたし）の仕事（しごと）ですからね。

*Trao đổi với người quản lý ký túc xá

Lan: Cháu chào bác ạ.

Quản lý: Chào cháu. Cháu đi đổ rác đấy à?

Lan: Dạ, vâng ạ. Cháu đã phân loại thành rác cháy được và rác không cháy được rồi mới cho vào
　　　túi ạ.

Quản lý: Cháu giỏi lắm, biết tuân thủ các quy định như thế rất tốt.

Lan: Vì lần trước đổ rác cháu đã làm sai rồi nên hôm nay cháu nghĩ sẽ ổn thôi ạ.

Quản lý: Tại vì Nhật có nhiều quy định về việc đổ rác, mà cũng khắt khe nhỉ. Những thứ như chai lọ, đồ hộp hay rác cháy được v.v… nếu không phân loại thì không được phép mang đi vứt.

Lan: Ở đất nước của cháu không có những quy định chi tiết đến như thế này nên cháu rất ngạc nhiên.

Quản lý: Ban đầu không quen cũng là lẽ đương nhiên thôi.

Lan: Hôm tới có thứ này cháu muốn mang đi vứt ạ. Cái bàn thì thế nào ạ? Có phải là rác cháy được không ạ?

Quản lý: Không, đó là rác cỡ lớn.

Lan: Người sống ở phòng cháu trước đó đã bỏ lại nó.

Quản lý: Khi mang đi vứt, cháu hãy dán tem này lên. Một con tem giá 500 Yên.

Lan: Cháu hiểu rồi ạ. Cháu cảm ơn bác vì lúc nào bác cũng chỉ bảo cho cháu rất nhiệt tình ạ.

Quản lý: Không có gì. Vì đây là công việc của bác mà.

大会話 Hội thoại lớn Maruko

＊寮のリーダーのみきとの会話

ラン：おはよう。

みき：おはよう。ごみ出し？

ラン：うん、そうだよ。燃えるごみと燃えないごみと分別してから袋に入れたよ。

みき：ルールを守って素晴らしいね。

ラン：前にごみを出した時に失敗しちゃったから、今日は大丈夫だと思うよ。

みき：日本はごみ出しのルールが色々とあって厳しいからね。瓶や缶、燃えるごみなどを分けずにそのまま出してはいけないんだ。

ラン：私の国ではここまで細かい規則はないか

ら、びっくりしたよ。

みき：最初は慣れなくて当然だよ。

ラン：今度捨てようと思っているごみがあるん

だ。机なんだけど、どうかな？

燃えるごみ？

みき：ううん、それは粗大ごみだね。

ラン：前の人が置いていってしまったよ。

みき：捨てる時はこのステッカーを貼って。一枚500円だよ。

ラン：分かったよ。いつも親切にありがとう。

みき：ううん、これが私の仕事だからね。

*Nói chuyện với Miki, trưởng nhóm phụ trách ở ký túc xá

Lan: Chào cậu.

Miki: Chào cậu. Cậu đi đổ rác đấy à?

Lan: Ừ, đúng rồi. Tớ đã phân loại thành rác cháy được và rác không cháy được rồi mới cho vào túi đấy.

Miki: Tuyệt quá. Biết tuân thủ các quy định như thế rất tốt.

Lan: Vì lần trước đổ rác tớ đã làm sai rồi nên hôm nay tớ nghĩ sẽ ổn thôi.

Miki: Tại vì Nhật có nhiều quy định về việc đổ rác, mà cũng khắt khe nhỉ. Những thứ như chai lọ, đồ hộp hay rác cháy được v.v… nếu không phân loại thì không được phép mang đi vứt.

Lan: Ở nước tớ không có những quy định chi tiết đến như thế này nên tớ rất ngạc nhiên.

Miki: Ban đầu không quen là chuyện đương nhiên thôi.

Lan: Hôm tới có thứ này tớ muốn mang đi vứt. Cái bàn thì thế nào? Có phải rác cháy được không?

Miki: Không, đó là rác cỡ lớn.

Lan: Người sống ở phòng tớ trước đó đã bỏ lại nó.

Quản lý: Khi mang đi vứt, cậu hãy dán tem này lên. Một con tem giá 500 Yên đấy.

Lan: Tớ hiểu rồi. Cảm ơn cậu nha vì lúc nào cũng chỉ bảo cho tớ rất nhiệt tình.

Miki: Không có gì. Vì đây là công việc của tớ mà.

小会話 Hội thoại nhỏ Business

ラン　：ちょっとすみません。柏図書館に行きたいんですが、どうやって行けばいいですか。

道の人：あそこに①交差点がありますね。

ラン　：はい。見えます。

道の人：あれを渡ってください。そして②まっすぐ 100メートル行くと二つ目の建物と駐車場 の間にありますよ。

ラン　：どうもありがとうございました。

Lan: Xin lỗi, cho cháu hỏi một chút ạ. Cháu muốn đi đến thư viện Kashiwa thì đi như thế nào ạ?

Người đi đường: Ở đằng xa kia có ①một ngã tư nhỉ.

Lan: Vâng, cháu nhìn thấy rồi ạ.

Người đi đường: Cháu hãy đi qua ngã tư đó. Sau đó ②đi thẳng 100 mét thì thư viện nằm giữa toà nhà thứ hai và bãi đỗ xe..

Lan: Cháu cảm ơn bác rất nhiều ạ.

小会話 Hội thoại nhỏ Maruko

ラン：ちょっとごめん。柏図書館に行きたいんだけど、

みき：あそこに①交差点があるね。

ラン：うん。見えるよ。

みき：あれを渡って。そして②まっすぐ100メート
ル行くと二つ目の建物と駐車場の間にあるよ。

ラン：どうもありがとう。

Lan: Xin lỗi, tớ nhờ một chút. Tớ muốn đi đến thư viện Kashiwa thì đi như thế nào?

Miki: Ở đằng xa kia có ①một ngã tư nhỉ.

Lan: Ừ, tớ thấy rồi.

Miki: Cậu hãy đi qua ngã tư đó. Sau đó ②đi thẳng 100 mét thì thư viện là tòa nhà nằm giữa tòa nhà thứ hai và bãi đỗ xe.

Lan: Cảm ơn cậu nhiều nha.

1）①信号 đèn giao thông　②右に曲がって rẽ phải

2）①橋 cây cầu　②左に曲がって rẽ trái

3）①歩道橋 cầu cho người đi bộ　②歩道を渡って qua đường cho người đi bộ

4）①大きい道 đường lớn　②信号をまっすぐ đi thẳng qua đèn giao thông

Q & A

Q1　B　おはようございます。お出かけですか。

A1　B　ええ、ちょっと。1）友達の 2）結婚式に。

Q1　Chào chị. Chị đi ra ngoài đấy ạ?

A1　Vâng, tôi có chút việc ạ. Tôi tới ②đám cưới của ①một người bạn.

A1
1）娘 con gái　息子 con trai　祖父 ông　祖母 bà
2）お葬式 tang lễ　入学式 lễ nhập học
卒業式 lễ tốt nghiệp　お祝い ăn mừng
お見舞い thăm bệnh

Q1　M　おはよう。お出かけ?

A1　M　うん、ちょっと。1) 友達の2) 結婚式に。

Q1　Chào cậu. Cậu đi ra ngoài đấy à?

A1　Ừ, tớ có chút việc. Tớ tới ②đám cưới của ①một người bạn.

Q2　B　燃えるゴミ（可燃ゴミ）は何ですか。

A2　B　生ゴミや食用油などです。

Q2　Rác cháy được là gì vậy ạ?

A2　Là những thứ như rác hữu cơ hay dầu ăn.

＊可燃不燃などのごみの分別は自治体によって異なる。

Việc phân loại rác cháy được hay không cháy khác nhau tùy từng khu vực.

> A2
> 紙 giấy　服 quần áo
> 箸 đũa　木 cây

Q2　M　燃えるゴミ（可燃ゴミ）は何ですか。

A2　M　生ゴミや食用油などです。

Q2　Rác cháy được là gì thế?

A2　Là những thứ như rác hữu cơ hay dầu ăn đấy.

Q3　B　燃えないゴミ（不燃ゴミ）は何ですか。

A3　B　傘やスプーンなどです。

Q3　Rác không cháy được là gì vậy ạ?

A3　Là những thứ như cái ô hay cái thìa.

> A3
> フォーク dĩa　お皿 đĩa
> 茶わん bát　電球 bóng đèn　鍋 nồi

Q3　M　燃えないゴミ（不燃ゴミ）は何ですか。

A3　M　傘やスプーンなどだよ。

Q3　Rác không cháy được là gì vậy thế?

A3　Là những thứ như cái ô hay cái thìa đấy.

Q4　B　粗大ごみは何ですか。

A4　B　家具や布団などです。

Q4　Rác cỡ lớn là gì vậy ạ?

A4　Là những thứ như đồ nội thất hay đệm.

> A4
> ソファー ghế sofa　ベッド giường
> 棚 giá sách　自転車 xe đạp
> 扇風機 quạt điện　テレビ tivi　たんす tủ

Q4　M　粗大ごみは何なの?

A4　M　家具や布団などだよ。

Q4　Rác cỡ lớn là gì thế?

A4　Là những thứ như đồ nội thất hay đệm đấy.

Q5　B　毎朝、シャワーを浴びてから何をするんですか。

A5 B 赤ちゃんの世話をしてから、仕事の準備をします。

Q5 Hàng sáng, sau khi tắm xong bạn thường làm gì?

A5 Sau khi chăm sóc cho em bé xong thì tôi chuẩn bị đi làm.

Q5 M 毎朝、シャワーを浴びてから何するの?

A5 M 赤ちゃんの世話をしてから、仕事の準備をするよ。

Q5 Hàng sáng, sau khi tắm xong cậu thường làm gì thế?

A5 Sau khi chăm sóc cho em bé xong thì tớ chuẩn bị đi làm.

A5
天気予報を見て
xem dự báo thời tiết
お弁当を作って
làm cơm hộp
服を着て mặc quần áo

Q6 B 日本の生活ではどんなルールを守らなければいけないんですか。

A6 B 家に入る時、靴を脱がなければいけません。

Q6 Khi sống ở Nhật, tôi phải tuân thủ những quy định gì ạ?

A6 Bạn phải cởi giày trước khi vào nhà.

Q6 M 日本の生活ではどんなルールを守らないといけないの?

A6 M 家に入る時、靴を脱がなければいけないよ。

Q6 Khi sống ở Nhật, tớ phải tuân thủ những quy định gì thế?

A6 Cậu phải cởi giày trước khi vào nhà đấy.

A6
トイレの時、スリッパを
履かなければ
đi dép khi đi vệ sinh
夜は静かにしなければ
giữ im lặng vào ban đêm

Q7 B 日本で何か失敗したことがあるんですか。

A7 B よく温泉の入り方を失敗しました。

Q7 Bạn đã từng thất bại khi làm gì đó ở Nhật chưa?

A7 Tôi đã rất hay mắc phải sai lầm khi tắm onsen ở Nhật.

Q7 M 日本で何か失敗したことがあるの?

A7 M よく温泉の入り方を失敗したよ。

Q7 Cậu đã từng thất bại khi làm gì đó ở Nhật chưa?

A7 Tớ đã rất hay mắc phải sai lầm khi tắm onsen ở Nhật đấy.

A7
地下鉄の乗り方
lên tàu điện ngầm
ATMのお金の引き出し方
rút tiền ở cây ATM

※日本では温泉などで体を洗わず湯船に入るのはマナー違反です。

Ở Nhật Bản, khi bạn bước vào bồn tắm mà không tắm rửa sạch sẽ thực sự không tốt.

Q8 B 寮の規則で何をしてはいけないんですか。

A8 B 夜間騒いではいけません。

Q8 Theo như quy định của ký túc xá thì tôi không được phép làm gì?

A8 Bạn không được làm ồn vào buổi tối.

Q8 M 寮の規則で何をしてはいけないの?

A8 M 夜間騒いではいけないよ。

Q8 Theo như quy định của ký túc xá thì tớ không được phép làm gì?

A8 Cậu không được làm ồn vào buổi tối.

Q9　B　日本に来てびっくりしたことは何ですか。

A9　B　とても自然が多いことですね。

Q9　Điều làm bạn thấy ngạc nhiên khi đến Nhật là gì?

A9　Điều làm tôi ngạc nhiên là ở Nhật thiên nhiên vô cùng phong phú.

Q9　M　日本に来てびっくりしたことは何?

A9　M　とても自然が多いことだね。

Q9　Điều làm cậu thấy ngạc nhiên khi đến Nhật là gì?

A9　Điều làm tớ ngạc nhiên là ở Nhật thiên nhiên vô cùng phong phú.

> Q9
> 台風 bão　地震 động đất
> 自販機
> máy bán hàng tự động
> お年寄りの数
> số lượng người cao tuổi

Q10　B　日本の生活で何が慣れないんですか。

A10　B　そうですね。とても静かなのが慣れません。

Q10　Bạn không quen với điều gì khi sống ở Nhật vậy?

A10　Xem nào. Tôi không quen với việc quá yên tĩnh.

> A10
> 生ものをよく食べる
> ăn nhiều đồ tươi sống
> 乗り物の中で寝る
> ngủ trên phương tiện di chuyển

Q10　M　日本の生活で何が慣れないの?

A10　M　そうだね。とても静かなのが慣れないよ。

Q10　Cậu không quen với điều gì khi sống ở Nhật vậy?

A10　Xem nào. Tớ không quen với việc quá yên tĩnh.

Q11　B　大きいごみを捨てる時はどうしたらいいんですか。

A11　B　収集センターに電話してから、このシールを貼って収集日に出してください。

Q11　Tôi cần làm gì khi vứt rác cỡ lớn vậy ạ?

A11　Sau khi gọi điện đến trung tâm thu gom rác, bạn hãy dán tem này vào và vứt vào ngày thu gom theo quy định.

Q11　M　大きいごみを捨てる時はどうしたらいいの?

A11　M　収集センターに電話してから、このシールを貼って収集日に出してね。

Q11　Tớ cần làm gì khi vứt rác cỡ lớn thế?

A11　Sau khi gọi điện đến trung tâm thu gom rác, cậu hãy dán tem này vào và vứt vào ngày thu gom theo quy định.

> Q12
> 寮の安全を確認する
> kiểm tra an ninh của ký túc xá
> 学生の相談に乗る
> tư vấn cho sinh viên
> 玄関や廊下をきれいにする
> dọn dẹp lối vào hoặc hành lang

Q12　B　管理人はどんな仕事があるんですか。

A12　B　ごみの分別をチェックする仕事があります。

Q12　Người quản lý làm công việc gì vậy ạ?

A12　Công việc của họ là kiểm tra việc phân loại rác.

Q12　M　管理人はどんな仕事があるの?

A12 M　ごみの<ruby>分別<rt>ぶんべつ</rt></ruby>をチェックする<ruby>仕事<rt>しごと</rt></ruby>があるよ。

Q12　Người quản lý làm công việc gì thế?

A12　Công việc của họ là <u>kiểm tra việc phân loại rác</u>.

13課　説明 Bài 13 Giải thích ngữ pháp

	1G	1G	1G	1G	2G	2G	2G
	<ruby>守<rt>まも</rt></ruby>る	<ruby>渡<rt>わた</rt></ruby>る	<ruby>曲<rt>ま</rt></ruby>がる	<ruby>作<rt>つく</rt></ruby>る	<ruby>分<rt>わ</rt></ruby>ける	<ruby>慣<rt>な</rt></ruby>れる	<ruby>捨<rt>す</rt></ruby>てる
	Tuân thủ	Qua, băng qua	Rẽ	Làm	Chia	Quen với	Vứt
ない形 thể phủ định	守らない	渡らない	曲がらない	作らない	分けない	慣れない	捨てない
ます形 thể Masu	守ります	渡ります	曲がります	作ります	分けます	慣れます	捨てます
辞書形 thể từ điển	守る	渡る	曲がる	作る	分ける	慣れる	捨てる
可能形 thể khả năng	守れる	渡れる	曲がれる	作れる	分けられる		捨てられる
ば形 thể Ba	守れば	渡れば	曲がれば	作れば	分ければ	慣れれば	捨てれば
意向形 thể ý chí	守ろう	渡ろう	曲がろう	作ろう	分けよう	慣れよう	捨てよう
て形 thể Te	守って	渡って	曲がって	作って	分けて	慣れて	捨てて
た形 thể Ta	守った	渡った	曲がった	作った	分けた	慣れた	捨てた

	2G	3G	3G				
	<ruby>疲<rt>つか</rt></ruby>れる	<ruby>失敗<rt>しっぱい</rt></ruby>する	びっくりする				
	Mệt	Thất bại	Giật mình				
ない形 thể phủ định	疲れない	失敗しない	びっくりしない				
ます形 thể Masu	疲れます	失敗します	びっくりします				
辞書形 thể từ điển	疲れる	失敗する	びっくりする				
可能形 thể khả năng		失敗できる	びっくりできる				
ば形 thể Ba	疲れれば	失敗すれば	びっくりすれば				
意向形 thể ý chí		失敗しよう	びっくりしよう				
て形 thể Te	疲れて	失敗して	びっくりして				
た形 thể Ta	疲れた	失敗した	びっくりした				

1　ごみ出し　Việc vứt rác

　「ごみ出し」はごみを出す意味でNです。ごみの出し方は各自治体で決められており、その規定も細かいことが多いです。問題なのはこの規定を守らなかった時に想定される事態です。

もしごみ出しの時にアパートやマンションの管理人に会わない場合でも、近隣の住民があなたのごみ出しをひそかにチェックするかもしれません。具体的には、ごみ袋を開けてチェックするなどが考えられます。その行為自体はマナー違反もしくはルール違反ですが、現実にそういう話はよく聞きます。そして、燃えるごみや燃えないごみの分別を間違えていたら管理人や管理会社に報告され、あなたに注意がいくことでしょう。やがては周囲の住民から警戒され、住みにくくなると思われます。現にこういった日本の生活上のルールを無視する外国人が多く近隣住民との間でいざこざやトラブルが発生しております。

　これ以外にも路上などでのごみやガムなどのポイ捨ては論外ですし、路上喫煙が禁止の自治体も多く、「掃除」の項でも述べましたが、環境美化は日本人が子供の時から教育で叩き込まれることです。そういう行動は他の日本人によりチェックされています。もっと極端な例では、大音量で深夜にカラオケでもしたら迷惑行為として近隣住民により警察に通報され、素早く警察が部屋に来るでしょう。これは脅しでもなんでもなく、よくあることなのです。

　環境を乱す、公的空間を好き放題に扱う人間に対し日本人はとても厳しいのです。ホスト国のルールを尊重するのが外国から来た人々の行動原則です。日本で快適に生活するためにも、環境美化は徹底してください。

"Gomidashi" là danh từ và có nghĩa là việc vứt rác. Mỗi khu vực lại có những quy định vứt rác khác nhau trong đó có nhiều nơi quy định rất chi tiết. Vấn đề là tình huống được giả định trong trường hợp bạn không tuân thủ những quy định này thì sẽ thế nào. Giả sử trường hợp khi đi vứt rác, bạn không gặp quản lý của nhà trọ hay chung cư đi chăng nữa thì cũng có thể sẽ có người dân sống ở gần đấy lén kiểm tra đồ mà bạn đã vứt. Chúng ta cũng có thể nghĩ đến tình huống cụ thể đó là họ sẽ mở túi rác ra và kiểm tra bên trong. Bản thân hành động đó tuy là hành vi ứng xử kém hoặc là hành vi phạm luật nhưng trên thực tế, chúng ta hay được nghe những câu chuyện tương tự như vậy. Ngoài ra, nếu bạn nhầm lẫn trong việc phân loại rác cháy được và rác không cháy được thì bạn sẽ bị người quản lý hoặc công ty quản lý chú ý, nhắc nhở. Nếu bạn bị những người dân sống gần đó để ý, dè chừng thì bạn sẽ thấy khó sống được ở khu vực đó. Thực tế, có rất nhiều người nước ngoài đã phớt lờ những quy định như thế này khi sinh sống tại Nhật Bản. Giữa họ và những người hàng xóm phát sinh những mâu thuẫn, cãi vã.

Ngoài những việc kể trên thì việc bạn vứt rác hay nhổ bã kẹo cao su ra đường là những chuyện khỏi phải bàn, nhiều khu vực còn cấm cả hút thuốc trên đường. Như đã giới thiệu ở mục "dọn dẹp" thì ngay từ hồi nhỏ, người Nhật đã được giáo dục một cách sâu sắc về việc làm xanh-sạch-đẹp môi trường nên những hành động đã nêu ở trên sẽ bị người Nhật kiểm tra rất kỹ càng. Một ví dụ khác cho thấy sự nghiêm khắc của người Nhật hơn nữa đó là khi bạn gây ra tiếng ồn vào đêm khuya như là hát karaoke thì hành động đó của bạn sẽ bị coi là hành vi gây mất trật tự. Bạn sẽ bị những người hàng xóm báo cảnh sát và ngay lập tức cảnh sát sẽ tới phòng bạn ở. Đây không phải là câu chuyện có tính chất dọa dẫm mà là chuyện rất hay xảy ra.

Người Nhật rất khắt khe với những người gây rối môi trường hoặc những người có hành vi ứng xử tuỳ tiện theo ý thích tại nơi công cộng. Việc tôn trọng các quy định của nước sở tại là nguyên tắc hành động của người nước ngoài tới Nhật. Để sinh sống tại Nhật một cách dễ chịu, bạn hãy nghiêm túc giữ gìn cho môi trường được xanh sạch đẹp nhé.

2　V　てしまいます。

2　V　てしまう。

　　　　Trót, lỡ làm gì…

　すでにこの文法については説明しましたが、「Vてしまいます」にはもう一つの意味があり、動作が完了したことを表します。例えば本文の

"V てしまいます" đã được giải thích ở bài học trước. Tuy nhiên mẫu câu này còn có một ý nghĩa nữa đó là diễn tả việc hoàn thành một động tác nào đó. Chúng ta hãy cùng xem ví dụ trong bài khóa.

・前にごみを出だした時に失敗 してしまいましたので、今日は大丈夫だと思 います。

　　Vì trước đây, tôi đã lỡ thất bại trong việc đổ rác nên hôm nay tôi nghĩ sẽ ổn thôi.

　この文は、明らかに後悔について述べています。これに対して

Câu này rõ ràng nói đến việc hối hận. Ta cùng xem ví dụ sau.

・前の人が（机を）置いていってしまいました。

　　Người trước họ đã để cái bàn rồi.

は動作の完了を述べています。もう一つ、よく使われる例をご紹介します。

Câu này nói về sự kết thúc của hành động. Xin giới thiệu một ví dụ khác cũng rất hay gặp.

Q　B　お昼ご飯一緒にどうですか?

　　　　Bạn nghĩ thế nào về việc cùng ăn cơm trưa với tôi?

Q　M　お昼ご飯一緒にどう?

　　　　Cậu ăn trưa với tớ không?

A　B　どうもありがとうございます。ですが、先ほど食べてしまったんです。

　　　　Cảm ơn bạn rất nhiều. Nhưng lúc nãy tôi đã ăn trưa rồi.

A　M　どうもありがとう。だけど、さっき食べちゃったよ。

　　　　Cảm ơn cậu nhiều nha. Nhưng tớ đã ăn trưa rồi ban nãy rồi.

　これはただ単に何かの動作が既に完了していることを表しています。また注意しなくてはならないのは、Mの「てしまいます」は

Mẫu câu này đơn giản chỉ diễn tả hành động nào đó đã kết thúc. Bạn cũng cần chú ý về "てしまいます" trong hội thoại với Maruko.

果物 hoa quả

・食べちゃった。（関東圏）

　Ăn rồi. (Cách nói của vùng Kanto)

・食べてもうた。（関西圏）

　Ăn rồi. (Cách nói của vùng Kansai)

スイカ dưa hấu	りんご quả táo
もも quả đào	バナナ quả chuối
ぶどう quả nho	いちご quả dâu
かき quả hồng	なし quả lê
みかん quả cam	

　などの地方ごとの独特な言い方が存在し、一様ではないことです。極めて頻出する言い方なので絶対に覚えましょう。

Mỗi một địa phương sẽ có cách nói đặc trưng của riêng địa phương đó, không giống nhau. Đây là những cách nói rất hay gặp nên bạn hãy nhớ kỹ nhé.

3　B　Nでしょうか。Có phải là N không?

3　M　N? Là N á?

　これはNの真偽を確認するための文法です。「ですか。」よりも丁寧な響きがあります。

Đây là mẫu ngữ pháp dùng để xác nhận xem có đúng là danh từ N hay không. So với mẫu câu "ですか。" thì mẫu câu này lịch sự hơn.

Q　B　これはかばんでしょうか。

　　　　Đây là cái cặp có phải không ạ?

Q　M　これ、かばん？

　　　　Cái này, là cái cặp á?

　Mではイントネーションをしっかりと上げることで質問をしているという意味合いを強めましょう。

Trong hội thoại với Maruko, bằng việc lên giọng ở cuối câu hãy nhấn mạnh ý nghĩa người nói đang muốn thắc mắc về cái gì đó.

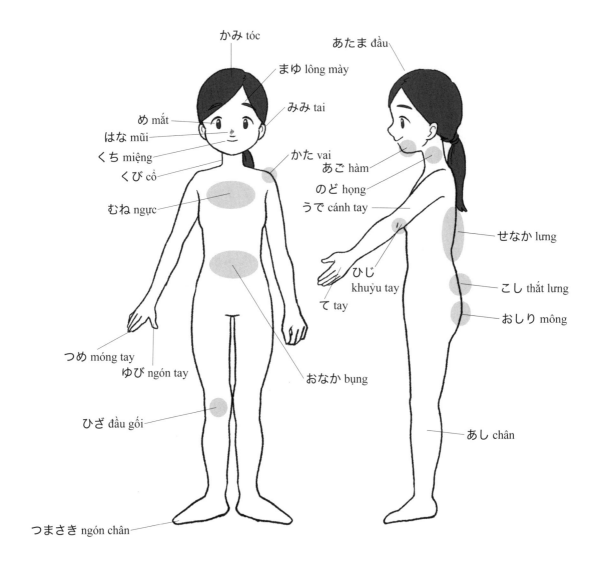

かみ tóc

あたま đầu

まゆ lông mày

め mắt

みみ tai

はな mũi

くち miệng

くび cổ

かた vai

あご hàm

のど họng

むね ngực

うで cánh tay

せなか lưng

ひじ khuỷu tay

て tay

こし thắt lưng

おしり mông

つめ móng tay

ゆび ngón tay

おなか bụng

ひざ đầu gối

あし chân

つまさき ngón chân

14課
Bài 14

こう じ げん ば
工事現場

Tại công trường xây dựng

大会話 Hội thoại lớn Business

＊工事現場での会話 Cuộc nói chuyện tại công trường xây dựng

職人：あのう、ラム君、十二時のお昼休憩の時間ですよ。

ラム：ああ、分かりました。お腹がペコペコで、
　　　喉もカラカラです。

職人：車の中に他の職人さんたちにあげる缶
　　　ジュースがありますから持って来てくださ
　　　い。みんなで飲みましょう。

ラム：はい、了解しました。

職人：それから、ポットにお湯が入っているので
　　　それもお願いします。ご飯を食べる時に使いますから。

ラム：はい、分かりました。…（＊ラムが車から帰る）

ラム：持って来ました。

職人：じゃあ、それをあそこの角に持って行ってください。みんなで食べましょう。

ラム：分かりました。

職人：ラム君、このゆで卵要りますか。おいしいですよ。塩をかけて食べてください。

ラム：ありがとうございます。頂きます。

職人：日本語もだんだん上手になってきましたね。

ラム：ありがとうございます。おかげさまで少しだけ話せるようになりました。

Người thợ: Lâm này, 12 giờ là giờ nghỉ trưa đấy.

Lâm: A, vâng ạ. Bụng tôi đang đói cồn cào, cổ họng cũng khát khô rồi.

Người thợ: Trong xe ô tô có mấy lon nước trái cây tôi mang cho những người thợ khác. Cậu hãy
　　　　　mang nó lại đây. Mọi người cùng uống nhé.

Lâm: Vâng, tôi hiểu rồi ạ.

Người thợ: Với cả, trong bình có nước nóng đấy, cậu cũng mang lại đây nhé. Vì chúng ta sẽ dùng đến nó khi ăn cơm.

Lâm: Vâng, tôi đã rõ. … (*Lâm quay trở về từ chỗ chiếc xe ô tô)

Lâm: Tôi đã mang đến rồi đây.

Người thợ: Vậy cậu hãy mang chúng để ở góc đằng kia đi. Mọi người cùng ăn thôi.

Lâm: Vâng ạ.

Người thợ: Lâm này, cậu ăn quả trứng luộc này không? Ngon đấy. Cậu hãy rắc muối lên rồi ăn.

Lâm: Cảm ơn anh ạ. Tôi xin ạ.

Người thợ: Tiếng Nhật của cậu dần dần giỏi lên rồi đấy nhỉ.

Lâm: Cảm ơn anh ạ. Ơn trời, tôi cũng có thể nói chuyện được một chút rồi.

大会話 Hội thoại lớn Maruko

＊工事現場で想定される話し方 Cách nói chuyện giả định tại công trường xây dựng

職人：おーい、ラム、十二時の昼休憩の時間だぞ。

ラム：ああ、分かった。お腹がペコペコで、喉も

カラカラだよ。

職人：車の中に他の職人たちにあげる缶ジュース

があるから持って来い。みんなで飲もう！

ラム：うん、了解。

職人：それから、ポットにお湯が入っているので

それもお願いな。飯を食う時に使うからよ。

ラム：うん、分かった。…（＊ラムが車から帰る）

ラム：持って来たよ。

職人：じゃあ、それをあそこの角に持って行け。みんなで食おう。

ラム：分かったよ。

職人：ラム、このゆで卵要るか。うまいぞ。塩かけて食えや。

ラム：ありがとう。頂きます。

職人：日本語もだんだん上手になってきたな。

ラム：ありがとう。おかげさまで少しだけ話せるようになったよ。

＊ラムのこの話し方はあくまで対等な同僚に対してです。仮に話し相手が先輩なら絶対にいけません。

先輩以上にはビジネス言葉で話さなければいけません。

*Cách nói chuyện này của Lâm là cách nói chuyện với đồng nghiệp ngang hàng. Nếu người nói chuyện là Senpai - người vào công ty làm việc trước Lâm thì tuyệt đối không được dùng. Bạn phải sử dụng ngôn ngữ hội thoại Business (thương mại) để nói chuyện với người bề trên.

Người thợ: Này, Lâm, 12 giờ là giờ nghỉ trưa đấy.

Lâm: A, tôi hiểu rồi. Bụng tôi đang đói cồn cào, cổ họng cũng khát khô rồi đây.

Người thợ: Trong xe ô tô có mấy lon nước trái cây tôi mang cho những người thợ khác. Cậu hãy mang nó lại đây. Mọi người cùng uống nhé.

Lâm: Được, nhất trí.

Người thợ: Với cả, trong bình có nước nóng đấy, cậu cũng mang lại đây nhé. Vì chúng ta sẽ dùng đến nó khi ăn cơm.

Lâm: Ừ, tôi biết rồi. ... (*Lâm quay trở về từ chỗ chiếc xe ô tô)

Lâm: Tôi đã mang đến rồi đây.

Người thợ: Vậy cậu hãy mang chúng để ở góc đằng kia đi. Mọi người cùng ăn thôi.

Lâm: Tôi hiểu rồi.

Người thợ: Lâm này, ăn quả trứng luộc này không? Ngon đấy. Rắc muối lên mà ăn.

Lâm: Cảm ơn nha. Tôi xin.

Người thợ: Tiếng Nhật của cậu dần dần giỏi lên rồi đấy nhỉ.

Lâm: Cảm ơn cậu. Ơn trời, tôi cũng có thể nói chuyện được một chút rồi.

小会話 Hội thoại nhỏ Business

職人：ラム君、ちょっとあそこに行って①一輪車を借りて来てくれませんか。

ラム：はい、分かりました。

　　　…

ラム：貸してくれましたよ。

職人：おー速いですね。助かりました。

ラム：いいえ、どういたしまして。

Người thợ: Lâm này, cậu đi ra đằng kia và mượn ①xe đẩy (xe rùa) về đây cho tôi có được không?

Lâm: Vâng, tôi hiểu rồi ạ.

　　　…

Lâm: Họ cho chúng ta mượn rồi ạ.

Người thợ: Ồ, nhanh nhỉ. Có cậu giúp tôi đỡ vất vả bao nhiêu.

Lâm: Dạ không có gì đâu ạ.

小会話 Hội thoại nhỏ Maruko

職人：ラム、ちょっとあそこに行って①ネコを借りて来い。＊ネコ＝一輪車

ラム：うん、分かった。

　　　…

ラム：貸してくれたよ。

職人：おー速いね。助かったよ。

ラム：ううん、どういたしまして。

Người thợ: Lâm, cậu đi ra kia mượn ①xe rùa về
　　　　　đây cho tôi.　＊xe rùa=xe đẩy

Lâm: Ừ, tôi biết rồi.

　　　…

Lâm: Họ cho ta mượn rồi đấy.

Người thợ: Ồ, nhanh thế. Có cậu giúp, đỡ quá.

Lâm: Không có gì.

①スコップ cái xẻng　②砂 cát

③モルタル vữa　④土 đất

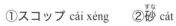

Q & A

Q1　B　今日は珍しい魚を友達からもらいました。ご覧になりますか。

　　　Hôm nay tôi được một người bạn cho một con cá hiếm. Anh có muốn xem không ạ?

A1　B　ええ。拝見したいです。

　　　Vâng ạ. Tôi cũng muốn xem ạ.

Q1　M　今日は珍しい魚を友達からもらったよ。見る？

　　　Hôm nay tớ được một người bạn cho một con cá hiếm. Cậu có muốn xem không?

A1　M　うん、見たいよ。

　　　Ừ, có chứ.

Q2　B　もう十二時ですね。お昼ご飯は頼んだんですか。

　　　12 giờ rồi nhỉ. Anh đã gọi cơm trưa chưa?

A2　B　ええ、もうすぐUberEats（ウーバーイーツ）が持って来ます。

　　　Vâng, UberEats sắp sửa mang đến.

A2´ B　いいえ、まだです。もう少しあとで頼みます。

Dạ chưa ạ. Một chút nữa tôi sẽ gọi.

Q2　M　もう十二時だね。昼ご飯は頼んだの?

12 giờ rồi nhỉ. Cậu đã gọi cơm trưa chưa?

A2　M　うん、もうすぐUberEats（ウーバーイーツ）が持って来るよ。

Ừ, UberEats sắp sửa mang đến đấy.

A2´ M　ううん、まだ。あとで頼むよ。

Chưa đâu. Lát nữa tớ sẽ gọi.

Q3　B　UberEats（ウーバーイーツ）って何ですか。

UberEats là gì vậy ạ?

A3　B　何時でも、どこでも、誰でも、何でも注文できて便利な配達サービスです。

Đó là dịch vụ giao hàng tiện lợi mà bất kỳ ai có thể gọi bất kỳ món gì ở bất cứ đâu, bất cứ lúc nào.

Q3　M　UberEats（ウーバーイーツ）って何なの?

UberEats là gì thế?

A3　M　何時でも、どこでも、誰でも、何でも注文できて便利な配達サービスだよ。

Đó là dịch vụ giao hàng tiện lợi mà bất kỳ ai có thể gọi bất kỳ món gì ở bất cứ đâu, bất cứ lúc nào đấy.

Q4　B　注文してここまで大体どのくらいかかるんですか。

Mất khoảng bao nhiêu thời gian để họ giao đồ đến đây kể từ lúc đặt hàng ạ?

A4　B　遠くても大体30分ぐらいしかかからないです。

Xa đến mấy cũng chỉ mất khoảng 30 phút.

Q4　M　注文してここまで大体どのくらいかかるの?

Mất khoảng bao nhiêu thời gian để họ giao đồ đến đây kể từ lúc đặt hàng thế?

A4　M　遠くても大体30分ぐらいしかかからないよ。

Xa đến mấy cũng chỉ mất khoảng 30 phút thôi.

> A5
> 今、サービスクーポンで無料
> Bây giờ, vì có phiếu giảm giá dịch vụ nên hoàn toàn miễn phí

Q5　B　お昼ご飯は全部でおいくらですか。

Bữa trưa hết tất cả bao nhiêu tiền vậy ạ?

A5　B　ちょうど1500円です。ここの料理は人気で味も最高ですよ!

Vừa tròn 1500 Yên ạ. Món ăn ở đây được nhiều người yêu thích, mùi vị cũng tuyệt vời đấy!

Q5　M　お昼ご飯は全部でいくらなの？

Bữa trưa hết tất cả bao nhiêu tiền thế?

A5　M　ちょうど1500円だよ。ここの料理は人気で味も最高だよ！

Vừa tròn 1500 Yên đấy. Món ăn ở đây được nhiều người yêu thích, mùi vị cũng tuyệt vời lắm đấy!

＊工事現場で　Tại công trường xây dựng

Q6　B　安全に仕事ができるように、安全帯をかけてくれますか。

Để làm việc được an toàn, anh thắt đai an toàn vào hộ tôi có được không?

A6　B　はい、了解しました。

Vâng, tôi rõ rồi ạ.

Q6
作業着を着て mặc đồ bảo hộ lao động
安全靴を履いて đi giày bảo hộ
ヘルメットをかぶって đội mũ bảo hiểm

Q6　M　安全に仕事ができるように、安全帯をかけてくれる？

Để làm việc được an toàn, cậu thắt đai an toàn vào hộ tớ có được không?

A6　M　うん、分かった。

Ừ, tớ hiểu rồi.

Q7
運んで vận chuyển ra
戻して hoàn trả lại

Q7　B　そこの工具、向こうの場所に持って行ってくれますか。

Dụng cụ ở đằng kia, anh có thể mang ra chỗ đối diện hộ tôi được không?

A7　B　了解しました。この黒いのでいいですか。

Tôi đã rõ ạ. Cái màu đen này phải không ạ?

A7		
赤い màu đỏ	白い màu trắng	
青い màu xanh dương	茶色 màu nâu	
黄色 màu vàng	丸い hình tròn	

Q7　M　そこの工具、向こうの場所に持って行ってくれる？

Dụng cụ ở đằng kia thì cậu mang ra chỗ đối diện hộ tớ được không?

A7　M　分かった。この黒いのでいい？

Ừ tớ biết rồi. Cái màu đen này hả?

Q8
素直で元気な ngoan ngoãn và khoẻ mạnh
自分の腕に自信を持っている người tự tin vào kỹ năng của mình

Q8　B　どんな人がいい職人ですか。

Người thợ giỏi là một người như thế nào ạ?

A8　B　力が強くて経験のある人ですよ。

Là người có thể lực khỏe và giàu kinh nghiệm đấy.

Q8　M　どんな人がいい職人なの？

Người thợ giỏi là một người như thế nào thế?

A8　M　力が強くて経験のある人だよ。

Là người có thể lực khỏe và giàu kinh nghiệm đấy.

Q9　B　変ですねえ。ポットのお湯の温度が上がらないんですが、見て頂けますか。

Lạ quá nhỉ. Nhiệt độ nước nóng trong bình sao không tăng nhỉ. Anh có thể xem giúp tôi được không ạ?

A9　B　はい。…、故障でしょうか。

Vâng. …, có khi nào nó bị hỏng rồi không?

Q9　M　変だねえ。ポットのお湯の温度が上がらないんだけど、見てもらえる？

Lạ quá nhỉ. Nhiệt độ nước nóng trong bình sao không tăng nhỉ. Cậu xem giúp tớ với?

A9　M　うん。…、故障かなあ。

Ừ. …, có khi nào nó bị hỏng rồi không ta.

Q10　B　おかしいですねえ。誰かこのポットを壊したんでしょうか。

Lạ nhỉ. Không biết ai đã làm hỏng cái bình này vậy?

A10　B　ええ、すみません。私が壊してしまいました。

Vâng, tôi xin lỗi. Tôi đã làm hỏng nó ạ.

A10´　B　いいえ、もう壊れていました。

Không, nó bị hỏng từ trước rồi mà.

Q10　M　おかしいねえ。誰かこのポットを壊したのかなあ？

Lạ nhỉ. Không biết ai đã làm hỏng cái bình vậy ta?

A10　M　うん、ごめん。私が壊しちゃったよ。

Ừ, tớ xin lỗi. Tớ đã làm hỏng nó đấy.

A10´　M　ううん、もう壊れてたよ。

Không, nó bị hỏng từ trước rồi mà.

Q11　B　今、ちょっと手を貸して頂けますか。

Bây giờ, anh có thể giúp tôi một tay có được không ạ?

A11　B　いいですよ。何をしましょうか。

Dạ được chứ. Tôi làm gì thì được ạ?

Q11　M　今、ちょっと手を貸してくれる？

Bây giờ, cậu có thể giúp tớ một tay được chứ?

> Q11
> 手伝って giúp đỡ
> 助けて cứu giúp

A11 M　いいよ。何_{なに}をしようか。

　　　　Ừ được chứ. Tớ sẽ làm gì nào?

Q12 B　その本_{ほん}はどうしたんですか。買_かったんですか?

　　　　Quyển sách đó là thế nào đấy ạ? Anh đã mua nó à?

A12 B　いいえ、図書館_{としょかん}で借_かりましたよ。

　　　　Không, tôi đã mượn ở thư viện đấy.

Q12 M　その本_{ほん}どうしたの?買_かったの?

　　　　Quyển sách đó là thế nào đấy? Cậu đã mua nó à?

A12 M　ううん、図書館_{としょかん}で借_かりたよ。

　　　　Không, tớ mượn ở thư viện đấy chứ.

14課　説明 Bài 14 Giải thích ngữ pháp

	1G 持_もっていく	1G 履_はく	1G 貸_かす	1G 壊_{こわ}す	1G 戻_{もど}す	1G 頼_{たの}む	1G 助_{たす}かる
	Mang đi	Mặc vào, đi vào	Cho mượn	Làm hỏng	Để về chỗ cũ	Nhờ	Được giúp đỡ
ない形 thể phủ định	持っていかない	履かない	貸さない	壊さない	戻さない	頼まない	助からない
ます形 thể Masu	持っていきます	履きます	貸します	壊します	戻します	頼みます	助かります
辞書形 thể từ điển	持っていく	履く	貸す	壊す	戻す	頼む	助かる
可能形 thể khả năng	持っていける	履ける	貸せる	壊せる	戻せる	頼める	
ば形 thể Ba	持っていけば	履けば	貸せば	壊せば	戻せば	頼めば	助かれば
意向形 thể ý chí	持っていこう	履こう	貸そう	壊そう	戻そう	頼もう	
て形 thể Te	持って行って	履いて	貸して	壊して	戻して	頼んで	助けて
た形 thể Ta	持って行った	履いた	貸した	壊した	戻した	頼んだ	助けた

	1G 上_あがる	1G かかる	1G 被_{かぶ}る	1G 運_{はこ}ぶ	1G 食_くう	2G できる	2G 借_かりる
	Tăng	Tốn thời gian	Đội	Vận chuyển	Ăn	làm được	Mượn
ない形 thể phủ định	上がらない	かからない	被らない	運ばない	食わない	できない	借りない
ます形 thể Masu	上がります	かかります	被ります	運びます	食います	できます	借ります
辞書形 thể từ điển	上がる	かかる	被る	運ぶ	食う	できる	借りる
可能形 thể khả năng	上がれる		被れる	運べる	食える		借りられる
ば形 thể Ba	上がれば	かかれば	被れば	運べば	食えば	できれば	借りれば
意向形 thể ý chí	上がろう		被ろう	運ぼう	食おう		借りよう
て形 thể Te	上がって	かかって	被って	運んで	食って	できて	借りて
た形 thể Ta	上がった	かかった	被った	運んだ	食った	できた	借りた

	2G	2G	3G	3G	3G	3G
	着る	いない	持ってくる	なってくる	了解する	注文する
	Mặc	Không có	Mang đến	Trở nên	Hiểu	Gọi món, đặt đồ
ない形 thể phủ định	着ない	いない	持ってこない	なってこない	了解しない	注文しない
ます形 thể Masu	着ます	います	持ってきます	なってきます	了解します	注文します
辞書形 thể từ điển	着る	いる	持ってくる	なってくる	了解する	注文する
可能形 thể khả năng	着られる	いれる	持ってこられる		了解できる	注文できる
ば形 thể Ba	着れば	いれば	持ってくれば	なってくれば	了解すれば	注文すれば
意向形 thể ý chí	着よう	いよう	持ってこよう		了解しよう	注文しよう
て形 thể Te	着て	いて	持ってきて	なってきて	了解して	注文して
た形 thể Ta	着た	いた	持ってきた	なってきた	了解した	注文した

1　肉体労働の言葉　Từ ngữ liên quan đến ngành nghề lao động chân tay

　本課では肉体労働の現場の言葉を紹介します。本文中に出てくる「食う」という言葉は、男性が使うことが多く、まず女性が使うことは殆どなく、学習者が女性の場合使用は避けたほうが無難でしょう。これは男っぽさを象徴する言葉だからです。このような言葉にみられるよ

肉 thịt

牛肉 thịt bò
鶏肉 thịt gà
豚肉 thịt lợn
ソーセージ xúc xích

うに、男性が多い肉体労働系の言葉は独特です。特に注意してほしいのはこの世界に限らず日本社会は上下関係に厳しいので、年上の人や先輩に生意気な口をきくのは厳禁です。先輩たちの言葉はお世辞にもきれいな日本語とは言えないことがあり、そこからみなさんはどんどん吸収していくでしょう。だからといって、先輩の真似をして乱暴な言葉を使うのは控えるべきです。最初は外国人だからという理由で大目に見てもらえるかもしれませんが、のちのち生意気だと怒られたりするリスクも高くなります。

　慣れるのは容易ではないと思いますが、徐々に身につけられると思います。以下は頻出が予想される言葉です。

Trong bài này, chúng tôi sẽ giới thiệu những từ ngữ được sử dụng tại những nơi sử dụng lao động chân tay. Từ「食う」xuất hiện trong bài được nam giới sử dụng nhiều, hầu như nữ giới không dùng từ này nên nếu người học là nữ giới thì nên tránh sử dụng. Bởi vì đây là từ ngữ đặc trưng của nam giới. Như những gì ta thấy thì những từ ngữ này phần lớn có liên quan đến các ngành nghề lao động chân tay. Điều bạn cần chú ý đó là không chỉ thế giới mà trong xã hội Nhật Bản, mối quan hệ giữa người trên - người dưới rất khắt khe nên nghiêm cấm việc hỏi người lớn tuổi hay tiền bối bằng giọng xấc láo. Trong từ ngữ của các tiền bối, sẽ có những từ tiếng Nhật không được đẹp đẽ cho lắm và có thể vô thức chúng ta lại học theo những từ đó. Vì vậy bạn nên tránh bắt chước sử dụng những từ ngữ thiếu lễ độ. Ban đầu, có thể người Nhật sẽ rộng lượng với bạn vì bạn là người nước ngoài nhưng sau này rủi ro sẽ ngày càng cao nếu bị người Nhật nổi cơn thịnh nộ và cho rằng bạn hỗn láo.

Không dễ gì để có thể quen được với điều này nhưng dần dần bạn sẽ trang bị được những hiểu biết cho chính mình. Dưới đây là những từ ngữ chúng tôi cho rằng sẽ xuất hiện nhiều khi bạn làm việc trong môi trường này.

ご飯→飯 cơm

昼ごはん→昼飯 cơm trưa

ご飯を食べる→飯を食う ăn cơm

ご飯食べた？→飯食った？ Đã ăn chưa?

ご飯を食べろ→飯食え Ăn cơm đi

トイレ→便所 Nhà vệ sinh

休憩→一服 Nghỉ giải lao

休憩所→詰所 Khu vực nghỉ giải lao

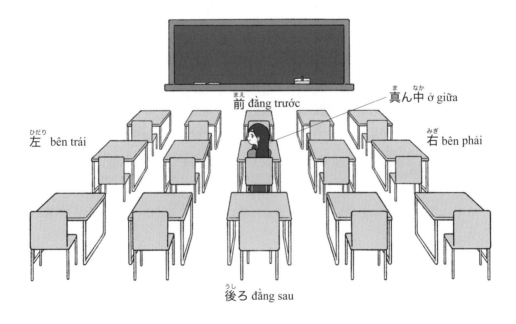

前 đằng trước　真ん中 ở giữa

左 bên trái　右 bên phải

後ろ đằng sau

コラム 石黒 猛（ありがとうカフェ）

ベトナム人の日本語会話と脳内校正と

　外国人との日本語での対話は、ある意味聞き手としての能力を試されていると思う。ある日リンさんが「ごーじんですね!」と言った。「ごーじん」のアクセントを「ド」と「ミ」の音階で表すなら「ミーミミ」。一瞬「強引ですね!」って言われたと思った。

　脳内の自動校正機能はどうしても最初の音とアクセントに引っ張られる。しかしどう考えても彼女に強引な振る舞いをした覚えはないし、何より今は冷静に税金の話をしているのだ。

　OK、これは「個人」か「法人」のどちらかだ。

　アクセントから判断すると「法人」の一字違いの可能性が高い。しかし「こ」と「ご」は似ているし、彼女は長音と短音の使い分けが苦手なので「こじん」→「ごじん」→「ごーじん」となった可能性も捨て難い。

　あれこれ悩んでいるうちに彼女自身がMaziiで確認して、結果「個人」の言い間違いだったことが判明した。

　「寒いじゃないだから大丈夫」のような文法や活用の脳内校正にはもう慣れた。しかし相変わらず短いセンテンスで言い放たれた言葉に対する脳内校正は脆弱だ。もちろん母国語以外の言葉を一生懸命話してくれる話者に対して、脳内校正の精度を上げていく努力は聞き手として最低限の礼儀だと思う。

　ただわがままを言わせてもらえば、アクセントか長短のどちらかだけでも正確であってほしい。仮に「ミードド」で「ごーじん」と言ってもらえたら「個人」に脳内校正できたかもしれない。なので「個人」のアクセントは「ミドド」だよ、と教えることはできるが、「個人個人」になると前半の「個人」は「ドミミ」で後半の「個人」は「ミドド」だったりする。

　同様に「法人」も基本的には「ミーミミ」だが、「法人税」になると「ミーミド」になる。そのくせ「法人登録」は「ミーミミ」だ。日本語のアクセントは本当に難しいし、下手な教え方をすれば学習者の混乱を招く。だから一音一音の長短をしっかり区別するほうが容易だと思う。短音は極端に短くすると促音との区別がつきにくくなるから、伸ばさないようにすることだけ心がけて、その分長音をできるだけ長く発音するようにしようね、リンさん。そうすればアクセントが正しくなくてもあなたの家に今日来るのが「おばさん」なのか「おばあさん」なのかの判断はできるんだよ。

　外国人と日本語で円滑なコミュニケーションを図るための道程は果てしなく長い。しかし双方が努力し合えば決して越えられない障害ではないと信じている。

Hội thoại tiếng Nhật của người Việt Nam và sự hiệu chỉnh trong não bộ

Giao tiếp với người nước ngoài bằng tiếng Nhật, xét ở một góc độ nào đó, cũng chính là một bài kiểm tra khả năng là một người lắng nghe của bạn.

Tôi nhớ, có lần Linh đã nói: "goujin desu ne (goujin phải không ạ?)".

Nếu thể hiện trọng âm của từ "goujin" bằng thang âm "đô" và "mi" thì sẽ là "mii mi mi".

Trong chốc lát, tôi đã nghĩ mình bị Linh nói là; "gouin desu ne (Thật là bảo thủ)".

Chức năng sửa lỗi tự động trong não của tôi không hiểu sao lại bị kéo theo âm đầu tiên và trọng âm của từ.

Tuy nghiên, nghĩ đi nghĩ lại, tôi vẫn không nhớ là mình đã có những hành động ép buộc, bảo thủ gì với cô ấy; và hơn hết, ngay bây giờ, tôi đang nói chuyện về thuế một cách rất bình tĩnh.

OK, vậy chắc từ mà Linh đang nói đến là "kojin"(cá nhân) hay "houjin"(tập đoàn, người chịu trách nhiệm pháp lí).

Nếu xét về mặt trọng âm thì có vẻ khả năng cao là Linh đã nói sai chữ đầu tiên của từ "houjin".

Tuy nhiên, "ko" và "go" khi phát âm lại khá na ná nhau, cộng với việc có thể Linh không giỏi trong việc phân biệt để sử dụng giữa âm dài và âm ngắn nên cũng không thể loại bỏ khả năng là "kojin" -> "gojin"-> "goujin". Trong lúc tôi đang đau đầu suy nghĩ thì Linh mở từ điển Mazil ra để kiểm tra lại từ mà cô ấy nói; và kết quả là, hóa ra cô ấy đã nói sai từ "kojin".

Tôi đã quen với việc não tự động hiệu chỉnh những lỗi sai trong cách chia thể của từ và trong cách sử dụng ngữ pháp như ở câu này " Trời không lạnh nên tôi không sao đâu." (ngữ pháp sai, câu đúng là「寒くないから大丈夫」)

Tuy nhiên, cũng như mọi lần, khả năng tự nhảy số để chỉnh lỗi trong não của tôi đối với những từ được nói ra một cách dứt khoát trong các câu ngắn còn khá kém.

Tôi biết, vì đối phương đã rất nỗ lực để nói một thứ tiếng khác ngoài tiếng mẹ đẻ của mình; do vậy, việc bản thân tôi cũng phải cố gắng nâng cao độ chính xác về khả năng tự động hiệu chỉnh trong não của mình đối với những lỗi sai mà họ mắc phải chính là phép lịch sự tối thiểu nhất mà tôi cần làm.

Thế nhưng, cho phép tôi được nói điều này, dù có chút ích kỉ, tôi mong đối phương hãy nói chính xác ít nhất trường âm hoặc trọng âm.

Giả dụ như là, nếu bạn nói từ "goujin" với thang âm là "mii đồ đồ " thì có thể nào tôi sẽ tự động hiểu từ bạn đang nói là "kojin".

Vì thế, đọc đúng trọng âm của từ "kojin" thì phải đọc theo thang âm là "mi đồ đồ ". Thế nhưng, khi nói từ " kojin kojin" thì lại khác, trọng âm của từ "kojin" đầu tiên phải đọc là "đồ mi mi" còn trọng âm của từ "kojin" về sau thì lại thành "mi đồ đồ".

Tương tự như vậy, khi nói từ "houjin" thì về mặt cơ bản, trọng âm là "mii mi mi", nhưng khi chuyển thành " houjinzei" (thuế doanh nghiệp) thì trọng âm lại là "mii mi đồ". Ấy vậy mà, " houjintouroku" (đăng ký doanh nghiệp) lại có trọng âm là "mii mi mi".

Trọng âm trong tiếng Nhật thực sự rất khó. Nếu giáo viên không biết cách dạy, học sinh chắc chắn sẽ bị rối.

Chính vì vậy, tôi nghĩ là, sẽ dễ dàng hơn nếu học sinh biết phân biệt một cách cẩn thận âm ngắn và âm dài trong tiếng Nhật.

Đối với những từ có âm ngắn, nếu nói nhanh và ngắn quá thì sẽ rất dễ nhầm với âm ngắt, vì vậy chỉ cần chú ý là đừng kéo dài chúng thôi. Bên cạnh đó, đối với trường âm thì ngược lại hãy cố gắng kéo dài ra khi nói. Linh nhớ nhé !

Nếu làm như vậy, cho dù trọng âm của bạn không đúng, thì người ta vẫn có thể đoán được người đến nhà bạn hôm nay là "obasan" (cô, bác, dì) hay là "obaasan"(bà) đó.

Tôi biết, chặng đường để có thể giao tiếp với người nước ngoài bằng tiếng Nhật một cách trơn tru, trôi chảy còn dài vô tận.

Nhưng tôi tin rằng, nếu cả cùng nhau nỗ lực phấn đấu, thì đó chắc chắn không phải là trở ngại mà chúng ta không thể vượt qua được.

15課
Bài 15

<ruby>事故<rt>じ こ</rt></ruby>

Tai nạn

大会話 Hội thoại lớn Business

本田：ランさんどうしたんですか。<ruby>足<rt>あし</rt></ruby>が<ruby>痛<rt>いた</rt></ruby>いんですか。

ラン：ええ。<ruby>実<rt>じつ</rt></ruby>はスマホを<ruby>見<rt>み</rt></ruby>ながら<ruby>歩<rt>ある</rt></ruby>いていたら、<ruby>自転車<rt>じてんしゃ</rt></ruby>にぶつかってしまいました。

本田：それはいけませんね。これからは<ruby>危<rt>あぶ</rt></ruby>ないことはしないでくださいね。

ラン：はい、<ruby>分<rt>わ</rt></ruby>かりました。ご<ruby>心配<rt>しんぱい</rt></ruby>をおかけしどうもすみません。ベトナムのお<ruby>父<rt>とう</rt></ruby>さんに<ruby>電話<rt>でんわ</rt></ruby>したら<ruby>厳<rt>きび</rt></ruby>しく<ruby>叱<rt>しか</rt></ruby>られてしまいました。

本田：それはランさんが<ruby>心<rt>こころ</rt></ruby>から<ruby>愛<rt>あい</rt></ruby>されているからですよ。

ラン：<ruby>両親<rt>りょうしん</rt></ruby>はいつも<ruby>子供<rt>こども</rt></ruby>たちのためにいろいろしてくれました。やさしい<ruby>両親<rt>りょうしん</rt></ruby>のため<ruby>何<rt>なに</rt></ruby>をしてあげたらいいでしょうか。

本田：これからも<ruby>日本語<rt>にほんご</rt></ruby>の<ruby>勉強<rt>べんきょう</rt></ruby>を<ruby>続<rt>つづ</rt></ruby>けて、<ruby>翻訳者<rt>ほんやくしゃ</rt></ruby>になって<ruby>成功<rt>せいこう</rt></ruby>することですよ。

ラン：そうですね。それにはもっと<ruby>勉強<rt>べんきょう</rt></ruby>する<ruby>必要<rt>ひつよう</rt></ruby>がありますね。

本田：ランさんはいつも<ruby>一生懸命<rt>いっしょうけんめい</rt></ruby>やっていますよ。あまり<ruby>頑張<rt>がんば</rt></ruby>りすぎないでください。まだ<ruby>日本語<rt>にほんご</rt></ruby>の<ruby>勉強<rt>べんきょう</rt></ruby>は<ruby>始<rt>はじ</rt></ruby>まったばかりですよ。

ラン：でもなかなか<ruby>上手<rt>じょうず</rt></ruby>にならないので<ruby>時々<rt>ときどき</rt></ruby><ruby>嫌<rt>いや</rt></ruby>になります。

本田：その<ruby>時<rt>とき</rt></ruby>は<ruby>頑張<rt>がんば</rt></ruby>らなくていいんです。<ruby>休<rt>やす</rt></ruby>む<ruby>必要<rt>ひつよう</rt></ruby>がありますよ。ストレスは<ruby>体<rt>からだ</rt></ruby>に<ruby>悪<rt>わる</rt></ruby>いですからね。

ラン：どうもありがとうございます。これからは<ruby>少<rt>すこ</rt></ruby>し<ruby>休<rt>やす</rt></ruby>みながら<ruby>勉強<rt>べんきょう</rt></ruby>しますね。

Honda: Lan này, cháu bị sao vậy? Cháu đau chân à?

Lan: Dạ. Thực ra, tại vì cháu vừa đi vừa xem điện thoại nên đã va vào xe đạp ạ.

Honda: Như thế không được đâu. Từ giờ trở đi cháu đừng làm những việc nguy hiểm nhé.

Lan: Vâng, cháu hiểu rồi ạ. Cháu rất xin lỗi vì đã làm bác phải lo lắng. Cháu gọi điện cho bố cháu ở Việt Nam thì bị bố mắng gay gắt.

Honda: Đó là vì sâu thẳm trong trái tim, bố cháu rất yêu cháu đấy.

Lan: Bố mẹ cháu luôn làm tất cả vì con cái. Cháu có thể làm gì cho bố mẹ cháu - những người rất yêu thương cháu đây ạ?

Honda: Từ giờ cháu hãy tiếp tục học tiếng Nhật và phấn đấu trở thành một nhà biên dịch.

Lan: Đúng thế bác nhỉ. Để làm được điều đó thì cháu cần học hành chăm chỉ hơn nữa.

Honda: Lan vẫn luôn cố gắng mà. Nhưng cháu đừng cố quá nhé. Cháu vừa mới bắt đầu học tiếng Nhật thôi mà.

Lan: Nhưng vì mãi mà cháu chưa giỏi được nên đôi lúc cháu thấy chán ghét.

Honda: Những lúc như thế cháu không cần cố đâu. Cháu cần nghỉ ngơi. Vì stress không tốt cho cơ thể mà.

Lan: Cháu cảm ơn bác rất nhiều ạ. Từ giờ trở đi cháu sẽ vừa học vừa nghỉ ngơi một chút.

大会話 Hội thoại lớn Maruko

みき：ランちゃんどうしたの？足が痛いの？

ラン：うん。実はスマホを見ながら歩いてたら、自転車にぶつかっちゃった。

みき：それはいけないね。これからは危ないことはしないでね。

ラン：うん、分かったよ。心配かけてごめんね。ベトナムのお父さんに電話したら厳しく叱られちゃったよ。

みき：それはランちゃんが心から愛されてるからだよ。

ラン：両親はいつも子供たちのためにいろいろしてくれたよ。やさしい両親のために何をしてあげたらいいかな。

みき：これからも日本語の勉強を続けて、翻訳者になって成功することだよ。

ラン：そうだね。それにはもっと勉強する必要があるね。

みき：ランちゃんはいつも一生懸命やってるよ。あまり頑張りすぎないでね。まだ日本語の勉強は始まったばかりだよ。

ラン：でもなかなか上手にならないので時々嫌になるよ。

みき：その時は頑張らなくていいんだよ。休む必要があるよ。ストレスは体に悪いからね。

ラン：どうもありがとう。これからは少し休みながら勉強するね。

Miki: Lan ơi, cậu bị sao vậy? Cậu đau chân à?

Lan: Ừ. Thực ra là vì tớ vừa đi vừa xem điện thoại nên đã va vào xe đạp.

Miki: Như thế không được đâu. Từ giờ trở đi cậu đừng làm những việc nguy hiểm nhé.

Lan: Ừ, tớ biết rồi. Xin lỗi vì đã làm cậu lo lắng nha. Tớ gọi điện cho bố tớ ở Việt Nam thì bị bố mắng cho té tát đấy.

Miki: Đó là vì sâu thẳm trong trái tim, bố cậu rất yêu cậu đấy.

Lan: Bố mẹ tớ luôn làm tất cả vì con cái. Tớ có thể làm gì cho bố mẹ tớ - những người rất yêu thương tớ đây?

Miki: Từ giờ cậu hãy tiếp tục học tiếng Nhật và phấn đấu trở thành một nhà biên dịch.

Lan: Đúng thế nhỉ. Để làm được điều đó thì tớ cần học hành chăm chỉ hơn nữa.

Miki: Lan vẫn luôn cố gắng mà. Nhưng cậu đừng cố quá nhé. Cậu vừa mới bắt đầu học tiếng Nhật thôi mà.

Lan: Nhưng vì mãi mà chưa giỏi được nên đôi lúc tớ thấy chán ghét.

Miki: Những lúc như thế cậu không cần cố đâu. Cậu cần nghỉ ngơi đấy. Vì stress không tốt cho cơ thể mà.

Lan: Cảm ơn cậu nhiều nha. Từ giờ trở đi tớ sẽ vừa học vừa nghỉ ngơi một chút.

小会話 Hội thoại nhỏ Business

本田：何かあったんですか。嬉しそうですね。

ラン：①先生に②日本語の会話が上手だねと③褒められました。

本田：それは良かったですね。

ラン：今日は気分がいいです。

Honda: Có chuyện gì vậy? Trông cháu có vẻ vui nhỉ.

Lan: Cháu được ①cô giáo ③khen là ②hội thoại tiếng Nhật giỏi đó ạ.

Honda: Thế thì tốt quá nhỉ.

Lan: Hôm nay tâm trạng cháu rất vui ạ.

小会話 Hội thoại nhỏ Maruko

みき：何かあったの?嬉しそうだね。

ラン：①先生に②日本語の会話が上手だねと③褒められたよ。

みき：それは良かったね。

ラン：今日は気分がいいよ。

Miki: Có chuyện gì vậy? Trông cậu có vẻ vui nhỉ.

Lan: Tớ được ①cô giáo ③khen là ②hội thoại tiếng Nhật giỏi đấy.

Miki: Thế thì tốt quá nhỉ.

Lan: Hôm nay tâm trạng tớ rất vui.

1) ①友達 bạn bè　②髪型がきれいだね kiểu tóc đẹp nhỉ
③言われました được nói

2) ①好きな人 người mình thích　②恋人はいるの có người yêu rồi à　③聞かれました được nghe

3) ①田中さん Tanaka (tên riêng)　②結婚式に来てね đến tiệc cưới nhỉ　③招待された được mời

4) ①伊藤くん Ito (tên riêng)　②好きだ thích　③告白された được thổ lộ

Q & A

Q1　B　細くて若い婚約者とはどうなったんですか。

　　　　Chuyện tình cảm của bạn với vị hôn thê trẻ trung, nhỏ nhắn đến đâu rồi?

A1　B　親が反対したので、結婚をやめることにしました。

　　　　Vì bố mẹ tôi phản đối nên tôi đã quyết định từ bỏ chuyện kết hôn.

Q1　M　細くて若い婚約者とはどうなったの?

　　　　Chuyện tình cảm của cậu với vị hôn thê trẻ trung, nhỏ nhắn đến đâu rồi?

A1　M　親が反対したので、結婚をやめることにしたよ。

　　　　Vì bố mẹ tớ phản đối nên tớ đã quyết định từ bỏ chuyện kết hôn rồi đấy.

＊病院で Tại bệnh viện

Q2　B　大丈夫ですか。どこか痛いんですか。

　　　　Anh có sao không ạ? Anh bị đau ở đâu à?

A2　B　頭が痛いです。なかなか治りません。

　　　　Tôi bị đau đầu. Mãi mà không khỏi.

＊学校で Ở trường học

Q2　M　大丈夫?どこか痛いの?

　　　　Cậu có sao không? Cậu bị đau ở đâu à?

A2　M　頭が痛いよ。なかなか治らないよ。

　　　　Tớ bị đau đầu. Mãi mà không khỏi.

A1
性格がいいので、結婚する
vì tính cách người ấy tốt nên
tớ đã quyết định kết hôn

A2
体 cơ thể　顔 khuôn mặt　目 mắt
手 tay　背中 lưng　肩 vai　足 chân

Q3　B　食べながらケータイを見てもいいんですか。＊親が子供に Bố mẹ nói với con cái

Con vừa ăn vừa xem điện thoại như thế có được không hả?

A3　B　ごめんなさい。お父さん。

Con xin lỗi bố ạ.

Q3　M　食べながらケータイを見てもいいの？

Vừa ăn vừa xem điện thoại như thế có được không hả?

A3　M　ごめん。お父さん。

Con xin lỗi bố.

Q4　B　最近、Sさんを一度も見ませんね。どうしてかご存じですか。

Gần đây, tôi chẳng hề gặp anh S. Anh có biết tại sao không ạ?

A4　B　新しい道ができて、この道を通らなくなってしまったそうです。

Nghe nói vì có con đường mới mở nên anh ấy không đi đường này nữa.

Q4　M　最近、Sさんを一度も見ないね。どうしてか知ってる？

Gần đây, tớ chẳng hề gặp anh S. Cậu có biết tại sao không?

A4　M　新しい道ができて、この道を通らなくなってしまったそうだよ。

Nghe nói vì có con đường mới mở nên anh ấy không đi đường này nữa.

Q5　B　どんな時、ご両親に叱られたんですか。

Khi nào bạn bị bố mẹ mắng?

A5　B　勉強しなかった時よく叱られました。

Tôi hay bị bố mẹ mắng khi không học bài.

Q5　M　どんな時、両親に叱られたの？

Khi nào cậu bị bố mẹ mắng vậy?

A5　M　勉強しなかった時よく叱られたよ。

Tớ hay bị bố mẹ mắng khi không học bài.

Q6　B　どうしたんですか。何かあったんですか。

Cháu làm sao vậy? Có chuyện gì à?

A6　B　弟に冷蔵庫のケーキを全部食べられてしまいました。

Cháu bị em trai ăn hết chỗ bánh kem trong tủ lạnh.

> A4
> 勤め先が変わって、この道を通らなく
> vì đổi chỗ làm nên anh ấy không đi đường
> này nữa

> A5
> 兄弟で喧嘩した
> cãi nhau với anh em
> 宿題するの忘れた
> quên làm bài tập về nhà
> 掃除をサボった trốn dọn dẹp
> いつまでも寝ていた ngủ quá nhiều

Q6　M　どうしたの?何かあったの?

Cậu làm sao vậy? Có chuyện gì à?

A6　M　弟に冷蔵庫のケーキを全部食べられちゃったよ。

Tớ bị em trai ăn hết chỗ bánh kem trong tủ lạnh.

Q7　B　小さい頃、ランさんは家族のために何かしたんですか。

Hồi còn nhỏ, Lan đã làm gì để giúp gia đình thế?

A7　B　はい。よく母親の家事を手伝いました。

Dạ, cháu hay giúp đỡ mẹ việc nhà ạ.

Q7　M　小さい頃、ランちゃんは家族のために何かしたの?

Hồi còn nhỏ, Lan đã làm gì để giúp gia đình thế?

A7　M　うん。よく母親の家事を手伝ったよ。

Ừ, tớ hay giúp đỡ mẹ việc nhà đấy.

Q8　B　お兄さんはどんな人ですか。

Anh trai của bạn là người như thế nào?

A8　B　成績が良くて先生に褒められたり、運動が上手でクラスの代表に選ばれたりしています。

Anh trai tôi là người có thành tích học tập tốt, luôn được thầy giáo khen và vì giỏi vận động nên được chọn làm đại diện của lớp.

Q8　M　お兄さんはどんな人?

Anh trai của cậu là người như thế nào thế?

A8　M　成績が良くて先生に褒められたり、運動が上手でクラスの代表に選ばれたりしてるよ。

Anh trai tớ là người có thành tích học tập tốt, luôn được thầy giáo khen và vì giỏi vận động nên được chọn làm đại diện của lớp đấy.

Q9　B　古くても軽いパソコンを買いたいんですが、どこで買えばいいでしょうか。

Tôi muốn mua muốn chiếc máy tính cũ cũng được nhưng nhẹ. Tôi có thể mua ở đâu được ạ?

A9　B　パソコンなら駅前の電気屋で買えばいいですよ。

Máy tính thì bạn có thể mua ở cửa hàng điện máy trước nhà ga ấy.

Q9　M　古くても軽いパソコンを買いたいんだけど、どこで買えばいいの?

Tớ muốn mua muốn chiếc máy tính cũ cũng được nhưng nhẹ. Tớ có thể mua ở đâu?

A9　M　パソコンなら駅前の電気屋で買えばいいよ。

Máy tính thì cậu có thể mua ở cửa hàng điện máy <u>trước nhà ga</u> ấy.

A9
工場の後ろ
đằng sau nhà máy
港の近く gần cảng
Zビル3階 tầng 3 toà Z

Q10　B　自分でフォーを作ってみたんですが、いかがですか。

Tôi đã thử nấu món phở này. Chị thấy thế nào ạ?

A10　B　うーん。これはちょっと<u>しょっぱすぎ</u>ますね！

Ưm. Cái này hơi <u>mặn</u> quá nhỉ!

A10
麺が硬すぎ sợi mỳ cứng quá
麺が柔らかすぎ sợi mỳ mềm quá
スープが辛すぎ nước lèo cay quá
味が薄すぎ vị nhạt quá
味が濃すぎ vị đậm quá

Q10　M　自分でフォーを作ってみたんだけど、どう？

Tớ đã thử nấu món phở này. Cậu thấy thế nào?

A10　M　うーん。これはちょっと<u>しょっぱすぎる</u>ね！

Ưm. Cái này hơi <u>mặn</u> quá nhỉ!

Q11　B　最近ダイエットを始めたばかりなんですが、何かアドバイスを頂けますか。

Gần đây, tôi vừa mới bắt đầu <u>ăn kiêng</u>. Chị có thể cho tôi lời khuyên được không ạ?

A11　B　毎日、5キロ以上は歩き続けることが大切です。

Điều quan trọng là bạn nên duy trì <u>đi bộ trên 5 kilomet</u> mỗi ngày.

Q11　英語の勉強
việc học tiếng Anh

Q11　M　最近ダイエットを始めたばかりなんだけど、何かアドバイスくれる？

Gần đây, tớ vừa mới bắt đầu <u>ăn kiêng</u>. Cậu có lời khuyên gì cho tớ không?

A11　M　毎日、5キロ以上は歩き続けることが大切だよ。

Điều quan trọng là cậu nên duy trì <u>đi bộ trên 5 kilomet</u> mỗi ngày.

A11
会話の練習をし
luyện tập hội thoại

Q12　B　毎日お仕事大変ですが、仕事が嫌になることはあるんですか。

Công việc hàng ngày của anh rất vất vả. Có lúc nào anh thấy chán ghét công việc không?

A12　B　ええ、<u>時々</u>嫌になります。

Vâng, <u>thỉnh thoảng</u> tôi cũng thấy chán.

A12
いつも luôn luôn　たまに đôi khi
しょっちゅう thường xuyên

Q12　M　毎日仕事大変だけど、仕事が嫌になることはあるの？

Công việc hàng ngày của cậu rất vất vả. Có lúc nào cậu thấy chán ghét công việc không?

A12　M　うん、<u>時々</u>嫌になるよ。

Ừ, <u>thỉnh thoảng</u> tớ cũng thấy chán đấy.

15課　説明 Bài 15 Giải thích ngữ pháp

	1G	1G	1G	1G	1G	1G	1G
	歩く	愛す	嫌になる	通る	治る	始まる	叱る
	Đi bộ	Yêu	Trở nên ghét	Đi qua	Khỏi	Bắt đầu	Mắng
ない形 thể phủ định	歩かない	愛さない	嫌にならない	通らない	治らない	始まらない	叱らない
ます形 thể Masu	歩きます	愛します	嫌になります	通ります	治ります	始まります	叱ります
辞書形 thể từ điển	歩く	愛す	嫌になる	通る	治る	始まる	叱る
可能形 thể khả năng	歩ける	愛せる		通れる			叱れる
ば形 thể Ba	歩けば	愛せば	嫌になれば	通れば	治れば	始まれば	叱れば
意向形 thể ý chí	歩こう	愛そう		通ろう			叱ろう
て形 thể Te	歩いて	愛して	嫌になって	通って	治って	始まって	叱って
た形 thể Ta	歩いた	愛した	嫌になった	通った	治った	始まった	叱った

	1G	1G	1G	2G	2G	2G	2G
	ぶつかる	誘う	選ぶ	存じる	できる（建物が）	感じる	続ける
	Va, quệt	Rủ	Lựa chọn	Biết	Được xây xong	Cảm thấy	Tiếp tục
ない形 thể phủ định	ぶつからない	誘わない	選ばない	存じない	できない	感じない	続けない
ます形 thể Masu	ぶつかります	誘います	選びます	存じます	できます	感じます	続けます
辞書形 thể từ điển	ぶつかる	誘う	選ぶ	存じる	できる	感じる	続ける
可能形 thể khả năng		誘える	選べる			感じられる	続けられる
ば形 thể Ba	ぶつかれば	誘えば	選べば		できれば	感じれば	続ければ
意向形 thể ý chí	ぶつかろう	誘おう	選ぼう			感じよう	続けよう
て形 thể Te	ぶつかって	誘って	選んで	存じて	できて	感じて	続けて
た形 thể Ta	ぶつかった	誘った	選んだ	存じた	できた	感じた	続けた

	2G	2G	2G	3G	3G	3G
	心配をかける	辞める	褒める	成功する	告白する	反対する
	Lo lắng	Bỏ	Khen	Thành công	Thú nhận	Phản đối
ない形 thể phủ định	心配をかけない	辞めない	褒めない	成功しない	告白しない	反対しない
ます形 thể Masu	心配をかけます	辞めます	褒めます	成功します	告白します	反対します
辞書形 thể từ điển	心配をかける	辞める	褒める	成功する	告白する	反対する
可能形 thể khả năng		辞められる	褒められる	成功できる	告白できる	反対できる
ば形 thể Ba	心配をかければ	辞めれば	褒めれば	成功すれば	告白すれば	反対すれば
意向形 thể ý chí		辞めよう	褒めよう	成功しよう	告白しよう	反対しよう
て形 thể Te	心配をかけて	辞めて	褒めて	成功して	告白して	反対して
た形 thể Ta	心配をかけた	辞めた	褒めた	成功した	告白した	反対した

279

1 〈Vます〉+ながら

同時に二つ以上のことを行う時の表現です。

Đây là mẫu câu sử dụng khi muốn diễn tả hai hành động xảy ra cùng một lúc.

B　音楽を聞きながら、勉強をします。

　　Tôi vừa nghe nhạc vừa học bài.

M　音楽を聞きながら、勉強をする。

　　Tôi vừa nghe nhạc vừa học bài.

聞きます→聞きながら

〈ます〉を消して、「ながら」に変えるだけです。

Bạn chỉ cần bỏ "ます" và thay vào đó bằng "ながら".

2 〈V／なA／いA／N〉+すぎる

何かの行動や様態などが過剰であることを表現する言葉です。

Đây là từ diễn tả hành động thực hiện việc gì đó hoặc trạng thái nào đó quá mức.

■動詞の場合 Trường hợp động từ

B　彼はお酒を飲みすぎます。(1G)

　　Anh ấy uống quá nhiều rượu.

M　彼はお酒を飲みすぎる。

　　Anh ấy uống quá nhiều rượu.

B　甘いものを食べすぎてしまいました。(2G)

　　Tôi đã trót ăn quá nhiều đồ ngọt.

M　甘いものを食べすぎちゃった。

　　Tớ đã trót ăn quá nhiều đồ ngọt.

B　友達の佐藤君が最近家に遊びに来すぎるので、勉強ができません。(3G)

　　Vì cậu bạn Satoo của tôi dạo này sang nhà tôi chơi nhiều quá nên tôi không thể học được.

M　友達の佐藤君が最近家に遊びに来すぎるから、勉強できない。

　　Vì cậu bạn Satoo của tôi dạo này sang nhà tôi chơi nhiều quá nên tôi không thể học được.

B　子供はあまり家で勉強しすぎないでください。(3G)

　　Trẻ em không nên học trong nhà nhiều quá.

M　子供はあまり家で勉強しすぎないで。

Trẻ em không nên học trong nhà nhiều quá.

〈ます〉を消して、「すぎる」に変えるだけです。

Bạn chỉ cần bỏ "ます" và thay vào đó bằng "すぎる".

■いAの場合 Trường hợp tính từ đuôi i

B　近頃、近所の子供たちがうるさすぎて、勉強に集中できません。

Dạo này, trẻ con hàng xóm ầm ĩ quá nên tôi không thể tập trung học được.

M　近頃、近所の子供たちがうるさすぎて、勉強に集中できない。

Dạo này, trẻ con hàng xóm ầm ĩ quá nên tôi không thể tập trung học được.

〈い〉を消して、「すぎる」に変えるだけです。

Bạn chỉ cần bỏ "ます" và thay vào đó bằng "すぎる".

■なAの場合 Trường hợp tính từ đuôi na

B　週末は暇すぎて、時間をつぶすのが大変でした。

Vì cuối tuần rồi tôi rảnh quá nên tôi đã phải rất vất vả để làm gì đó giết thời gian.

M　週末は暇すぎて、時間をつぶすのが大変だった。

Vì cuối tuần rồi tôi rảnh quá nên tôi đã phải rất vất vả để làm gì đó giết thời gian.

〈な〉を消して、「ながら」に変えるだけです。

Bạn chỉ cần bỏ "な" và thay vào đó bằng "すぎる".

■Nの場合 Trường hợp danh từ

B　彼はこの話を理解するのには子供すぎました。

Anh ta vẫn còn quá trẻ con để hiểu được chuyện này.

M　彼はこの話を理解するのには子供すぎた。

Anh ta vẫn còn quá trẻ con để hiểu được chuyện này.

〈N〉+「ながら」です。

Bạn hãy thêm "すぎる" vào sau danh từ.

3　〈受け身形〉Thể bị động

人の力や、自然の力で何かがされてしまう受け身の表現です。

Cấu trúc câu bị động diễn tả sự việc nào đó bị tác động dưới sức mạnh của con người, sức mạnh của thiên nhiên.

B　電車の中で、財布を盗まれてしまいました。

　　Tôi đã bị trộm mất ví khi ở trong tàu điện.

M　電車の中で、財布を盗まれちゃった。

　　Tôi đã bị trộm mất ví khi ở trong tàu điện.

受け身については詳しく21課で説明しましたので、そこまでページを移動して読んでください。

Chúng tôi đã trình bày rất rõ trong bài 21 về thể bị động. Bạn hãy giở sách và đọc thật kỹ nhé.

4　Nのために　Vì...

これは、誰かに恩義を感じる時の言い方です。

Đây là cách nói khi cảm nhận được ơn nghĩa đối với ai đó.

B　私たちの子供のために、会社の社長はたくさんお菓子を買って持ってきてくれました。

　　Giám đốc công ty đã mua và mang đến rất nhiều bánh kẹo cho con của chúng tôi.

M　私たちの子供のために、会社の社長はたくさんお菓子を持ってきてくれた。

　　Giám đốc công ty đã mua và mang đến rất nhiều bánh kẹo cho con của chúng tôi.

もう一つは何かの理由を述べたものです。

Cấu trúc này còn có một nghĩa nữa là trình bày về lý do.

B　人身事故のために、会社に着くのが遅れました。

　　Vì có người nhảy tàu nên tôi đã tới công ty muộn.

M　人身事故のために会社に着くのが遅れた。

　　Vì có người nhảy tàu nên tớ đã tới công ty muộn.

5　〈Vた〉+ばかり　Vừa mới...

これは何かをした直後のことを表現します。

Đây là cấu trúc câu nói về việc vừa mới làm gì xong.

（このケーキいかがですか。）

(Bạn có muốn ăn bánh này không?)

B　すみません。今、ご飯を食べたばかりなんですよ。

　　Xin lỗi. Tôi vừa mới ăn cơm xong.

M　ごめん、今、ご飯を食べたばかりなんだよ。

　　Xin lỗi. Tớ vừa mới ăn cơm xong.

〈Vた〉＋ばかり　　になります。

Thêm "ばかり" vào sau "Vた".

お米 cơm

卵　trứng
ゆで卵 trứng luộc
生卵 trứng sống

16課
Bài 16

にお あじ
匂い・味

Mùi・Vị

大会話 Hội thoại lớn Business

ラン：さっきからカレーの匂いがしますね。おいしそうです。

本田：そうですね。おいしいかどうか分からないけど、この店に入りましょうか。

ラン：そうしましょう。

店員：お決まりでしょうか。

ラン：おすすめは何ですか。

店員：カツカレーでございます。

ラン：じゃあそれで。少し甘くしてください。

本田：私は激辛カレーで。

店員：かしこまりました。ご注文は以上で
　　　しょうか。

ラン：はい。

本田：あ、もう来ましたよ。早いですね。

ラン：いただきます。

本田：ああ、タバスコが置いてありますね！ もう少し辛さが欲しいです。

ラン：え、とても辛いのに、三回もタバスコを入れるんですか。

本田：ええ、昔から辛いのが好きで。

ラン：それは入れすぎじゃないでしょうか。体に悪いですよ。
　　　もう少し量を減らしたほうがいいですよ。

本田：そうかもしれませんね。うん！ これは、ちょっと辛すぎました！

Lan: Từ nãy đến giờ mùi cà-ri thơm quá bác nhỉ. Trông ngon thế.

Honda: Đúng thế. Bác không rõ có ngon hay không nhưng ta vào cửa hàng này chứ?

Lan: Ta vào đi bác.

Nhân viên: Quý khách đã chọn được món nào chưa ạ?

Lan: Món ngon nhà hàng gợi ý cho khách là món gì ạ?

Nhân viên: Là món cà-ri thịt cốt-lết ạ.

Lan: Vậy cho em món đó ạ. Chị làm ngọt một chút cho em với nhé.

Honda: Cho tôi cà-ri siêu cay.

Nhân viên: Tôi đã rõ rồi ạ. Quý khách gọi hai món đó thôi đúng không ạ?

Lan: Vâng ạ.

Honda: A, đồ ăn đã ra rồi kìa. Nhanh nhỉ.

Lan: Cháu mời bác ạ.

Honda: A, họ để sẵn Tabasco này! Bác muốn cay thêm một chút.

Lan: Ôi, đã cay lắm rồi vậy mà bác còn thêm ba lần sốt Tabasco vào nữa ạ?

Honda: Ừ, từ ngày xưa bác đã thích ăn cay rồi.

Lan: Bác cho thế không phải quá nhiều hay sao ạ? Không tốt cho cơ thể đâu bác.

Bác nên giảm bớt lượng cay sẽ tốt hơn đấy ạ.

Honda: Cũng có thể như thế nhỉ! Ừ! Thế này thì hơi cay quá rồi!

大会話　Hội thoại lớn Maruko

ラン：さっきからカレーの匂いがするね。おいしそう。

みき：そうだね。おいしいかどうか分からないけど、この店に入ろうか。

ラン：そうしよう。

店員：お決まりでしょうか。

ラン：おすすめは何ですか。

店員：カツカレーでございます。

ラン：じゃあそれで。少し甘くしてください。

みき：私は激辛カレーで。

店員：かしこまりました。ご注文は以上でしょうか。

ラン：はい。

みき：あ、もう来たよ。早いね。

ラン：いただきます。

みき：ああ、タバスコが置いてある！ もう少し辛さが欲しいな。

ラン：え、とても辛いのに、三回もタバスコを入れるの?

みき：うん、昔から辛いのが好きで。

ラン：それは入れすぎじゃない？　体に悪いよ。

　　　もう少し量を減らしたほうがいいよ。

みき：そうかもしれないね。うん！これは、ちょっと辛すぎたよ！

Lan: Từ nãy đến giờ mùi cà-ri thơm quá nhỉ. Trông ngon thế.

Miki: Đúng thế. Tớ không rõ có ngon hay không nhưng ta vào cửa hàng này chứ?

Lan: Ta vào đi.

Nhân viên: Quý khách đã chọn được món nào chưa ạ?

Lan: Món ngon nhà hàng gợi ý cho khách là món gì ạ?

Nhân viên: Là món cà-ri thịt cốt-lết ạ.

Lan: Vậy cho em món đó ạ. Chị làm ngọt một chút cho em với nhé.

Miki: Cho em cà-ri siêu cay.

Nhân viên: Tôi đã rõ rồi ạ. Quý khách gọi hai món đó thôi đúng không ạ?

Lan: Vâng ạ.

Miki: A, đồ ăn đã ra rồi kìa. Nhanh nhỉ.

Lan: Mời cậu.

Miki: A, họ để sẵn Tabasco này! Tớ muốn cay thêm một chút.

Lan: Ôi, đã cay lắm rồi vậy mà cậu còn thêm ba lần sốt Tabasco vào nữa hả?

Miki: Ừ, từ ngày xưa tớ đã thích ăn cay rồi.

Lan: Cậu cho thế không phải quá nhiều à? Không tốt cho cơ thể đâu.

Giảm bớt lượng cay sẽ tốt hơn đấy.

Miki: Cũng có thể như thế nhỉ! Ừ! Thế này thì hơi cay quá rồi!

小会話 Hội thoại nhỏ Business

＊お店で Ở cửa hàng

店員：ご注文は何になさいますか。

ラン：うーん。何にしましょうかね。

本田：何でもおすすめですよ。

ラン：今日は①てんぷら定食にします。

Nhân viên: Quý khách gọi món gì ạ?

Lan: Ưm, cháu nên chọn món gì đây.

Honda: Món nào bác thấy cũng ngon đấy.

Lan: Hôm nay cháu sẽ chọn set tempura ạ.

小会話 Hội thoại nhỏ Maruko

＊お店で Ở cửa hàng

店員：ご注文は何になさいますか。

ラン：うーん。何にしようかな。

みき：何でもおすすめだよ。

ラン：今日は①つけ麺の並にするよ。

Nhân viên: Quý khách gọi món gì ạ?

Lan: Ưm, tớ nên chọn món gì đây ta.

Miki: Món nào tớ thấy cũng ngon đấy.

Lan: Hôm nay tớ sẽ chọn món tsukemen cỡ vừa.

1）①月見そばの大盛 khẩu phần lớn tsukimi soba

2）②ラーメンの麺少なめ mì ramen ít mì hơn

3）①納豆定食ご飯多め set natto nhiều cơm

4）①すしのさび抜き sushi không có wasabi

Q & A

Q1　B　近頃よく深夜に近所から変な音がするんですが、何だと思いますか。

　　　Gần đây tôi hay nghe thấy có tiếng động lạ từ nhà hàng xóm lúc đêm khuya. Anh nghĩ đó là gì?

A1　B　泥棒かもしれませんね。

　　　Có thể là trộm nhỉ.

> Q1
> 声 giọng nói

Q1　M　近頃よく深夜に近所から変な音がするけど、何だと思う?

　　　Gần đây tớ hay nghe thấy có tiếng động lạ từ nhà hàng xóm lúc đêm khuya. Cậu nghĩ đó là gì?

A1　M　泥棒かもしれないね。

　　　Có thể là trộm nhỉ.

Q2　B　このお菓子、色も形もきれいですね。お好きですか。

　　　Cái bánh này, cả màu sắc lẫn hình dạng đều đẹp nhỉ. Chị có thích không ạ?

A2　B　ええ、昔子供の時に食べたなつかしい味がします。

　　　Vâng, nó có hương vị thân thuộc với vị mà hồi còn nhỏ tôi đã ăn.

Q2　M　この<ruby>お菓子<rt>か し</rt></ruby>、<ruby>色<rt>いろ</rt></ruby>も<ruby>形<rt>かたち</rt></ruby>もきれいだね。<ruby>好<rt>す</rt></ruby>き?

Cái bánh này, cả màu sắc lẫn hình dạng đều đẹp nhỉ. Cậu thích chứ?

A2　M　うん。<ruby>昔<rt>むかし</rt></ruby><ruby>子供<rt>こ ども</rt></ruby>の<ruby>時<rt>とき</rt></ruby>に<ruby>食<rt>た</rt></ruby>べたなつかしい<ruby>味<rt>あじ</rt></ruby>がするよ。

Ừ, nó có hương vị thân thuộc với vị mà hồi còn nhỏ tớ đã ăn đấy.

Q3　B　<ruby>眠<rt>ねむ</rt></ruby>そうですね。<ruby>大丈夫<rt>だいじょうぶ</rt></ruby>ですか。

Trông anh có vẻ buồn ngủ nhỉ. Anh ổn chứ?

A3　B　ええ、<u><ruby>二時間<rt>に じ かん</rt></ruby></u>しか<ruby>寝<rt>ね</rt></ruby>ていませんから、<ruby>今日<rt>きょう</rt></ruby>は<ruby>早<rt>はや</rt></ruby>く<ruby>寝<rt>ね</rt></ruby>ることにします。

Vâng, vì tôi chỉ ngủ có <u>hai tiếng</u> nên hôm nay tôi quyết định sẽ đi ngủ sớm.

A3
<ruby>一時間<rt>いち じ かん</rt></ruby> một tiếng <ruby>四時間<rt>よ じ かん</rt></ruby> bốn tiếng

Q3　M　<ruby>眠<rt>ねむ</rt></ruby>そうだね。<ruby>大丈夫<rt>だいじょうぶ</rt></ruby>なの?

Trông cậu có vẻ buồn ngủ nhỉ. Cậu ổn đấy chứ?

A3　M　うん、<u><ruby>二時間<rt>に じ かん</rt></ruby></u>しか<ruby>寝<rt>ね</rt></ruby>てないから、<ruby>今日<rt>きょう</rt></ruby>は<ruby>早<rt>はや</rt></ruby>く<ruby>寝<rt>ね</rt></ruby>ることにするよ。

Ừ, vì tớ chỉ ngủ có <u>hai tiếng</u> nên hôm nay tớ quyết định sẽ đi ngủ sớm.

Q4　B　<u><ruby>土曜日<rt>ど よう び</rt></ruby></u>の<ruby>飲<rt>の</rt></ruby>み<ruby>会<rt>かい</rt></ruby>には<ruby>参加<rt>さん か</rt></ruby>するんですか。

Anh có tham dự <u>bữa tiệc</u> vào thứ bảy không?

A4　B　まだ<ruby>参加<rt>さん か</rt></ruby>するかどうか<ruby>分<rt>わ</rt></ruby>からないです。<ruby>最近<rt>さいきん</rt></ruby><ruby>休日<rt>きゅうじつ</rt></ruby><ruby>出社<rt>しゅっしゃ</rt></ruby>が<ruby>多<rt>おお</rt></ruby>いですから。

Tôi vẫn chưa rõ có tham gia hay không. Vì dạo gần đây tôi hay phải đến công ty vào ngày nghỉ.

Q4
<ruby>祝日<rt>しゅくじつ</rt></ruby> ngày lễ <ruby>日曜日<rt>にち よう び</rt></ruby> Chủ nhật

Q4　M　<u><ruby>土曜日<rt>ど よう び</rt></ruby></u>の<ruby>飲<rt>の</rt></ruby>み<ruby>会<rt>かい</rt></ruby>には<ruby>参加<rt>さん か</rt></ruby>するの?

Cậu có tham dự <u>bữa tiệc</u> vào thứ bảy không?

A4　M　まだ<ruby>参加<rt>さん か</rt></ruby>するかどうか<ruby>分<rt>わ</rt></ruby>からないよ。<ruby>最近<rt>さいきん</rt></ruby><ruby>休日<rt>きゅうじつ</rt></ruby><ruby>出社<rt>しゅっしゃ</rt></ruby>が<ruby>多<rt>おお</rt></ruby>いから。

Tớ vẫn chưa rõ có tham gia hay không. Vì dạo gần đây tớ hay phải đến công ty vào ngày nghỉ.

Q5　B　<ruby>誰<rt>だれ</rt></ruby>が<ruby>明後日<rt>あ さって</rt></ruby>のパーティーに<ruby>来<rt>く</rt></ruby>るかご<ruby>存<rt>ぞん</rt></ruby>じですか。

Chị có biết ai sẽ tới bữa tiệc vào ngày kia không?

A5　B　はい、<ruby>存<rt>ぞん</rt></ruby>じております。<ruby>石黒<rt>いしぐろ</rt></ruby>さんと<ruby>三木<rt>み き</rt></ruby>さんです。

Vâng, tôi biết ạ. Là anh Ishiguro và anh Miki ạ.

A5´　B　いいえ、<ruby>存<rt>ぞん</rt></ruby>じません。

Không, tôi không biết ạ.

Q5　M　<ruby>誰<rt>だれ</rt></ruby>が<ruby>明後日<rt>あ さって</rt></ruby>のパーティーに<ruby>来<rt>く</rt></ruby>るか<ruby>知<rt>し</rt></ruby>ってる?

Cậu có biết ai sẽ tới bữa tiệc vào ngày kia không?

A5　M　うん、知ってるよ。石黒さんと三木さんだよ。

Ừ, biết chứ. Là anh Ishiguro và anh Miki đấy.

A5´　M　ううん、知らないよ。

Không, tớ không biết đâu.

Q6　B　寒くないですか？

Bạn không lạnh à?

A6　B　そうですか。温度を2℃上げて部屋を暖かくしますね。

Vậy à? Tôi sẽ tăng nhiệt độ lên 2℃ để làm ấm phòng lên nhé.

> Q6
> 暑く nóng

Q6　M　寒くない？

Cậu không lạnh à?

A6　M　そう？温度を2℃上げて部屋を暖かくするね。

Thế à? Tớ sẽ tăng nhiệt độ lên 2℃ để làm ấm phòng lên nhé.

> A6
> 下げて部屋を涼しく
> giảm nhiệt độ xuống
> để làm mát phòng đi

Q7　B　部屋の音楽のボリュームをもう少し小さくしてくれますか。

Bạn có thể chỉnh cho âm lượng trong phòng nhỏ xuống một chút giúp tôi được không?

A7　B　すみません。もう少しボリュームを下げて静かにします。

Tôi xin lỗi ạ. Tôi sẽ giảm âm lượng xuống một chút và giữ yên lặng ạ.

Q7　M　部屋の音楽のボリュームをもう少し小さくしてくれる？

Cậu có thể chỉnh cho âm lượng trong phòng nhỏ xuống một chút được không?

A7　M　ごめん。もう少しボリュームを下げて静かにするよ。

Xin lỗi nha. Tớ sẽ giảm âm lượng xuống một chút và giữ yên lặng.

Q8　B　今晩はビールの飲みすぎじゃないでしょうか。

Tối nay không phải anh đã uống quá nhiều rồi sao?

A8　B　おっしゃる通りかもしれません。飲みすぎは体に悪いですね。

Có lẽ đúng như anh nói. Uống nhiều quá không tốt cho cơ thể đâu nhỉ.

Q8　M　今晩はビールの飲みすぎじゃない？

Tối nay không phải cậu đã uống quá nhiều rồi à?

A8　M　言う通りかも。飲みすぎは体に悪いね。

Có lẽ đúng như cậu nói. Uống nhiều quá không tốt cho cơ thể đâu nhỉ.

Q9　B　彼は電話に出ましたか。

Anh ấy có nghe điện thoại không?

A9　B　いいえ。五回も電話をかけましたが、まだつながりません。

Không ạ. Tôi đã gọi những năm lần nhưng vẫn chưa kết nối được.

Q9　M　彼は電話に出たの?

Anh ấy có nghe điện thoại không?

A9　M　ううん。五回も電話をかけたけど、まだつながらないよ。

Không. Tớ đã gọi những năm lần nhưng vẫn chưa kết nối được.

＊ラーメン店で Ở quán mì ramen

店員 B　ご注文はなにになさいますか。

Quý khách gọi món gì ạ?

Q10　B　みそラーメンです。すみませんが、ニンニクを入れないでくれますか。

Cho tôi miso ramen. Xin lỗi, anh không cho tỏi vào mì có được không?

A10　B　かしこまりました。

Tôi hiểu rồi ạ.

> Q10
> ネギ hành　もやし giá đỗ　チャーシュー thịt xá xíu

＊家で Ở nhà

母親 M　なににする?

Con ăn gì?

Q10　M　みそラーメンで。悪いけど、ニンニク入れないでくれる?

Mẹ cho con bát miso ramen. Mà mẹ ơi, mẹ đừng cho tỏi có được không?

A10　M　了解。

Nhất trí.

Q11　B　汗をたくさんかきましたね。水を飲んだほうがいいんじゃないですか。

Anh ra nhiều mồ hôi nhỉ. Không phải anh nên uống nước sẽ tốt hơn sao?

A11　B　そうします。喉が渇きました。

Vâng tôi sẽ uống. Tôi khát khô rồi.

Q11　M　汗をたくさんかいたね。水を飲んだほうがいいんじゃない?

Cậu ra nhiều mồ hôi nhỉ. Không phải uống nước vào sẽ tốt hơn sao?

A11　M　そうするね。喉が渇いたよ。

Ừ tớ sẽ uống. Tớ khát khô rồi.

Q12 B　明日は遠足ですね。早く寝たほうがいいんじゃないですか。

Ngày mai bạn sẽ đi dã ngoại nhỉ. Không phải bạn nên đi ngủ sớm sẽ tốt hơn sao?

A12 B　はい。疲れているのでそうします。

Vâng. Vì tôi mệt rồi nên tôi sẽ đi ngủ sớm.

Q12 M　明日は遠足だね。早く寝たほうがいいんじゃない？

Ngày mai cậu sẽ đi dã ngoại nhỉ. Không phải đi ngủ sớm sẽ tốt hơn sao?

A12 M　うん。疲れているのでそうするね。

Ừ. Vì tớ mệt rồi nên tớ sẽ đi ngủ sớm.

16課　説明 Bài 16 Giải thích ngữ pháp

	1G	1G	1G	1G	2G	2G
	乾く	減らす	かしこまる	つながる	入れる	下げる
	Khô	Giảm	Hiểu	Kết nối	Cho vào	Hạ xuống
ない形 thể phủ định	乾かない	減らさない	かしこまらない	つながらない	入れない	下げない
ます形 thể Masu	乾きます	減らします	かしこまります	つながります	入れます	下げます
辞書形 thể từ điển	乾く	減らす	かしこまる	つながる	入れる	下げる
可能形 thể khả năng		減らせる		つながれる	入れられる	下げられる
ば形 thể Ba	乾けば	減らせば		つながれば	入れれば	下げれば
意向形 thể ý chí		減らそう		つながろう	入れよう	下げよう
て形 thể Te	乾いて	減らして	かしこまって	つながって	入れて	下げて
た形 thể Ta	乾いた	減らした	かしこまった	つながった	入れた	下げた

	3G	3G				
	（においなどが）します	参加する				
	Có mùi	Tham gia				
ない形 thể phủ định	しない	参加しない				
ます形 thể Masu	します	参加します				
辞書形 thể từ điển	する	参加する				
可能形 thể khả năng		参加できる				
ば形 thể Ba	すれば	参加すれば				
意向形 thể ý chí		参加しよう				
て形 thể Te	して	参加して				
た形 thể Ta	した	参加した				

1　Nがする（音　声　味　匂い　香り　感じ）

Có âm thanh, tiếng động, vị, mùi, hương thơm, cảm nhận.

　感覚的にとらえられる何かを表現する文法です。

Đây là cấu trúc câu diễn tả sự việc nào đó một cách cảm tính.

B　さきほどからギターのいい音がしますね。（音）

　Có tiếng guitar rất hay từ khi nãy nhỉ. (âm thanh)

M　さっきからギターのいい音がするね。

　Có tiếng guitar rất hay từ khi nãy nhỉ.

B　赤ちゃんの泣き声が隣からしますが、大丈夫ですか。（声）

　Có tiếng khóc của em bé ở phòng bên cạnh. Mọi thứ đều ổn đấy chứ ạ? (tiếng)

M　赤ちゃんの泣き声が隣からするけど、大丈夫?

　Có tiếng khóc của em bé ở phòng bên cạnh. Không sao đấy chứ?

B　この食べ物は酸っぱい味がしますね。腐っているんでしょうか。（味）

　Đồ ăn này có vị chua nhỉ. Có phải nó bị hỏng rồi không ạ? (vị)

M　この食べ物は酸っぱい味がするね。腐ってるのかな。

　Đồ ăn này có vị chua nhỉ. Liệu có phải nó bị thiu rồi không ta.

B　あの部屋からガスの匂いがしますね。危ないんじゃないでしょうか。（匂い）

　Có mùi gas bốc ra từ căn phòng kia. Nguy hiểm quá. (mùi)

M　あの部屋からガスの匂いがするね。危ないんじゃないのかな。

　Có mùi gas bốc ra từ căn phòng kia. Nguy hiểm quá.

B　コーヒーのいい香りがしますね。あの店に入りませんか。（香り）

　Mùi hương cà phê thơm quá. Bạn có muốn vào cửa hàng kia không? (hương thơm)

M　コーヒーのいい香りがするね。あの店に入らない?

　Mùi hương cà phê thơm quá. Cậu có muốn vào cửa hàng kia không?

B　きっと彼は試験に落ちる気がしますね。油断していますから。

　Tôi có cảm giác nhất định anh ta sẽ trượt trong kỳ thi bởi vì anh ta cẩu thả lắm.

M　きっと彼は試験に落ちる気がするね。油断してるから。

Tớ có cảm giác nhất định anh ta sẽ trượt trong kỳ thi bởi vì anh ta cẩu thả lắm.

2　いA／なA／Nかどうかは分かりません。

　　Tôi không biết...

　何かについて判断がつかず断言できない場合の表現です。

Đây là mẫu câu được sử dụng trong trường hợp không thể phán đoán, khẳng định được về điều gì đó.

B　このラーメンはおいしいと言われていますが、おいしいかどうかは分かりません。（いA）
　　Người ta bảo món mì ramen này ngon nhưng tôi không biết nó có ngon hay không. (tính từ đuôi i)

M　このラーメンはおいしいと言われているけど、おいしいかどうかは分からないよ。
　　Người ta bảo món mì ramen này ngon nhưng tớ không biết nó có ngon hay không đâu.

B　彼はみんなの前では親切そうですが、本当に親切かどうかは分かりません。（なA）
　　Anh ta trước mặt mọi người thì trông có vẻ thân thiện đấy nhưng tôi không biết anh ta có thật sự thân thiện hay không. (tính từ đuôi na)

M　彼はみんなの前では親切そうだけど、本当に親切かどうかは分からないよ。
　　Anh ta trước mặt mọi người thì trông có vẻ thân thiện đấy nhưng tớ không biết anh ta có thật sự thân thiện hay không.

B　彼女は若そうですが、学生かどうかは分からないです。（N）
　　Trông cô ấy trẻ nhưng tôi không biết cô ấy có phải là sinh viên hay không. (danh từ)

M　彼女は若そうだけど、学生かどうかは分からないよ。
　　Trông cô ấy trẻ nhưng tớ không biết cô ấy có phải là sinh viên hay không.

3　お（ご）Nでしょうか。

　何かの相手の行動について推測し、丁寧に尋ねます。敬語表現です。

Phỏng đoán về hành động của người khác và hỏi họ một cách lịch sự. Mẫu câu kính ngữ.

（メニューを見ていて注文を決めたような雰囲気のお客に対し）

(Đối với khách hàng đang nhìn vào thực đơn và trông có vẻ như vị khách đó đã chọn được món)

・お決まりでしょうか。

Quý khách đã chọn được món chưa ạ?

（背広を着て、ビジネス鞄を持って歩いている知り合いに対し）

(Đối với người quen đang đi bộ và trong trang phục comple, tay cầm cặp công tác)

・これから、お仕事でしょうか。

　Bây giờ anh chuẩn bị đi làm đấy ạ?

Vます→おVます　で名詞化する場合もあります。

Cũng có trường hợp danh từ hóa một động từ bằng cách chuyển Vます→おVます.

（呼ばれたときに駆けつけて、呼んだ人に）

(Khi bị ai đó gọi, ta hỏi lại người đó)

・お呼びでしょうか。

　Chị gọi tôi ạ?

（この話は知っていますかと尋ねる場合）

(Trường hợp hỏi xem người nghe có biết câu chuyện này hay không)

・この話はすでにお聞きでしょうか。

　Anh đã nghe nói về chuyện này hay chưa ạ?

魚 cá

あじ cá nục vân vàng　　いか mực
さんま cá thu đao　　　たこ bạch tuộc
かつお cá ngừ vằn　　　ひもの thực phẩm sấy khô
マグロ cá ngừ　　　　　さば cá sa ba
さけ cá hồi　　　　　　ぶり cá cam Nhật Bản
えび tôm　　　　　　　ホッケ cá Hokke
かに cua

でんしゃ
電車
Tàu điện

大会話　Hội thoại lớn Business

ラン：これから、ラム君が電車に乗って柏の寮まで来るんです。

本田：そうですか。ラム君はどこから来るんですか。

ラン：上野駅からです。

本田：それは乗り換えがなく、一本で来られる
　　　から楽ですね。電車は多いけど、その
　　　電車しかないですから。迷わないで来ら
　　　れますね。

ラン：そうなんですか。知らなかったです。何
　　　線ですか。

本田：常磐線です。快速が便利ですね。

ラン：そうですか。今度彼の所へ行くときに利用したいと思います。

本田：今度、ラム君を私の家へ連れてきてくださいよ。みんなでパーティーしましょう。とこ
　　　ろで、今彼はどこですか。

ラン：（＊Messengerでラムに連絡する）今、常磐線に乗ったところだそうです。

本田：そうですか。40分くらいで着くはずですね。

ラン：日本に来たばかりなので電車の乗り方が不安だそうですが。

本田：数も多いし、間違えたら大変ですからね。

ラン：あ、今彼から電話が来ました。柏駅を出たので、もうすぐ着くそうです。

本田：良かったですね。安心しましたよ。

Lan: Bây giờ, Lâm sẽ lên tàu và đến ký túc xá ở Kashiwa bác ạ.

Honda: Vậy à? Lâm đi từ đâu thế?

Lan: Từ ga Ueno ạ.

Honda: Thế thì không cần phải đổi tàu, chỉ cần đi một tuyến là đến nên cũng đỡ nhỉ. Mặc dù ở ga có nhiều tàu nhưng chỉ có duy nhất tuyến tàu đó đi Kashiwa thôi nên cậu ấy sẽ đến được ký túc xá mà không bị lạc.

Lan: Vậy à bác? Cháu không hề biết điều đó. Tuyến tàu nào vậy ạ?

Honda: Tuyến Jooban. Tàu nhanh nên tiện nhỉ.

Lan: Thế à bác? Lần tới cháu muốn đi tuyến đó khi tới chỗ cậu ấy ạ.

Honda: Lần tới, cháu hãy dẫn Lâm đến nhà bác nhé. Mọi người cùng tổ chức tiệc.
À mà, bây giờ cậu ấy đang ở đâu rồi nhỉ?

Lan: (*Nhắn tin cho Lâm) Cậu ấy nói cậu ấy vừa mới lên tuyến Jooban bác ạ.

Honda: Thế à? Chắc khoảng 40 phút nữa cậu ấy sẽ đến nơi nhỉ.

Lan: Vì cậu ấy mới đến Nhật nên cậu ấy bảo với cháu là rất cậu ấy rất lo lắng về cách đi tàu.

Honda: Tại vì số lượng tàu cũng nhiều, nếu chẳng may bị nhầm thì cũng khổ sở đấy nhỉ.

Lan: A, cậu ấy vừa gọi điện cho cháu. Cậu ấy nói đã ra khỏi ga Kashiwa rồi nên sắp sửa đến nơi rồi ạ.

Honda: Tốt quá. Bác yên tâm rồi.

大会話　Hội thoại lớn Maruko

*日本人けん君との会話 Nói chuyện với bạn Ken, người Nhật

ラン：今、ラム君が電車に乗って柏の寮まで来るよ。

けん：そうなんだ。ラム君はどこから来るの？

ラン：上野駅から。

けん：それは乗り換えがなく、一本で来られるから楽だね。電車は多いけど、その電車しかないから。迷わないで来られるね。

ラン：そうなんだ。知らなかったよ。何線？

けん：常磐線だよ。快速が便利だね。

ラン：そうなんだ。今度彼の所へ行くときに利用したいと思うよ。

けん：今度、ラム君を僕の家へ連れてきてよ。みんなでパーティーしようよ。ところで、今彼はどこなの？

ラン：（*Messengerでラムに連絡する）今、常磐線に乗ったところだそうだよ。

けん：そうなんだ。40分くらいで着くはずだね。

ラン：日本に来たばかりなので電車の乗り方が不安だそうだよ。

けん：数も多いし、間違えたら大変だからね。

ラン：あ、今彼から電話が来たよ。柏駅を出たので、もうすぐ着くそうだよ。

けん：良かったね。安心したよ。

Lan: Bây giờ, Lâm sẽ lên tàu và đến ký túc xá ở Kashiwa đấy.

Ken: Vậy à? Lâm đi từ đâu thế?

Lan: Từ ga Ueno.

Ken: Thế thì không cần phải đổi tàu, chỉ cần đi một tuyến là đến nên cũng đỡ nhỉ. Mặc dù ở ga có nhiều tàu nhưng chỉ có mỗi tuyến tàu đó đi Kashiwa thôi nên cậu ấy sẽ đến được ký túc xá mà không bị lạc.

Lan: Thế à. Tớ không hề biết đấy. Tuyến tàu nào thế?

Ken: Tuyến Jooban. Tàu nhanh nên tiện nhỉ.

Lan: Thế à. Lần tới tớ muốn đi tuyến đó khi tới chỗ cậu ấy.

Ken: Lần tới, cậu hãy dẫn Lâm đến nhà tớ nhé. Mọi người cùng tổ chức tiệc. À mà, bây giờ cậu ấy đang ở đâu rồi?

Lan: (*Nhắn tin cho Lâm) Cậu ấy nói cậu ấy vừa mới lên tuyến Jooban đấy.

Ken: Thế à? Chắc khoảng 40 phút nữa cậu ấy sẽ đến nơi nhỉ.

Lan: Vì cậu ấy mới đến Nhật nên cậu ấy bảo với tớ là rất cậu ấy lo lắng về cách đi tàu lắm đấy.

Ken: Tại vì số lượng tàu cũng nhiều, nếu chẳng may bị nhầm thì cũng khổ sở phết đấy nhỉ.

Lan: A, cậu ấy vừa gọi điện. Cậu ấy nói đã ra khỏi ga Kashiwa rồi nên sắp sửa đến nơi rồi.

Ken: Tốt quá. Tớ yên tâm rồi.

小会話 Hội thoại nhỏ Business

本田：どうしたんですか。調子が悪そうですね。

ラン：たくさん①寝たのに、②まだ眠いんです。

本田：そうですか。それはいけませんね。

Honda: Cháu làm sao vậy? Trông cháu có vẻ không được khỏe nhỉ.

Lan: Cháu ①đã ngủ rất nhiều rồi vậy mà ②vẫn buồn ngủ ạ.

Honda: Thế à? Như vậy thì không được đâu nhỉ.

小会話 Hội thoại nhỏ Maruko

みき：どうしたの？　調子が悪そうだね。

ラン：たくさん①寝たのに、②まだ眠いよ。

みき：そうなんだ。それはよくないね。

Miki: Cậu làm sao vậy? Trông cậu có vẻ không được khỏe nhỉ.

Lan: Tớ ①<u>đã ngủ</u> rất nhiều rồi vậy mà ②<u>vẫn buồn ngủ</u>.

Miki: Thế à? Như vậy thì không tốt đâu nhỉ.

1) ①<ruby>食<rt>た</rt></ruby>べた đã ăn　②お<ruby>腹<rt>なか</rt></ruby>がすいている đói

2) ①<ruby>日本語<rt>に ほん ご</rt></ruby>を<ruby>勉強<rt>べんきょう</rt></ruby>した đã học tiếng Nhật
　②テストの<ruby>点<rt>てん</rt></ruby>が<ruby>悪<rt>わる</rt></ruby>い điểm kiểm tra kém

3) ①<ruby>日本語<rt>に ほん ご</rt></ruby>を<ruby>聞<rt>き</rt></ruby>いた đã nghe tiếng Nhật
　②<ruby>聴解<rt>ちょうかい</rt></ruby>が<ruby>難<rt>むずか</rt></ruby>しい nghe hiểu khó

4) ①<ruby>散歩<rt>さん ぽ</rt></ruby>した đã đi bộ　②<ruby>全然<rt>ぜんぜん</rt></ruby><ruby>痩<rt>や</rt></ruby>せない hoàn toàn không gầy

Q & A

Q1　B　ランさんは<ruby>誰<rt>だれ</rt></ruby>を<ruby>歓迎会<rt>かんげいかい</rt></ruby>に<ruby>連<rt>つ</rt></ruby>れて<ruby>来<rt>く</rt></ruby>るんでしょうか。

　　　　Không biết Lan sẽ dẫn ai đến <u>bữa tiệc chào mừng người mới</u> thế nhỉ?

A1　B　きっとラムさんだと<ruby>思<rt>おも</rt></ruby>いますよ。<ruby>二人<rt>ふたり</rt></ruby>は<ruby>仲<rt>なか</rt></ruby>のいい<ruby>友達<rt>ともだち</rt></ruby>のはずですから。

　　　　Tôi nghĩ chắc chắn là Lâm rồi. Vì hai người họ thân nhau lắm mà.

Q1　M　ランちゃんは<ruby>誰<rt>だれ</rt></ruby>を<ruby>歓迎会<rt>かんげいかい</rt></ruby>に<ruby>連<rt>つ</rt></ruby>れて<ruby>来<rt>く</rt></ruby>るのかな?

　　　　Không biết Lan sẽ dẫn ai đến <u>bữa tiệc chào mừng người mới</u> vậy ta?

A1　M　きっとラムくんだと<ruby>思<rt>おも</rt></ruby>うよ。<ruby>二人<rt>ふたり</rt></ruby>は<ruby>仲<rt>なか</rt></ruby>のいい<ruby>友達<rt>ともだち</rt></ruby>のはずだから。

　　　　Tớ nghĩ chắc chắn là Lâm đấy. Vì hai người họ thân nhau lắm mà.

> Q1
> <ruby>送別会<rt>そうべつかい</rt></ruby>
> tiệc chia tay

Q2　B　<ruby>今度<rt>こん ど</rt></ruby>、<ruby>教<rt>おし</rt></ruby>えている<ruby>学生<rt>がくせい</rt></ruby>を<ruby>島<rt>しま</rt></ruby>に<ruby>連<rt>つ</rt></ruby>れて<ruby>行<rt>い</rt></ruby>きたいんですが、いいところはありますか。

　　　　Lần tới, tôi muốn dẫn học sinh mình đang dạy tới một hòn đảo. Bạn có biết chỗ nào hay không?

A2　B　<ruby>石垣島<rt>いしがきじま</rt></ruby>がいいです。<ruby>小<rt>ちい</rt></ruby>さな<ruby>船<rt>ふね</rt></ruby>で<ruby>移動<rt>い どう</rt></ruby>したら<ruby>面白<rt>おもしろ</rt></ruby>いですよ。

　　　　Đảo Ishigaki được đấy ạ. Di chuyển bằng thuyền nhỏ sẽ rất thú vị đấy.

Q2　M　<ruby>今度<rt>こん ど</rt></ruby>、<ruby>教<rt>おし</rt></ruby>えている<ruby>学生<rt>がくせい</rt></ruby>を<ruby>島<rt>しま</rt></ruby>に<ruby>連<rt>つ</rt></ruby>れて<ruby>行<rt>い</rt></ruby>きたいんだけど、いいところはある?

　　　　Lần tới, tớ muốn dẫn học sinh mình đang dạy tới một hòn đảo. Cậu có biết chỗ nào hay ho không?

A2　M　<ruby>石垣島<rt>いしがきじま</rt></ruby>がいいよ。<ruby>小<rt>ちい</rt></ruby>さな<ruby>船<rt>ふね</rt></ruby>で<ruby>移動<rt>い どう</rt></ruby>したら<ruby>面白<rt>おもしろ</rt></ruby>いよ。

　　　　Đảo Ishigaki được đấy. Di chuyển bằng thuyền nhỏ sẽ rất thú vị đấy.

Q3　B　<ruby>痛<rt>いた</rt></ruby>そうですね。どうしたんですか。

Trông anh có vẻ đau nhỉ. Anh bị làm sao thế ạ?

A3　B　ええ、満員電車の中で足を強く踏まれてしまいました。

Vâng, tôi bị người ta dẫm lên chân rất đau lúc ở trong tàu điện chật kín người.

Q3　M　痛そうだね。どうしたの？

Sao trông cậu nhăn nhó thế. Cậu bị làm sao vậy?

A3　M　うん、満員電車の中で足を強く踏まれちゃったよ。

Ừ, tớ bị người ta dẫm lên chân rất đau lúc ở trong tàu điện chật kín người.

Q4　B　アマゾンで頼んだ荷物はどうですか。

Tình hình đồ mà chị đặt qua Amazon thế nào rồi?

A4　B　あと二日で届くそうです。

Người ta nói là hai ngày nữa sẽ đến nơi ạ.

Q4　M　アマゾンで頼んだ荷物はどう？

Tình hình đồ cậu đặt qua Amazon thế nào rồi?

A4　M　あと二日で届くみたいだよ。

Người ta nói là hai ngày nữa thì đến nơi đấy.

Q5　B　神社の参拝マナーを知りたいんですが、どうすればいいんですか。

Tôi muốn biết các qui tắc hành lễ ở đền Jinja. Tôi phải làm như thế nào ạ?

A5　B　お賽銭をあの箱に投げ入れて、頭を二回下げて、手を二回叩いて、手をきちんと合わせて心を込めて祈り、最後に頭を一回下げればいいですよ。

Bạn hãy ném tiền (osaisen) vào chiếc hộp ở đằng xa kia, sau đó cúi đầu thành kính hai lần rồi chắp hai tay cầu nguyện bằng cả tấm lòng, cuối cùng bạn lại cúi đầu thêm một lần nữa là được.

Q5　M　神社の参拝マナーを知りたいんだけど、どうすればいいの？

Tớ muốn biết các qui tắc hành lễ ở đền Jinja thì phải làm như thế nào?

A5　M　お賽銭をあの箱に投げ入れて、頭を二回下げて、手を二回叩いて、手をきちんと合わせて心を込めて祈り、最後に頭を一回下げればいいよ。

Cậu hãy ném tiền (osaisen) vào chiếc hộp ở đằng xa kia, sau đó cúi đầu thành kính hai lần rồi chắp hai tay cầu nguyện bằng cả tấm lòng, cuối cùng cậu lại cúi đầu thêm một lần nữa là được.

Q6　B　東京からハノイまで飛行機でどのくらいかかるんですか。

Từ Tokyo đến Hà Nội đi bằng máy bay mất bao lâu vậy ạ?

Q6
何時間ぐらい
khoảng bao nhiêu tiếng đồng hồ

A6 B 約六時間半ぐらいですね。そんなにかかりません。

Khoảng sáu tiếng rưỡi ạ. Không mất nhiều thời gian đâu ạ.

Q6 M 東京からハノイまで飛行機でどのくらいかかるの?

Từ Tokyo đến Hà Nội đi bằng máy bay mất bao lâu thế?

A6 M 約六時間半ぐらいだね。そんなにかからないよ。

Khoảng sáu tiếng rưỡi. Không mất nhiều thời gian đâu.

Q7 B 一週間にノイバイ空港から成田空港まで飛行機は何本くらいあるんですか。

Một tuần có khoảng bao nhiêu chuyến bay từ sân bay Nội Bài đến sân bay Narita thế ạ?

A7 B たくさんありますよ。

Có rất nhiều chuyến đấy ạ.

> Q7   どの bao nhiêu   いくつ bao nhiêu

Q7 M 一週間にノイバイ空港から成田空港まで飛行機は何本くらいあるの?

Một tuần có khoảng bao nhiêu chuyến bay từ sân bay Nội Bài đến sân bay Narita vậy?

A7 M たくさんあるよ。

Có rất nhiều chuyến đấy.

> A7
> かなり kha khá   随分 kha khá

Q8 B どこでバスに乗るんですか。

Bạn sẽ lên xe buýt ở điểm nào?

A8 B 上野駅ですよ。

Tôi sẽ lên ở ga Ueno.

> Q8
> を降りる xuống

Q8 M どこでバスに乗るの。

Cậu sẽ lên xe buýt ở điểm nào thế?

A8 M 上野だよ。

Tớ sẽ lên ở ga Ueno đấy.

Q9 B すごい!東京の地下鉄に迷わないで乗れるようになったんですか。

Tuyệt vời quá! Bạn đã có thể đi tàu điện ngầm ở Tokyo mà không bị lạc rồi ư?

A9 B ええ、もう正しく乗れるようになりましたよ。でも駅の中が広すぎて時々迷いますが。

Vâng, tôi đã có thể lên đúng chuyến tàu rồi ạ. Nhưng thỉnh thoảng trong ga rộng quá nên tôi cũng bị lạc ạ.

Q9 M すごい!東京の地下鉄に迷わないで乗れるようになったの?

Giỏi thế! Cậu đã có thể đi tàu điện ngầm ở Tokyo mà không bị lạc rồi hả?

A9　M　うん、もう正しく乗れるようになったよ。でも駅の中が広すぎて時々迷うけど。

Ừ, tớ đã có thể lên đúng chuyến tàu rồi. Nhưng thỉnh thoảng trong ga rộng quá nên tớ cũng bị lạc.

Q10　B　このパソコンは複雑で使い方が分かりにくくないですか。

Chẳng phải là cái máy tính này vừa phức tạp, cách sử dụng cũng khó hiểu sao?

A10　B　慣れたら簡単ですよ。このボタンをクリックするだけですから。

Nếu quen rồi thì đơn giản thôi ạ. Vì ta chỉ cần nhấp chuột vào nút này thôi ạ.

Q10　M　このパソコンは複雑で使い方が分かりにくくない？

Chẳng phải là cái máy tính này vừa phức tạp, cách sử dụng cũng khó hiểu sao?

A10　M　慣れたら簡単だよ。このボタンをクリックするだけだから。

Nếu quen rồi thì đơn giản lắm đấy. Vì ta chỉ cần nhấp chuột vào nút này thôi.

Q11　B　今、何をしていたんですか。

Khi nãy, chị vừa làm gì vậy ạ?

A11　B　ええ、部長にレポートを渡したところです。

Dạ, tôi vừa mới đưa cho trưởng phòng báo cáo ạ.

Q11　M　今、何をしていたの？

Ban nãy, cậu vừa làm gì vậy?

A11　M　うん、部長にレポートを渡したところだよ。

Ừ, tớ vừa mới đưa cho trưởng phòng báo cáo ấy mà.

A11
部屋に花を飾っていた
trang trí hoa trong phòng
大きな青い空を見ていた
nhìn lên bầu trời xanh rộng lớn
書類を数えていた
đếm tài liệu

Q12　B　日本で生活したばかりの時何か不安でしたか。

Khi vừa mới đến sống ở Nhật, có điều gì làm bạn bất an không?

A12　B　そうですね。英語が通じないのが不安でした。

Vâng ạ. Tôi đã lo lắng không biết tôi nói tiếng Anh mọi người có hiểu không.

Q12　M　日本で生活したばかりの時何か不安だった？

Khi vừa mới đến sống ở Nhật, có điều gì làm bạn bất an không?

A12　M　そうだね。英語が通じないのが不安だったよ。

Để tớ xem nào. Tớ đã lo lắng không biết tôi nói tiếng Anh mọi người có hiểu không đấy.

A12
自然災害が多い nhiều thiên tai　物価が高い vật giá cao

301

17課　説明 Bài 17 Giải thích ngữ pháp

	1G	1G	1G	1G	2G	2G
	着く	変わる	サボる	迷う	間違える	乗り換える
	Đến nơi	Thay đổi	Trốn (học, làm)	Lạc đường	Nhầm lẫn	Đổi (tàu, xe)
ない形 thể phủ định	着かない	変わらない	サボらない	迷わない	間違えない	乗り換えない
ます形 thể Masu	着きます	変わります	サボります	迷います	間違います	乗り換えます
辞書形 thể từ điển	着く	変わる	サボる	迷う	間違う	乗り換える
可能形 thể khả năng	着ける	変われる	サボれる			乗り換えられる
ば形 thể Ba	着けば	変われば	サボれば	迷えば	間違えれば	乗り換えれば
意向形 thể ý chí	着こう	変わろう	サボろう			乗り換えよう
て形 thể Te	着いて	変わって	サボって	迷って	間違えて	乗り換えて
た形 thể Ta	着いた	変わった	サボった	迷った	間違えた	乗り換えた

	2G	2G	3G	3G	3G	3G
	やせる	決める	連れてくる	アドバイスする	説明する	理解する
	Gầy	Quyết định	Dẫn đến	Khuyên	Giải thích	Hiểu
ない形 thể phủ định	やせない	決めない	連れてこない	アドバイスしない	説明しない	理解しない
ます形 thể Masu	やせます	決めます	連れてきます	アドバイスします	説明します	理解します
辞書形 thể từ điển	やせる	決める	連れてくる	アドバイスする	説明する	理解する
可能形 thể khả năng	やせられる	決められる	連れてこられる	アドバイスできる	説明できる	理解できる
ば形 thể Ba	やせれば	決めれば	連れてくれば	アドバイスすれば	説明すれば	理解すれば
意向形 thể ý chí	やせよう	決めよう	連れてこよう	アドバイスしよう	説明しよう	理解しよう
て形 thể Te	やせて	決めて	連れてきて	アドバイスして	説明して	理解して
た形 thể Ta	やせた	決めた	連れてきた	アドバイスした	説明した	理解した

	3G	3G				
	安心する	けんかする				
	Yên tâm	Cãi nhau				
ない形 thể phủ định	安心しない	けんかしない				
ます形 thể Masu	安心します	けんかします				
辞書形 thể từ điển	安心する	けんかする				
可能形 thể khả năng	安心できる	けんかできる				
ば形 thể Ba	安心すれば	けんかすれば				
意向形 thể ý chí	安心しよう	けんかしよう				
て形 thể Te	安心して	けんかして				
た形 thể Ta	安心した	けんかした				

1　N（だけ）しかないです Chỉ N...

「（だけ）しか」はなにかについて少しだけを強調した表現です。これは主観的な用法です。世間的には金持ちだと言われる人が、車は一台（だけ）しかない、ということも可能です。文中「だけ」は省くことも可能です。

"（だけ）しか" là mẫu câu nhấn mạnh chỉ có rất ít cái gì đó. Cách sử dụng này mang tính chủ quan. Cũng có thể dùng trong trường hợp một người được mọi người cho là nhà giàu nhưng lại nói rằng "車は一台（だけ）しかないtôi chỉ có mỗi một chiếc xe ô tô". Có thể lược bỏ từ "だけ" trong câu.

B　いま料理はこれ（だけ）しかないんですが、どうぞ召し上がってください。

　　Bây giờ món ăn chỉ còn có chừng này thôi, mời anh ăn ạ.

M　いま料理はこれ（だけ）しかないんだけど、どうぞ食べてね。

　　Bây giờ món ăn chỉ còn có chừng này thôi, cậu ăn đi nha.

B　5万円（だけ）しかないので、家が借りられません。

　　Vì tôi chỉ có 50 nghìn Yên nên tôi không thể thuê nhà.

M　5万円（だけ）しかないから、家が借りられない。

　　Vì tớ chỉ có 50 nghìn Yên nên tớ không thể thuê nhà.

2　Vたところです Vừa mới làm gì...

何らかの行為をした直後のことを言う表現です。

Đây là mẫu câu dùng để nói về sự việc vừa mới xảy ra.

B　今家を出たところです。30分ぐらいでそちらに着きます。

　　Bây giờ tôi vừa mới ra khỏi nhà. Khoảng 30 phút nữa tôi sẽ đến chỗ bạn.

M　今家を出たところだよ。30分ぐらいでそちらに着くよ。

　　Bây giờ tớ vừa mới ra khỏi nhà. Khoảng 30 phút nữa tớ sẽ đến chỗ cậu.

B　今食べたところなので、お腹はすいていません。

　　Vì tôi vừa mới ăn cơm xong nên tôi chưa đói.

M　今食べたところなので、お腹はすいてないよ。

　　Vì tớ vừa mới ăn cơm xong nên tớ chưa đói.

3 V/いA/なA/Nはずです Chắc chắn...

何かについて推理したりするときの表現です。客観的な証拠が乏しくても、主観的に判断して言う場合もあります。

Đây là mẫu câu sử dụng khi suy luận về việc gì đó. Mặc dù chứng cứ khách quan có ít đi chăng nữa thì cũng có trường hợp người ta sử dụng để nói về những phán đoán mang tính chủ quan.

B 彼はお金持ちの息子だからお金を持っているはずです。（V）

    Vì anh ta là con nhà giàu nên chắc chắn anh ta có nhiều tiền.

M 彼はお金持ちの息子だからお金を持っているはずだ。

    Vì anh ta là con nhà giàu nên chắc chắn anh ta có nhiều tiền.

B ここは人気のあるケーキ屋さんだから、きっとおいしいはずです。（いA）

    Đây là cửa hàng bánh kem rất được yêu thích nên chắc chắn bánh ngon.

M ここは人気のあるケーキ屋さんだから、きっとおいしいはずだよ。

    Đây là cửa hàng bánh kem rất được yêu thích nên chắc chắn bánh ngon.

B 彼はアメリカ人だから、英語が上手なはずです。（なA）

    Vì anh ấy là người Mỹ nên chắc chắn anh ấy giỏi tiếng Anh.

M 彼はアメリカ人だから、英語が上手なはずだ。

    Vì anh ấy là người Mỹ nên chắc chắn anh ấy giỏi tiếng Anh.

（明日の会議は何時ですか、と聞かれて）

(trường hợp bạn được hỏi rằng cuộc họp ngày mai diễn ra lúc mấy giờ)

B たしか、13時のはずですよ。（N）

    Chắc là 1 giờ chiều đấy.

M たしか、13時のはずだよ。

    Chắc là 1 giờ chiều đấy.

4 B V／いA／なA／N（だ）そうです

   M V／いA／なA／N（だ）そうです

これは人から聞いた言葉や噂などを誰かに伝える表現です。

Đây là mẫu câu truyền đạt với ai đó về điều gì khi nghe được từ người khác, từ tin đồn.

B　彼は日本語が話せないそうです。（V）

　　Nghe nói anh ấy không nói được tiếng Nhật.

M　彼は日本語が話せないそうだよ。

　　Nghe nói anh ấy không nói được tiếng Nhật đâu.

B　今度来る女性はとてもかわいいそうです。（いA）

　　Nghe nói cô gái sẽ đến đây lần này rất dễ thương.

M　今度来る女性はとてもかわいいそうだよ。

　　Nghe nói cô gái sẽ đến đây lần này dễ thương lắm đấy.

B　児玉さんはきれい好きだそうです。（なA）

　　Nghe nói anh Kodama thích sạch sẽ.

M　児玉さんはきれい好きだそうだよ。

　　Nghe nói anh Kodama thích sạch sẽ.

B　あそこに座っている人はアメリカ人だそうです。（N）

　　Nghe nói người ngồi ở kia là người Mỹ.

M　あそこに座っている人はアメリカ人だそうだよ。

　　Nghe nói người ngồi ở kia là người Mỹ đấy.

さくら
桜
Sakura

18課
Bài 18

大会話 Hội thoại lớn Business

ラン：だんだん暖かくなってきましたね。

本田：もうすぐ春ですね。そろそろ桜が咲く季節
です。

ラン：きれいな桜が見られるのは3月から4月だけ
ですか。＊北海道は5月頃。

本田：そうです。全国の桜が同時に咲くのはその
間だけです。だいたい2週間です。

ラン：そうなんですか。桜の季節に本田さんはどうされているんですか。

本田：いつも上野公園で家族と花見をすることにしているんですよ。

ラン：うわー、素敵ですね。夜桜がきれいだと聞きましたが。

本田：そうです。とてもたくさんの人が来るから、場所が取りにくいんですよ。

ラン：もし良かったら私が先に公園に行って取っておきましょうか。いつもお世話になってい
ますから。

本田：それはどうもありがとうございます。子供たちが喜びますよ。

ラン：場所を取るのは早ければ早いほうがいいですから。

本田：そうなんですよ。早い人は、前日くらいから来ていますよ。

ラン：それはすごいですね。私はそこまではできないですけど。

本田：もちろんそこまでする必要はありませんよ。

ラン：ベトナムにいた時から夜桜を見るのが楽しみでしたから、ワクワクしてきました。

Lan: Trời ấm dần lên rồi bác nhỉ.

Honda: Mùa xuân sắp đến rồi. Chuẩn bị tới mùa hoa anh đào nở đấy cháu.

Lan: Chúng ta chỉ có thể ngắm hoa anh đào nở đẹp nhất từ tháng 3 đến tháng 4 thôi ạ? *Ở
Hokkaido, hoa anh đào nở vào khoảng tháng 5.

Honda: Đúng rồi. Hoa anh đào đồng loạt nở trên khắp nước Nhật chỉ vào khoảng thời gian đó. Thường là 2 tuần.

Lan: Vậy à bác? Bác thường làm gì vào dịp hoa anh đào nở ạ?

Honda: Bác thường ngắm hoa ở công viên Ueno với gia đình đấy.

Lan: Ôi, thích quá bác nhỉ. Cháu nghe nói hoa anh đào về đêm rất đẹp.

Honda: Đúng thế. Vì có rất nhiều người tới ngắm hoa nên khó kiếm được chỗ lắm.

Lan: Nếu được, hay là cháu đến công viên trước để giữ chỗ nhé? Vì bác lúc nào cũng giúp đỡ cháu mà.

Honda: Được vậy thì bác cảm ơn rất nhiều. Bọn trẻ sẽ vui lắm đấy.

Lan: Giữ chỗ thì nên đến càng sớm càng tốt mà bác nhỉ.

Honda: Đúng thế đấy. Người nào nhanh thì họ còn đến từ hôm trước cơ đấy.

Lan: Thế thì hoành tráng quá bác nhỉ. Cháu thì không thể làm được đến mức ấy đâu.

Honda: Đương nhiên cháu không cần phải làm đến mức ấy rồi.

Lan: Từ hồi còn ở Việt Nam cháu đã rất mong chờ được ngắm hoa anh đào về đêm rồi. Bây giờ cháu lại càng háo hức ạ.

大会話 Hội thoại lớn Maruko

ラン：だんだん暖かくなってきたね。

みき：もうすぐ春だね。そろそろ桜が咲く季節
だよ。

ラン：きれいな桜が見られるのは3月から4月だ
けなの？

みき：そうだよ。全国の桜が同時に咲くのはそ
の間だけだよ。だいたい2週間だよ。

ラン：そうなんだ。桜の季節にみきちゃんはどうしてるの？

みき：いつも上野公園で家族と花見をすることにしてるよ。

ラン：うわー、素敵だね。夜桜がきれいだと聞いたけど。

みき：そうだよ。とてもたくさんの人が来るから、場所が取りにくいんだよ。

ラン：もし良かったら私が先に公園に行って取っておこうか。いつもお世話になってるから。

みき：それはどうもありがとう。家族が喜ぶよ。

ラン：場所を取るのは早ければ早いほうがいいから。

みき：そうなんだよ。早い人は、前日くらいから来てるよ。

ラン：それはすごいね。私はそこまではできないけど。

みき：もちろんそこまでする必要はないよ。

ラン：ベトナムにいた時から夜桜を見るのが楽しみだったから、ワクワクしてきたよ。

Lan: Trời ấm dần lên rồi nhỉ.

Miki: Mùa xuân sắp đến rồi. Chuẩn bị tới mùa hoa anh đào nở đấy.

Lan: Chúng ta chỉ có thể ngắm hoa anh đào nở đẹp nhất từ tháng 3 đến tháng 4 thôi à?

Miki: Đúng vậy. Hoa anh đào đồng loạt nở trên khắp nước Nhật chỉ vào khoảng thời gian đó. Thường là 2 tuần đấy.

Lan: Thế à. Cậu thường làm gì vào dịp hoa anh đào nở thế?

Miki: Tớ thường ngắm hoa ở công viên Ueno với gia đình đấy.

Lan: Ôi, thích nhỉ. Tớ nghe nói hoa anh đào về đêm rất đẹp.

Miki: Đúng thế. Vì có rất nhiều người tới ngắm hoa nên khó kiếm được chỗ lắm.

Lan: Nếu được, hay là tớ đến công viên trước để giữ chỗ nhé? Vì cậu lúc nào cũng giúp đỡ tớ mà.

Miki: Được vậy thì tớ cảm ơn rất nhiều. Gia đình tớ sẽ vui lắm đấy.

Lan: Giữ chỗ thì nên đến càng sớm càng tốt mà.

Miki: Đúng thế đấy. Người nào nhanh thì họ còn đến từ hôm trước cơ đấy.

Lan: Thế thì hoành tráng quá nhỉ. Tớ thì không thể làm được đến mức ấy đâu.

Miki: Đương nhiên cậu không cần phải làm đến mức rồi.

Lan: Từ hồi còn ở Việt Nam tớ đã rất mong chờ được ngắm hoa anh đào về đêm rồi. Bây giờ tớ lại càng háo hức đấy.

小会話 Hội thoại nhỏ Business

ラン：昨日は勉強しすぎました。徹夜したんです。

本田：そうですか。それはいけませんね。
　　　①少し休んだらどうですか。

ラン：はい、心配していただきありがとうございます。そうさせていただきます。

Lan: Hôm qua cháu học nhiều quá. Cháu đã thức đêm đấy ạ.

Honda: Thế à? Như thế không được đâu. Cháu ① nghỉ ngơi một chút xem thế nào?

Lan: Vâng ạ, cảm ơn bác đã lo lắng cho cháu. Cháu sẽ làm vậy ạ.

小会話 Hội thoại nhỏ Maruko

ラン：昨日_(きのう)は勉強_(べんきょう)しすぎたよ。徹夜_(てつや)したんだよ。

みき：そうなんだあ。それはいけないね。

　　　①少_(すこ)し休_(やす)んだらどう？

ラン：うん、心配_(しんぱい)してもらってありがとう。そ

　　　うさせてもらうよ。

Lan: Hôm qua tớ học nhiều quá. Tớ đã thức đêm
　　　đấy.
Miki: Thế à? Như thế không được đâu. Cậu ①nghỉ
　　　ngơi một chút xem thế nào?
Lan: Ừ, cảm ơn cậu đã lo lắng cho tớ nha. Tớ sẽ làm thế.

1) ①寝_(ね)た đã ngủ

2) ①横_(よこ)になった đã nằm

3) ①医務室_(いむしつ)に行_(い)った đã đến phòng y tế

4) ①休憩_(きゅうけい)した đã nghỉ giải lao

Q&A

Q1　B　近頃_(ちかごろ)たくさん雨_(あめ)が降_(ふ)りますね。もうそろそろ梅雨入_(つゆい)りでしょうか。

　　　　Dạo này mưa nhiều nhỉ. Có phải sắp vào mùa mưa rồi không ạ?

A1　B　おっしゃる通_(とお)りかもしれません。湿度_(しつど)も高_(たか)いし洗濯物_(せんたくもの)も乾_(かわ)きにくくなってきました。

　　　　Có thể đúng như anh nói đấy. Độ ẩm cũng cao mà quần áo phơi cũng khó khô.

Q1　M　近頃_(ちかごろ)たくさん雨_(あめ)が降_(ふ)るね。もうそろそろ梅雨入_(つゆい)りかな？

　　　　Dạo này mưa nhiều nhỉ. Có phải sắp vào mùa mưa rồi không ta?

A1　M　その通_(とお)りかもしれない。湿度_(しつど)も高_(たか)いし洗濯物_(せんたくもの)も乾_(かわ)きにくくなってきたね。

　　　　Có thể đúng như cậu nói đấy. Độ ẩm cũng cao mà quần áo phơi cũng khó khô nhỉ.

Q2　B　最近_(さいきん)、少々_(しょうしょう)痩_(や)せられましたか。

　　　　Dạo này, bạn gầy đi một chút à?

A2　B　ええ、ダイエットしているので、痩_(や)せてきました。

　　　　Vâng, vì tôi đang ăn kiêng nên tôi đã gầy đi.

Q2　M　最近、ちょっと痩せた?

Dạo này, cậu gầy đi một chút à?

A2　M　うん、ダイエットしているので、痩せてきたよ。

Ừ, vì tớ đang ăn kiêng nên gầy đi đấy.

Q3　B　近年、世界中で日本語を勉強する人が増えてきたんですか。

Những năm gần đây, số lượng người học tiếng Nhật trên thế giới ngày càng tăng lên có phải không ạ?

> Q3
> へ
> 減って giảm

A3　B　そうですね。日本語教師は忙しくなってきました。

Đúng vậy ạ. Giáo viên tiếng Nhật cũng bận rộn lên rồi.

> A3
> ひま
> 暇に rảnh

Q3　M　近年、世界中で日本語を勉強する人が増えてきたの?

Mấy năm gần đây, số lượng người học tiếng Nhật trên thế giới ngày càng tăng lên có phải không?

A3　M　そうだね。日本語教師は忙しくなってきたよね。

Đúng thế đấy. Giáo viên tiếng Nhật cũng bận rộn lên rồi nhỉ.

> Q4
> じんせい
> 人生で
> trong cuộc đời
> けんこう
> 健康で với sức khoẻ

Q4　B　日本語を勉強する時一番大切なことは何だと思いますか。

Theo bạn điều gì là quan trọng nhất khi học tiếng Nhật vậy?

A4　B　毎日、勉強し続けることです。

Theo tôi đó là việc học đều đặn mỗi ngày.

> A4
> ちょきん
> 貯金する tiết kiệm
> じかんいじょう　ね
> 7時間以上は寝る
> ngủ hơn 7 tiếng

Q4　M　日本語を勉強する時一番大切なことは何だと思う?

Theo cậu điều gì là quan trọng nhất khi học tiếng Nhật thế?

A4　M　毎日、勉強し続けることだよ。

Theo tớ đó là việc học đều đặn mỗi ngày đấy.

Q5　B　毎年、日本には台風がたくさん来るんですか。

Hàng năm, bão đều độ bộ vào Nhật ạ?

A5　B　はい。でも台風がたくさん来るのは8月から9月の間ですよ。

Vâng ạ. Nhưng từ tháng 8 đến tháng 9 là khoảng thời gian bão đổ bộ nhiều đấy ạ.

Q5　M　毎年、日本には台風がたくさん来るの?

Hàng năm, bão đều độ bộ vào Nhật à?

A5　M　うん。でも台風がたくさん来るのは8月から9月の間だよ。

Ừ. Nhưng từ tháng 8 đến tháng 9 là khoảng thời gian bão đổ bộ nhiều đấy.

Q6　B　JLPTの結果はどうだったんですか。

Kết quả JLPT thế nào rồi?

> Q6　バスケの試合 trận đấu bóng rổ

A6　B　残念でした。合格できなかったのは勉強が足りなかったからだと思います。

Tiếc quá. Tôi nghĩ việc tôi không đỗ là do tôi đã học hành chưa chăm chỉ.

Q6　M　JLPTの結果はどうだったの?

Kết quả JLPT thế nào rồi?

> A6　勝てなかったのは練習
> việc tôi không thắng được là vì tôi chưa luyện tập đủ

A6　M　残念だったよ。合格できなかったのは勉強が足りなかったからだと思うよ。

Tiếc quá. Tớ nghĩ việc tớ không đỗ là do tớ đã học hành chưa chăm chỉ.

Q7　B　旅行の時、何をすることにしているんですか。

Khi đi du lịch, bạn thường làm gì?

> A7
> お土産を買う
> mua quà
> きれいな写真を撮る
> chụp những tấm ảnh đẹp

A7　B　地元のおいしい料理をたくさん食べるようにしていますよ。

Tôi thường hay ăn thật nhiều món ngon của địa phương đó.

Q7　M　旅行の時、何をすることにしてるの?

Khi đi du lịch, cậu thường làm gì thế?

A7　M　地元のうまい料理をたくさん食べるようにしてるよ。

Tớ thường hay ăn thật nhiều món ngon của địa phương đó ＊「うまい」は男性が良く使う。女性は使わないほうがよい。＊「うまい」là từ nam giới rất hay sử dụng. Nữ giới không nên dùng.

Q8　B　健康のために何かしているんですか。

Bạn thường làm gì để khỏe mạnh?

> Q8
> タンパク質をとる
> nạp chất đạm
> 毎日走る
> chạy bộ mỗi ngày
> 毎日お風呂に入る
> tắm mỗi ngày

A8　B　なるべく電車の中で立つようにしています。

Tôi sẽ cố gắng đứng trong tàu điện nhiều hết sức có thể.

Q8　M　健康のために何かしてるの。

Cậu thường làm gì để khỏe mạnh thế?

A8　M　なるべく電車の中で立つようにしてるよ。

Tớ sẽ cố gắng đứng trong tàu điện nhiều hết sức có thể.

Q9　B　いい服ですね。どこで買ったんですか。

Bộ đồ đẹp quá. Bạn đã mua ở đâu vậy?

A9 B はい、ユニクロで買いました。サイズがぴったり合って気に入っています。

Vâng, tôi đã mua ở Uniqlo. Tôi rất thích nó vì size rất vừa vặn.

Q9 M いい服だね。どこで買ったの？

Bộ đồ đẹp ghê. Cậu mua ở đâu vậy?

A9 M うん、ユニクロで買ったよ。サイズがぴったり合って気に入ってるよ。

Ừ, tớ đã mua ở Uniqlo đấy. Tớ rất thích nó vì size rất vừa vặn.

Q10 B 今京都では祇園祭りをやってるらしいですよ。一緒に行きませんか。

Hình như ở Kyoto bây giờ đang tổ chức lễ hội Gion đấy. Bạn đi đến đó với tôi chứ?

> Q10
> 花火 pháo hoa
> 紅葉狩り ngắm lá đỏ

A10 B いいですね。では、早速、新幹線のチケットを取ったほうがいいですね。

Tuyệt vời quá. Vậy ta nên mau chóng đặt vé Shinkansen đi thôi nhỉ.

Q10 M 今京都では祇園祭りをやってるらしいよ。一緒に行かない？

Hình như ở Kyoto bây giờ đang tổ chức lễ hội Gion đấy. Cậu đi đến đó với tớ chứ?

A10 M いいね。じゃ、早速、新幹線のチケットを取ったほうがいいね。

Tuyệt vời quá. Vậy ta nên mau chóng đặt vé Shinkansen đi thôi nhỉ.

Q11 B 今月の電気代は高かったんですよ。どうすれば安くなるんですか。

Tiền điện tháng này của tôi tăng cao quá. Tôi làm thế nào để tiền điện rẻ được bây giờ?

A11 B エアコンを付けたままにしないほうがいいですよ。

Bạn không nên bật điều hòa suốt thì sẽ giảm được tiền điện đấy.

> A11
> 電気ストーブ máy sưởi điện
> こたつ bàn sưởi

Q11 M 今月の電気代は高かったんだよ。どうすれば安くなるの？

Tiền điện tháng này của tớ tăng cao dã man. Tớ làm thế nào để tiền điện rẻ được bây giờ?

A11 M エアコンを付けたままにしないほうがいいよ。

Cậu không nên bật điều hòa suốt thì sẽ giảm được tiền điện đấy.

Q12 B ビジネスは本当に大変ですね。もっと売れるやり方はないでしょうか。

Công việc kinh doanh vất vả thực sự nhỉ. Có cách nào để tôi có thể bán được nhiều hơn nữa hay không?

A12 B うーん。もっとネットの広告にお金を<u>かけた</u>ほうががいいですよ。

Ưm. Bạn nên chi nhiều tiền vào quảng cáo trên mạng hơn nữa.

Q12
成績を上げる方法
cách cải thiện thành tích

Q12 M ビジネスは本当に大変だね。もっと<u>売れるやり方</u>はないかな？

Công việc kinh doanh vất vả thực sự nhỉ. Có cách nào để tớ có thể bán được nhiều hơn nữa hay không?

A12 M うーん。もっとネットの広告にお金を<u>かけた</u>ほうがいいよ。

Ưm. Cậu nên chi nhiều tiền vào quảng cáo trên mạng hơn nữa.

A12
使った
dùng

18課 説明 Bài 18 Giải thích ngữ pháp

	1G	1G	1G	1G	1G	1G
	咲く	勝つ	横になる	（お）世話になる	減る	（写真を）撮る
	Nở	Thắng	Nằm nghỉ, ngả lưng	Mang ơn	Giảm	Chụp (ảnh)
ない形 thể phủ định	咲かない	勝たない	横にならない	世話にならない	減らない	撮らない
ます形 thể Masu	咲きます	勝ちます	横になります	世話になります	減ります	撮ります
辞書形 thể từ điển	咲く	勝つ	横になる	世話になる	減る	撮る
可能形 thể khả năng	咲ける	勝てる	横になれる	世話になれる		撮れる
ば形 thể Ba	咲けば	勝てば	横になれば	世話になれば	減れば	撮れば
意向形 thể ý chí		勝とう	横になろう	世話になろう		撮ろう
て形 thể Te	咲いて	勝って	横になって	世話になって	減って	撮って
た形 thể Ta	咲いた	勝った	横になった	世話になった	減った	撮った
	1G	1G	1G	2G	2G	2G
	気にいる	走る	売る	（エアコンを）つける	増える	上げる
	Thích	Chạy	Bán	Bật (điều hòa)	Tăng	Nâng cao
ない形 thể phủ định	気にいらない	走らない	売らない	つけない	増えない	上げない
ます形 thể Masu	気にいります	走ります	売ります	つけます	増えます	上げます
辞書形 thể từ điển	気にいる	走る	売る	つける	増える	上げる
可能形 thể khả năng		走れる	売れる	つけられる		上げられる
ば形 thể Ba	気にいれば	走れば	売れば	つければ	増えれば	上げれば
意向形 thể ý chí		走ろう	売ろう	つけよう		上げよう
て形 thể Te	気にいって	走って	売って	つけて	増えて	上げて
た形 thể Ta	気にいった	走った	売った	つけた	増えた	上げた

	2G	2G	2G	3G	3G	
	（お金を） かける	足りる	続ける	合格する	貯金する	
	Tốn tiền vào việc...	Đủ	Tiếp tục	Đỗ	Tiết kiệm tiền	
ない形 thể phủ định	かけない	足りない	続けない	合格しない	貯金しない	
ます形 thể Masu	かけます	足ります	続けます	合格します	貯金します	
辞書形 thể từ điển	かける	足りる	続ける	合格する	貯金する	
可能形 thể khả năng	かけられる		続けられる	合格できる	貯金できる	
ば形 thể Ba	かければ	足りれば	続ければ	合格すれば	貯金すれば	
意向形 thể ý chí	かけよう		続けよう	合格しよう	貯金しよう	
て形 thể Te	かけて	足りて	続けて	合格して	貯金して	
た形 thể Ta	かけた	足りた	続けた	合格した	貯金した	

1　BいA／なAなってきます

　　MいA／なAなってくる

　物事の変化を、形容詞を使って表現します。

Đây là mẫu câu sử dụng tính từ để nói về sự thay đổi của sự việc.

B　にんにくを入れたら、もっとおいしくなってきました。（いA）

　　Tôi đã cho tỏi vào và món ăn đã trở nên ngon hơn.

M　にんにくを入れたら、もっとおいしくなってきた。

　　Tôi đã cho tỏi vào và món ăn đã trở nên ngon hơn.

B　彼は最近、前より人に親切になりました。（なA）

　　Dạo gần đây, anh ấy đã trở nên thân thiện với mọi người hơn trước kia.

M　彼は最近、前より人に親切になった。

　　Dạo gần đây, anh ấy đã trở nên thân thiện với mọi người hơn trước kia.

2　どうされているんですか。　Có chuyện gì vậy ạ?

　　丁寧に相手の様子を尋ねる表現です。心配している様子もあります。

Đây là mẫu câu hỏi về tình hình của người nghe một cách lịch sự. Nó cũng thể hiện tình trạng lo lắng của người nói.

B　最近お見掛けしませんでしたが、どうされていたんですか。

　　Gần đây tôi đã không gặp anh. Đã có chuyện gì vậy ạ?

3　B　早ければ早いほうがいいです。

M　早ければ早いほうがいい。

Càng sớm càng tốt...

何かをお願いするときに緊急性を要することを伝える表現です。

Đây là mẫu câu sử dụng khi muốn nhờ ai làm gì đó trong những trường hợp khẩn cấp.

B　この書類ですが、明日までにお願いできますか。早ければ早いほうがいいんですが。

Tôi có thể nhờ anh xử lý giúp giấy tờ này trước ngày mai được không ạ? Càng sớm càng tốt.

M　この書類だけど、明日までにお願いできる?早ければ早いほうがいいんだけど。

Tớ có thể nhờ cậu xử lý giúp giấy tờ này trước ngày mai được không? Càng sớm càng tốt.

「〜ですが」「〜だけど」という形で文章を終わらせると、より控えめに頼む印象になります。

Sử dụng " 〜ですが" và " 〜だけど" ở cuối câu sẽ tạo ấn tượng về sự nhờ vả tế nhị, nhẹ nhàng hơn.

<table><tr><td>19課
Bài 19</td><td>てんきん
転勤
Chuyển công tác</td></tr></table>

大会話 Hội thoại lớn Business

本田：日本では春は出会いと別れの季節だと言われているんです。

ラン：そうなんですか。嬉しいことと悲しいことが同時に来るんですね。

本田：ええ、今日実は言わなければならないこ

とがあるんですよ。

私だけ日本バンク仙台支店に転勤するこ

とになったんです。

ラン：え！ そんな…。すごいショックです。

いつも応援して頂いていたから。

いつ千葉に戻ってくるんですか。

本田：まだ分からないんです。

ラン：来年までにはベトナムに帰ってしまうので、また会えたら嬉しいです。

本田：まだ時間がありますよ。宮城県の仙台市に遊びに来てください。

私も千葉の友達に会いに来ますから。

ラン：ええ、必ず約束してくださいよ。絶対ですよ。

本田：せっかくですから、今日の仕事終わりにカフェにでも行きませんか。

ラン：いいですね。 ちょうど行きたいカフェがあるんですよ。

本田：ここ一年間でランさんは随分日本語が話せるようになりましたね。

本当に努力をしましたね。

ラン：おかげさまで。でも、まだまだですよ。あと少しの間よろしくおねがいしますね。

Honda: Ở Nhật, người ta nói mùa xuân là mùa của gặp gỡ và chia ly đấy.

Lan: Vậy à bác? Chuyện vui và chuyện buồn đều đến cùng lúc bác nhỉ.

Honda: Ừ, thực ra hôm nay, bác có chuyện này phải nói với cháu đấy.

Một mình bác nhận được quyết định chuyển công tác sang ngân hàng Nhật Bản chi nhánh Sendai.

Lan: Ôi! Chuyện đó… Bất ngờ quá ạ. Bác lúc nào cũng luôn ủng hộ cháu.

Khi nào bác sẽ quay trở lại Chiba ạ?

Honda: Bác chưa biết nữa.

Lan: Vì đến trước năm sau (cuối năm nay) cháu sẽ về Việt Nam nên cháu sẽ rất vui nếu cháu lại
có thể gặp được bác.

Honda: Vẫn còn thời gian mà. Cháu hãy đến thành phố Sendai ở tỉnh Miyagi chơi nhé.

Vì bác cũng sẽ đến gặp bạn bè ở Chiba.

Lan: Vâng, bác phải hứa với cháu đấy nhé. Nhất định bác cháu mình phải gặp nhau bác nhé.

Honda: Vậy nhân dịp này, hôm nay cháu đi uống cà phê với bác sau khi công việc kết thúc chứ?

Lan: Hay quá bác nhỉ. Đúng lúc có quán cà phê cháu muốn đến đấy ạ.

Honda: Trong vòng một năm mà Lan đã có thể nói tiếng Nhật tiến bộ rõ rệt thế.

Cháu thực sự đã nỗ lực rất nhiều nhỉ.

Lan: Rất may là tiếng Nhật của cháu có tiến bộ. Nhưng cháu vẫn còn phải cố gắng nhiều. Thời
gian bác ở đây không còn nhiều nhưng cháu vẫn rất mong được bác giúp đỡ ạ.

大会話　Hội thoại lớn Maruko

みき：日本では春は出会いと別れの季節だと言われてるんだよ。

ラン：そうなんだ。嬉しいことと悲しいことが同時に来るんだね。

みき：うん。今日実は言わなければならないことがあるんだよ。

私、4月から仙台の学校に行くから、引っ

越しすることになったんだ。

ラン：え！ そんな…。すごいショック。いつも

応援してくれてたから。

いつ千葉に戻ってくるの？

みき：まだ分からないんだよ。

ラン：来年までにはベトナムに帰ってしまうから、また会えたら嬉しいよ。

みき：まだ時間があるよ。宮城県の仙台市に遊びに来てよ。

私も千葉の友達に会いに来るからさ。

ラン：うん、必ず約束して。絶対だよ。

みき：せっかくだから、今日の仕事終わりにカフェにでも行かない？

ラン：いいね。ちょうど行きたいカフェがあるんだよ。

みき：ここ一年間でランちゃんは随分日本語が話せるようになったね。

　　　本当に努力したね。

ラン：おかげさまで。でも、まだまだだよ。あと少しの間よろしくおねがいね。

Miki: Ở Nhật, người ta nói mùa xuân là mùa của gặp gỡ và chia ly đấy.

Lan: Thế à. Chuyện vui và chuyện buồn đều đến cùng lúc nhỉ.

Miki: Ừ, thực ra hôm nay, tớ có chuyện này phải nói với cậu đấy.

　　　Vì tháng 4 tớ đi học ở trường ở Sendai nên tớ sẽ chuyển đến đó đấy.

Lan: Ối! Chuyện đó… Sốc quá. Cậu lúc nào cũng luôn ủng hộ tớ.

　　　Khi nào cậu sẽ quay trở lại Chiba thế?

Miki: Tớ chưa biết nữa.

Lan: Vì đến trước năm sau (cuối năm nay) tớ sẽ về Việt Nam nên tớ sẽ rất vui nếu lại gặp được
　　　cậu.

Miki: Vẫn còn thời gian mà. Cậu hãy đến thành phố Sendai tỉnh Miyagi chơi nhé.

　　　Vì tớ cũng sẽ đến gặp bạn bè ở Chiba mà.

Lan: Ừ, cậu phải hứa với tớ như thế đấy nhé. Nhất định phải gặp nhau nha.

Miki: Vậy nhân dịp này, hôm nay cậu đi uống cà phê với tớ sau khi xong việc chứ?

Lan: Hay đấy. Đúng lúc có quán cà phê tớ muốn đến.

Miki: Trong vòng một năm mà Lan đã có thể nói tiếng Nhật tiến bộ rõ rệt thế.

　　　Cậu thực sự đã nỗ lực rất nhiều nhỉ.

Lan: Rất may là tiếng Nhật của tớ có tiến bộ. Nhưng tớ vẫn còn phải cố gắng nhiều. Thời gian
　　　cậu ở đây không còn nhiều nhưng hy vọng cậu vẫn giúp đỡ tớ nha.

小会話 Hội thoại nhỏ Business

本田：ランさん、ランさん。

ラン：はい、何でしょうか。

本田：①電気をつけたままですよ。②消してくだ

　　　さいね。

ラン：あ、どうもすみません。気をつけます。

Honda: Lan ơi, Lan ơi.

Lan: Dạ, có chuyện gì vậy bác?

Honda: ①Điện vẫn đang bật này. Cháu ②tắt điện đi nhé.

Lan: A, cháu xin lỗi bác ạ. Cháu sẽ chú ý hơn ạ.

小会話　Hội thoại nhỏ Maruko

みき：ランちゃん、ランちゃん。

ラン：うん、何^{なに}?

みき：①<u>電気^{でんき}をつけた</u>ままだよ。②<u>消^けして</u>ね。

ラン：あ、ごめん。気をつけるね。

Miki: Lan ơi, Lan ơi.

Lan: Ừ, gì thế?

Miki: ①Điện vẫn đang bật này. Cậu ②tắt điện đi nhé.

Lan: A, xin lỗi nha. Tớ sẽ chú ý hơn.

1) ①<u>靴^{くつ}を履^はいた</u> đã đi giày　②<u>脱^ぬいで</u> cởi

2) ①<u>窓^{まど}を開^あけた</u> đã mở cửa　②<u>閉^しめて</u> đóng

3) ①<u>ビンのふたを開^あけた</u> đã mở nắp chai　②<u>閉^とじて</u> đóng

4) ①<u>部屋^{へや}が汚^{きたな}い</u> căn phòng bẩn　②<u>掃除^{そうじ}して</u> lau dọn

Q & A

Q1　B　今^{いま}までで一番^{いちばん}嬉^{うれ}しかったことは何^{なん}でしょうか。

　　　Điều khiến bạn hạnh phúc nhất từ trước tới giờ là gì thế?

A1　B　今^{いま}の恋人^{こいびと}に出会^{であ}ったことです。

　　　Đó là việc tôi gặp được người yêu hiện tại của mình.

Q1　M　今^{いま}までで一番^{いちばん}嬉^{うれ}しかったことは何^{なに}?

　　　Điều khiến cậu hạnh phúc nhất từ trước tới giờ là gì thế?

A1　M　今^{いま}の恋人^{こいびと}に出会^{であ}ったことだよ。

　　　Đó là việc tớ gặp được người yêu hiện tại của mình đấy.

Q1
妻^{つま}・夫^{おっと}と結婚^{けっこん}した
kết hôn với vợ/chồng tôi
子供^{こども}が産^うまれた
con tôi ra đời

＊QとAが木村さんについて話^{はな}す。

＊Q và A nói chuyện về Kimura

Q2　B　<u>木村先生^{きむらせんせい}</u>ってどんな人^{ひと}と言^いわれているんですか?

　　　Theo như mọi người nói thì <u>thầy Kimura</u> là người như thế nào ạ?

A2　B　うーん、みなさんからは<u>おおらかな人^{ひと}</u>と言^いわれていますね。

A2
穏^{おだ}やかな ôn hoà
勤勉^{きんべん}な siêng năng
内向的^{ないこうてき} hướng nội
外向的^{がいこうてき}な hướng
ngoại

Ưm, họ bảo thầy là người <u>có phong thái ung dung</u> ạ.

Q2　M　<u>木村先生</u>ってどんな<u>人</u>と<u>言</u>われてるの？

Theo như mọi người nói thì <u>thầy Kimura</u> là người như thế nào thế?

A2　M　うーん、みんなからはおおらかな<u>人</u>と<u>言</u>われてるよ。

Ưm, họ bảo thầy là người có phong thái ung dung.

Q3　B　<u>来週</u>ロンドンに<u>出張</u>することになったんですか。

Anh có quyết định đi công tác ở Luân Đôn vào tuần sau ạ?

A3　B　そうですよ。<u>飛行時間</u>が<u>長</u>くて<u>大変</u>ですよ。

Đúng thế ạ. Thời gian ngồi trên máy bay dài nên mệt lắm ạ.

Q3　M　<u>来週</u>ロンドンに<u>出張</u>することになったの？

Cậu có quyết định đi công tác ở Luân Đôn vào tuần sau đấy à?

A3　M　そうだよ。<u>飛行時間</u>が<u>長</u>くて<u>大変</u>だよ。

Đúng thế. Thời gian ngồi trên máy bay dài nên mệt lắm.

Q4　B　<u>最近</u>Aさんは<u>嬉</u>しそうですね。

Dạo này anh A trông có vẻ <u>vui</u> nhỉ.

A4　B　ええ、Aさんは<u>結婚</u>することになりましたからね。

Vâng, bởi vì anh ấy sắp <u>kết hôn</u> mà.

> Q4
> <u>悲</u>し buồn

Q4　M　<u>最近</u>Aさんは<u>嬉</u>しそうだね。

Dạo này A trông có vẻ <u>vui</u> nhỉ.

A4　M　うん、Aさんは<u>結婚</u>することになったからね。

Ừ, bởi vì cậu ấy sắp <u>kết hôn</u> mà.

> A4
> <u>離婚</u>する ly hôn

Q5　B　<u>中国出張</u>の<u>木村</u>さんがいつ<u>日本</u>に<u>戻</u>ってくるのか<u>ご存知</u>ですか。

Anh có biết khi nào anh Kimura, người đang đi công tác ở Trung Quốc sẽ trở về Nhật Bản không ạ?

A5　B　ええ、4<u>月</u>4<u>日</u>ですよ。

Dạ, anh ấy sẽ về ngày 4 tháng 4 đấy ạ.

A5´ B　いいえ、<u>存</u>じません。

Không, tôi không biết ạ.

Q5　M　<u>中国出張</u>の<u>木村</u>さんがいつ<u>日本</u>に<u>戻</u>ってくるのか<u>知</u>ってる？

Cậu có biết khi nào anh Kimura, người đang đi công tác ở Trung Quốc sẽ trở về Nhật Bản không?

A5　M　うん、4月4日だよ。

Ừ, anh ấy sẽ về ngày 4 tháng 4 đấy.

A5´M　ううん、知らない。

Không, tớ không biết.

Q6　B　昼休憩のラムさんは、まだ会社に戻ってきてないらしいですよ。ご存じですか。

Hình như anh Lâm đi nghỉ trưa vẫn chưa quay trở lại công ty đâu. Chị có biết anh ấy đã về hay chưa không?

A6　B　はい、そうらしいです。ちょっと心配ですね。

Vâng, hình như thế ạ. Cũng hơi lo anh nhỉ.

A6´B　いいえ、もう戻ってきていますよ。

Không, anh ấy đã về rồi đấy ạ.

Q6　M　昼休憩のラムくんは、まだ会社に戻ってきてないらしいよ。知ってた?

Hình như Lâm đi nghỉ trưa vẫn chưa quay trở lại công ty đâu. Cậu có biết cậu ấy đã về hay chưa không?

A6　M　うん、そうらしいよ。ちょっと心配だね。

Ừ, hình như chưa đâu. Cũng hơi lo nhỉ.

A6´M　ううん、もう戻ってきてるよ。

Không, cậu ấy về rồi đấy chứ.

＊図書館にて Ở thư viện

Q7　B　こちらの本をお借りしたいんですが、いつまで借りることができるんですか。

Tôi muốn mượn sách của thư viện này ạ. Tôi có thể mượn đến khi nào ạ?

A7　B　来週の木曜日の開館時間6時までです。それまでにはお返しください。

Thư viện sẽ mở cửa đến 6 giờ thứ năm tuần sau. Anh hãy mang sách trả trước giờ đó nhé.

＊友達と Với bạn

Q7　M　こちらの本を借りたいんだけど、いつまで借りることができる?

Tớ muốn mượn sách của thư viện này. Tớ có thể mượn đến khi nào thế?

A7　M　来週の木曜日までね。大学の授業で使うから。

Đến thứ năm tuần sau nhé. Vì tớ phải dùng nó trong giờ học ở trường đại học mà.

Q8　B　死ぬまでに何をしてみたいですか。

Trước khi chết bạn muốn làm gì?

A8　B　うーん、世界中のいい景色を見てから死にたいですね。

Ưm, tôi muốn ngắm những cảnh đẹp trên thế giới trước khi chết.

Q8　M　死ぬまでに何をしてみたい?

Trước khi chết cậu muốn làm gì?

A8　M　うーん、世界中のいい景色を見てから死にたいね。

Ưm, tớ muốn ngắm những cảnh đẹp trên thế giới trước khi chết.

A8
宇宙旅行に行って
đi du lịch vũ trụ

Q9　B　何歳までに結婚したいんですか。

Bạn muốn kết hôn trước bao nhiêu tuổi thế?

A9　B　そうですね。30歳までには結婚したいですね。子供が欲しいですし。

Để tôi xem nào. Tôi muốn kết hôn trước 30 tuổi vì tôi cũng mong có con ạ.

A9´B　いいえ、結婚したくないです。色々と大変ですから。

Không, tôi không muốn kết hôn. Vì vất vả lắm.

Q9　M　何歳までに結婚したいの?

Cậu muốn kết hôn trước bao nhiêu tuổi thế?

A9　M　そうだね。30歳までには結婚したいね。子供が欲しいし。

Xem nào. Tớ muốn kết hôn trước 30 tuổi vì tớ cũng mong có con.

A9´M　ううん、結婚したくないよ。色々と大変だから。

Không, tớ chẳng muốn kết hôn. Vì vất vả lắm.

＊北海道旅行で Trong chuyến du lịch đến Hokkaido

Q10　B　せっかくですからこの土地の名物料理を食べてから千葉に帰りませんか。

Đã đến đây rồi thì chúng ta hãy ăn món đặc sản của vùng này rồi mới về Chiba nhé?

A10　B　ええ、そうしましょう。

Vâng, cứ như vậy đi ạ.

Q10　M　せっかくだからこの土地の名物料理を食べてから千葉に帰らない?

Đã đến đây rồi thì ta hãy ăn món đặc sản của vùng này rồi mới về Chiba chứ?

A10　M　うん、そうしよう。

Ừ, nhất trí.

Q11　B　ラムさん、今日仕事終わりに一杯どうでしょうか。

Anh Lâm này, hôm nay sau khi xong việc anh đi uống với tôi chứ?

A11　B　たまにはいいですね！行きましょうよ。

Thỉnh thoảng đi uống cũng hay anh nhỉ! Chúng ta đi thôi.

A11´B　すみません。せっかくですが、今晩はちょっと。

Xin lỗi anh đã mất công mời nhưng mà tối nay tôi lại bận mất rồi ạ.

Q11　M　ラムくん、今日仕事終わりに一杯どう？

Lâm này, hôm nay xong việc làm một chầu không?

A11　M　たまにはいいね！行こうよ。

Thỉnh thoảng đi uống cũng hay nhỉ! Đi đi.

A11´M　ごめん。せっかくだけど、今晩はちょっと。

Xin lỗi nha, cậu đã mất công mời nhưng mà tối nay tớ lại bận mất rồi.

Q12　B　ランさんは日本酒を飲めるんですか。

Lan có uống được rượu Nhật không?

A12　B　以前は飲めなかったんですが、今は飲めるようになりましたよ。

Trước đây tôi không uống được ạ, nhưng bây giờ tôi biết uống rồi.

Q12　M　ランちゃんは日本酒を飲めるの？

Lan có uống được rượu Nhật không?

A12　M　以前は飲めなかったんだけど、今は飲めるようになったよ。

Trước đây tớ không uống được, nhưng bây giờ thì uống được rồi.

> A12
> 日本に来る前
> trước khi đến Nhật
> ベトナムにいた時
> lúc ở Việt Nam

19課　説明 Bài 19 Giải thích ngữ pháp

	1G	1G	1G	1G	1G	2G
	消す	返す	死ぬ	出会う	脱ぐ	生まれる
	Tắt	Trả	Chết	Gặp	Cởi	Sinh ra
ない形 thể phủ định	消さない	返さない	死なない	出会わない	脱がない	生まれない
ます形 thể Masu	消します	返します	死にます	出会います	脱ぎます	生まれます
辞書形 thể từ điển	消す	返す	死ぬ	出会う	脱ぐ	生まれる
可能形 thể khả năng	消せる	返せる	死ねる	出会える	脱げる	
ば形 thể Ba	消せば	返せば	死ねば	出会えば	脱げば	生まれれば
意向形 thể ý chí	消そう	返そう	死のう	出会おう	脱ごう	
て形 thể Te	消して	返して	死んで	出会って	脱いで	生まれて
た形 thể Ta	消した	返した	死んだ	出会った	脱いだ	生まれた
	3G	3G	3G	3G	3G	3G
	転勤する	応援する	約束する	戻ってくる	努力する	出張する
	Chuyển công tác	Ủng hộ	Hứa	Trở lại	Nỗ lực	Công tác
ない形 thể phủ định	転勤しない	応援しない	約束しない	戻ってこない	努力しない	出張しない
ます形 thể Masu	転勤します	応援します	約束します	戻ってきます	努力します	出張します
辞書形 thể từ điển	転勤する	応援する	約束する	戻ってくる	努力する	出張する
可能形 thể khả năng	転勤できる	応援できる	約束できる	戻ってこられる	努力できる	出張できる
ば形 thể Ba	転勤すれば	応援すれば	約束すれば	戻ってくれば	努力すれば	出張すれば
意向形 thể ý chí	転勤しよう	応援しよう	約束しよう	戻ってこよう	努力しよう	出張しよう
て形 thể Te	転勤して	応援して	約束して	戻ってきて	努力して	出張して
た形 thể Ta	転勤した	応援した	約束した	戻ってきた	努力した	出張した
	2G	2G	2G	3G	3G	
	離婚する					
	Ly hôn					
ない形 thể phủ định	離婚しない					
ます形 thể Masu	離婚します					
辞書形 thể từ điển	離婚する					
可能形 thể khả năng	離婚できる					
ば形 thể Ba	離婚すれば					
意向形 thể ý chí	離婚しよう					
て形 thể Te	離婚して					
た形 thể Ta	離婚した					

1　V ／いA ／なA ／ Nと言われています。

　　V ／いA ／なA ／ Nと言われている。

　　Người ta nói.../Được cho rằng...

　「言われる」は受け身形で、誰かが誰かに何かを言われていることなどを表現します。

"言われる" ở dạng bị động, là mẫu câu diễn tả ai đó được/ bị ai đó nói điều gì.

B　彼は仕事中、ひそかに寝ると言われています。（V）

　　Người ta nói anh ta hay lén ngủ trong giờ làm việc.

M　彼は仕事中、ひそかに寝ると言われてる。

　　Người ta nói anh ta hay lén ngủ trong giờ làm việc.

B　彼女は学校で一番頭がいいと言われています。（いA）

　　Họ nói cô ấy là người thông minh nhất trường.

M　彼女は学校で一番頭がいいと言われてる。

　　Họ nói cô ấy là người thông minh nhất trường.

B　中野さんはよく親切だと言われています。（なA）

　　Họ nói chị Nakano rất thân thiện.

M　中野さんはよく親切だと言われてる。

　　Họ nói chị Nakano rất thân thiện.

B　東京は物価の高い都市だと言われていますが、最近はそうでもありません。（N）

　　Người ta nói Tokyo là thành phố đắt đỏ nhưng gần đây không hẳn vậy.

M　東京は物価の高い都市だと言われているが、最近はそうでもない。

　　Người ta nói Tokyo là thành phố đắt đỏ nhưng gần đây không hẳn vậy.

2　B　Vことになりました

　　M　Vことになった

　　　　Chuyện gì đó được quyết định, ấn định…

　自らの力を超えた力が重大な決定を左右した場合に使います。

Đây là mẫu câu sử dụng trong trường hợp thế lực có sức mạnh lớn hơn mình gây ảnh hưởng đến quyết định quan trọng.

B　結婚することになりましたのでご報告します。

　　Vì đám cưới đã được ấn định nên tôi sẽ thông báo.

M　結婚することになったので報告するね。

　　Vì đám cưới đã được ấn định nên tớ sẽ thông báo.

結婚はお互いの意思に基づいて行われるのが一般的ですが、超越的な存在（神など）が背後にいて両者の結婚の決定に影響を与えたような言い方です。よく昔は「二人は（見えない）赤い糸で結ばれていた」などという言い方をしましたが、これも同じ考えに基づいています。

Kết hôn về cơ bản là việc được tiến hành dựa trên ý chí của cả hai người và trường hợp này muốn diễn tả sự tồn tại của một thế lực siêu việt (ví dụ là thần linh) gây ảnh hưởng đến quyết định sẽ kết hôn. Ngày xưa, người ta có cách nói là "Hai người đã được gắn kết bởi sợi chỉ đỏ (sợi chỉ này không thể nhìn thấy)" cũng chính là dựa trên suy nghĩ này mà ra.

他には

Ngoài ra

B　今度大阪に転勤することになりました。

　　Tôi đã nhận được quyết định chuyển công tác tới Osaka hôm tới.

M　今度大阪に転勤することになった。

　　Tớ đã nhận được quyết định chuyển công tác tới Osaka hôm tới.

などの言い方もよくします。自分より上位の存在（会社）が、転勤という決定をしたということです。これは当人の転勤という希望はあったかもしれませんが、自分の意思はあまり感じさせません。

Cũng có cách nói như trên. Có một đối tượng ở vị trí hơn mình (công ty) đã quyết định việc chuyển công tác của mình. Việc chuyển công tác cũng có thể là do nguyện vọng của chính người đó nhưng dùng mẫu câu này thì nó không tạo cảm giác sự việc được quyết định theo ý chí của mình.

3　B　Vたままです。

　M　Vたままだ。

　　Để nguyên, giữ nguyên, cứ như thế…

なにかをして、放置した状態にするときに使います。否定的な文脈で使われることが多いで

す。

Mẫu câu này được sử dụng khi ta làm việc gì đó và để nguyên trạng thái như vậy. Mẫu câu này hay được sử dụng trong các tình huống phủ định.

B　電気をつけたままにして、外出してしまいました。

Tôi đã đi ra ngoài và để điện bật nguyên như thế.

M　電気をつけたままにして、外出しちゃった。

Tớ đã đi ra ngoài và để điện bật nguyên như thế.

B　靴を履いたまま部屋に入らないでください。

Bạn đừng đi vào phòng mà đi cả giày.

M　靴を履いたまま部屋に入らないで。

Cậu đừng đi vào phòng mà đi cả giày thế.

20課
Bài 20

日本の生活はどうだった？
Cuộc sống ở Nhật thế nào?

大会話 Hội thoại lớn Business

本田：日本に来てもうすぐ一年ですね。時間は早いですね。

ラン：そうですね。色々な出来事がありました。友達もたくさんできましたし、多くの人たちに親切にしていただきました。日本に来て本当に良かったと感じています。

本田：そう言われて一人の日本人として嬉しく感じます。

ラン：生活費はやや高いですが、いい国です。

本田：そうですか。一年住んでみた感想はどうですか。

ラン：日本は住みやすいと思いますね。治安もいいし、町はきれいですし。家の水道水が飲めるのはびっくりしました。気候も悪くないです。

本田：そうですが、暑い時や寒い時は大変ですよ。今年は去年ほど寒くないですが、とても空気が乾いているので、肌が痛いですね。

ラン：それは私もです。おっしゃるように、今年はそんなに寒く感じませんね。暖冬のようですね。

本田：去年の夏は夏らしくむし暑かったですけどね。冬はいつもの冬らしくないですね。

ラン：確かにそうですね。

本田：冬は太りやすいので気をつけなければなりません。家にいる時間も増えますし。

ラン：ええ。それに、日本は食べ物がおいしいので太りやすいと思います。

Honda: Cháu sang Nhật cũng được gần một năm rồi nhỉ. Thời gian trôi qua nhanh quá.

Lan: Vâng ạ. Đã có rất nhiều chuyện xảy ra. Cháu quen được với rất nhiều bạn còn được nhiều người giúp đỡ, chỉ bảo rất tận tình nữa ạ. Cháu thấy thật sự đúng đắn khi sang Nhật.

Honda: Cháu nói thế khiến một người Nhật như bác đây cảm thấy rất vui.

Lan: Mặc dù chi phí sinh hoạt hơi cao nhưng Nhật Bản là đất nước tươi đẹp ạ.

Honda: Vậy ư? Thế cảm nhận của cháu khi sống một năm ở Nhật là như thế nào?

Lan: Cháu thấy Nhật Bản là một nước dễ sống. An ninh không những tốt mà phố xa cũng sạch đẹp ạ. Cháu rất ngạc nhiên khi có thể uống được trực tiếp nước máy trong nhà. Khí hậu cũng không đến nỗi nào ạ.

Honda: Đúng là như vậy nhưng mùa nóng cũng như mùa lạnh thì cũng vất vả phết đấy. Năm nay không lạnh bằng năm ngoái nhưng vì không khí rất khô khiến cho da dẻ đau vì nứt nẻ nhỉ.

Lan: Cháu cũng bị nẻ ạ. Đúng như bác nói, cháu thấy năm nay không lạnh đến thế. Có vẻ như là mùa đông ấm ấy bác nhỉ.

Honda: Mùa hè năm ngoái đúng nghĩa là mùa hè, cực kỳ oi bức nhỉ. Trong khi mùa đông thì lại chẳng ra mùa đông như thường lệ.

Lan: Đúng là như vậy ạ.

Honda: Vì mùa đông dễ béo lắm nên cháu phải để ý. Thời gian ở nhà cũng nhiều nữa.

Lan: Vâng ạ. Với cả, đồ ăn của Nhật ngon nên cháu nghĩ cũng dễ béo nữa.

大会話　Hội thoại lớn Maruko

みき：日本に来てもうすぐ一年だね。時間は早いね。

ラン：そうだね。色々な出来事があったよ。友達もたくさんできたし、多くの人たちに親切にしてもらったよ。日本に来て本当に良かったと感じてるよ。

みき：そう言われて一人の日本人として嬉しく感じるね。

ラン：生活費はやや高いけど、いい国だね。

みき：そうだね。一年住んでみた感想はどう？

ラン：日本は住みやすいと思うね。治安もいいし、町はきれいだし。家の水道水が飲めるのはびっくりだったよ。気候も悪くないよ。

みき：そうだけど、暑い時や寒い時は大変だよ。今年は去年ほど寒くないけど、とても空気が乾いているから、肌が痛いね。

ラン：それは私も。みきちゃんが言うように、今年はそんなに寒く感じないね。暖冬のようだね。

みき：去年の夏は夏らしくむし暑かったけどね。冬はいつもの冬らしくないね。

ラン：確かにそうだね。

みき：冬は太りやすいので気をつけないとね。家にいる時間も増えるし。

ラン：うん。それに、日本は食べ物がおいしいので太りやすいと思うよ。

Miki: Cậu sang Nhật cũng được gần một năm rồi nhỉ. Thời gian trôi qua nhanh ghê.

Lan: Ừ. Đã có biết bao chuyện xảy ra đấy. Tớ quen được với rất nhiều bạn còn được nhiều người giúp đỡ, chỉ bảo rất tận tình nữa. Tớ thấy thật sự đúng đắn khi sang Nhật.

Miki: Cậu nói thế khiến một người Nhật như tớ đây cảm thấy rất vui.

Lan: Mặc dù chi phí sinh hoạt hơi cao nhưng Nhật Bản là đất nước tươi đẹp.

Miki: Đúng thế nhỉ. Thế cảm nhận của cậu khi sống một năm ở Nhật là như thế nào?

Lan: Tớ thấy Nhật Bản là một nước dễ sống. An ninh không những tốt mà phố xa cũng sạch đẹp. Tớ rất ngạc nhiên khi có thể uống được trực tiếp nước máy trong nhà. Khí hậu cũng không đến nỗi nào.

Miki: Đúng là như vậy nhưng mùa nóng cũng như mùa lạnh thì cũng vất vả phết đấy. Năm nay không lạnh bằng năm ngoái nhưng vì không khí rất khô khiến cho da dẻ đau vì nứt nẻ nhỉ.

Lan: Tớ cũng bị nẻ. Đúng như Miki nói, tớ thấy năm nay không lạnh đến thế. Có vẻ như là mùa đông ấm ấy nhỉ.

Miki: Mùa hè năm ngoái đúng nghĩa là mùa hè, cực kỳ oi bức nhỉ. Trong khi mùa đông thì lại chẳng ra mùa đông như thường lệ.

Lan: Đúng thế.

Miki: Vì mùa đông dễ béo lắm nên cậu phải để ý đấy nhé. Thời gian ở nhà cũng nhiều nữa.

Lan: Ừ. Với cả, đồ ăn của Nhật ngon nên tớ nghĩ cũng dễ béo nữa.

小会話 Hội thoại nhỏ Business

本田：時々見かけたあの友達はどうしているんで

　　　すか。

ラン：あまり詳しく知らないんですが、①彼女が

　　　できたらしいんですよ。

本田：あー、だから最近②嬉しそうなんですね。

ラン：でもそれはあくまで噂なんですけど。

Honda: Cậu bạn của cháu mà thỉnh thoảng bác vẫn gặp thế nào rồi?

Lan: Cháu cũng không biết rõ lắm nhưng hình như cậu ấy ①đã có bạn gái rồi đấy ạ.

Honda: A, thảo nào vì thế gần đây trông cậu ấy có vẻ ②vui nhỉ.

Lan: Nhưng đó dù sao cũng chỉ là tin đồn thôi ạ.

小会話 Hội thoại nhỏ Maruko

みき：時々見かけたあの友達はどうしてるの？

ラン：あまり詳しく知らないんだけど、①彼女ができたらしいんだよ。

みき：あー、だから最近②嬉しそうなんだね。

ラン：でもそれはあくまで噂なんだけど。

Miki: Cậu bạn của cậu mà thỉnh thoảng tớ vẫn gặp thế nào rồi?

Lan: Tớ cũng không biết rõ lắm nhưng hình như cậu ấy ①đã có bạn gái rồi đấy.

Miki: A, thảo nào vì thế gần đây trông cậu ấy có vẻ ②vui nhỉ.

Lan: Nhưng đó dù sao cũng chỉ là tin đồn thôi.

1) ①恋人に振られた Bị người yêu bỏ　②悲し Buồn

2) ①難しい試験に合格した Đỗ kỳ thi khó　②気分がよさ Tâm trạng tốt

3) ①彼氏ができた Có bạn trai　②楽し Vui

4) ①お母さんが亡くなった Mẹ mất　②つら Đau khổ

Q & A

Q1　B　沖縄と北海道とどちらのほうが住みやすいですか。

　　　　Okinawa và Hokkaido nơi nào dễ sống hơn vậy ạ?

A1　B　そうですね。北海道のほうが住みやすいですよ。

　　　　Để tôi xem nào. Hokkaido dễ sống hơn đấy.

A1´ B　そうですね。どちらも住みやすいですよ。

　　　　Để tôi xem nào. Nơi nào cũng đều dễ sống cả đấy.

> A1
> 働きやすい
> dễ làm việc

Q1　M　沖縄と北海道とどっちのほうが住みやすいの。

　　　　Okinawa và Hokkaido nơi nào dễ sống hơn thế?

A1　M　そうだね。北海道のほうが住みやすいよ。

　　　　Để tớ xem nào. Hokkaido dễ sống hơn đấy.

A1´ M　そうだね。どっちも住みやすいよ。

　　　　Để tớ xem nào. Nơi nào cũng đều dễ sống cả đấy.

Q2　B　良いペンをもってますね。

Bạn có chiếc bút tốt nhỉ.

A2　B　ええ、書きやすいですよ。

Vâng, dễ viết lắm ạ.

A2´　B　いいえ、書きにくいですよ。

Không, khó viết lắm ạ.

Q2　M　良いペンをもってるね。

Cậu có chiếc bút tốt nhỉ.

A2　M　ええ、書きやすいよ。

Ừ, dễ viết lắm đấy.

A2´　M　いいえ、書きにくいよ。

Không, khó viết lắm.

Q3　B　ランさんはハイヒールが好きなんですか。

Lan thích giày cao gót à?

A3　B　ええ。歩きやすくはないですが、とても好きですよ。

Vâng. Mặc dùng không dễ đi nhưng tôi rất thích.

Q3　M　ランさんはハイヒールが好きなの?

Lan thích giày cao gót à?

A3　M　うん。歩きやすくはないけど、とても好きだよ。

Ừ. Mặc dùng không dễ đi nhưng tớ rất thích.

Q4　B　最近、日本語の勉強はどうなんですか。

Dạo này, việc học tiếng Nhật của bạn thế nào rồi?

A4　B　まあまあですが、日本語ほど難しい言語はないです。

Bình thường thôi ạ. Không có ngôn ngữ nào lại khó bằng tiếng Nhật ạ.

Q4　M　最近、日本語の勉強はどうなの?

Dạo này, tình hình học tiếng Nhật của cậu đến đâu rồi?

A4　M　まあまあだけど、日本語ほど難しい言葉はないよ。

Bình thường thôi. Không có ngôn ngữ nào lại khó bằng tiếng Nhật đâu.

Q2
カバン cặp
ワイン rượu
メガネ kính

A2
使い dùng
飲み uống
見 nhìn

A4
簡単な dễ
楽しい vui vẻ
面白い thú vị
複雑な phức tạp

Q5　B　いつもかばんの中に何が入っているんですか。

Cặp của bạn thường có gì bên trong vậy?

A5　B　スマホとバッテリーと充電器ですよ。スマホほど便利なものはないですね。

Điện thoại thông minh, pin và cục sạc ạ. Không có gì tiện bằng điện thoại thông minh nhỉ.

Q5　M　いつもかばんの中に何が入っているの？

Cặp của cậu thường có gì bên trong vậy?

A5　M　スマホとバッテリーと充電器だよ。スマホほど便利なものはないね。

Điện thoại thông minh, pin và cục sạc. Không có gì tiện bằng điện thoại thông minh nhỉ.

Q6　B　1日に10時間も日本語を勉強しているって聞いたんですが、本当なんですか。

Tôi nghe nói bạn học những 10 tiếng 1 ngày, có thật thế không ạ?

A6　B　いいえ、そんな10時間もできませんよ！

Không, tôi không thể học được những 10 tiếng đâu!

A6　M　1日に10時間も日本語を勉強しているって聞いたけど、本当なの？

Nghe nói cậu học những 10 tiếng 1 ngày à, có thật không vậy?

A6　M　ううん、そんな10時間もできないよ！

Không, học làm sao được những 10 tiếng!

Q7　B　凄く可愛いらしいですね。そんな服を着てどうしたんですか。

Dễ thương quá. Bạn mặc bộ quần áo đó đi đâu vậy?

A7　B　実は時々、イベントで女の子らしいコスプレをしていますよ。

Thực ra thỉnh thoảng tôi cosplay y hệt con gái ở sự kiện đấy.

Q7　M　凄く可愛いらしいね。そんな服を着てどうしたの？

Dễ thương quá. Cậu mặc bộ quần áo đó đi đâu vậy?

A7　M　実は時々、イベントで女の子らしいコスプレをしてるよ。

Thực ra thỉnh thoảng tớ cosplay y hệt con gái ở sự kiện đấy.

Q8
お酒 rượu sake

Q8　B　ラムさんは日本に来てからタバコをやめたんでしょうか。

Có phải từ khi sang Nhật, Lâm đã bỏ thuốc lá phải không ạ?

A8　B　禁煙の場所も多いし値段も高いしやめたようですよ。

Vì nhiều chỗ cấm hút thuốc và thuốc lá cũng đắt nên hình như cậu ấy bỏ thuốc rồi đấy.

Q8 M ラムくんは日本に来てからタバコをやめたの?

Có phải từ khi sang Nhật, Lâm đã bỏ thuốc lá phải không?

A8 M 禁煙の場所も多いし値段も高いしやめたようだよ。

Vì nhiều chỗ cấm hút thuốc và thuốc lá cũng đắt nên hình như cậu ấy bỏ thuốc rồi đấy.

A8
健康に悪い
không tốt cho sức khoẻ

Q9 B 海水浴は何に注意すべきですか。

Tôi nên chú ý những gì khi đi bơi ạ?

A9 B 深くて滑りやすいところに行かないほうがいいですよ。

Bạn không nên đi ra những chỗ sâu dễ trơn trượt.

Q9
山登り leo núi

A9
空気が薄くて疲れ
không khí loãng sẽ bị mệt

Q9 M 海水浴は何に注意すべきなの?

Tớ nên chú ý những gì khi đi bơi thế?

A9 M 深くて滑りやすいところに行かないほうがいいよ。

Cậu không nên đi ra những chỗ sâu dễ trơn trượt.

Q10 B 日本語を勉強して良かったと感じることは何ですか。

Bạn cảm thấy điều gì là may mắn khi học tiếng Nhật?

A10 B 日本人の友達がたくさんできたことです。

Điều tôi thấy may mắn là mình làm quen được với rất nhiều bạn bè người Nhật.

Q10 M 日本語を勉強して良かったと感じることは何?

Cậu cảm thấy điều gì là may mắn khi học tiếng Nhật thế?

A10 M 日本人の友達がたくさんできたことだよ。

Điều tớ thấy may mắn là mình làm quen được với rất nhiều bạn bè người Nhật.

Q11 B 鈴木さんのご家族はどうしているんですか。

Gia đình của anh Suzuki thế nào rồi ạ?

A11 B 狭い部屋でみんな元気でやってるらしいです。

Hình như mọi người vẫn sống khỏe mạnh trong căn phòng chật chội.

Q11
学校の同級生 bạn cùng khoá ở trường

Q11 M 鈴木さんのご家族はどうしてるの?

Gia đình của anh Suzuki thế nào rồi?

A11 M 狭い部屋でみんな元気でやってるらしいよ。

Hình như mọi người vẫn sống khỏe mạnh trong căn phòng chật chội đấy.

＊子供と親の会話なのでBは無い。Đoạn hội thoại giữa bố mẹ và con cái nên không có hội thoại B.

Q12　M　ゲームばかりしないで、たまには<ruby>学生<rt>がくせい</rt></ruby>らしく<ruby>勉強<rt>べんきょう</rt></ruby>しなさい。

　　　　Đừng có suốt ngày chỉ chơi game như thế, con phải học cho ra học đi chứ.

A12　M　うん。<ruby>分<rt>わ</rt></ruby>かったよ、お<ruby>母<rt>かあ</rt></ruby>さん。

　　　　Vâng, con biết rồi mà mẹ.

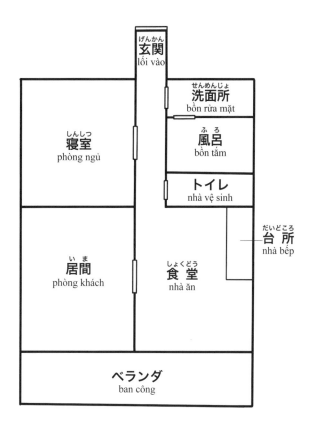

20課　説明 Bài 20 Giải thích ngữ pháp

	1G	2G	3G	3G
	持つ	見かける	びっくりする	注意する
	Cầm, mang, có	Bắt gặp	Giật mình	Chú ý
ない形 thể phủ định	持たない	見かけない	びっくりしない	注意しない
ます形 thể Masu	持ちます	見かけます	びっくりします	注意します
辞書形 thể từ điển	持つ	見かける	びっくりする	注意する
可能形 thể khả năng	持てる			注意できる
ば形 thể Ba	持てば	見かければ	びっくりすれば	注意すれば
意向形 thể ý chí	持とう			注意しよう
て形 thể Te	持って	見かけて	びっくりして	注意して
た形 thể Ta	持った	見かけた	びっくりした	注意した

1　B　Vやすいです。

　　M　Vやすい。

　　　　Dễ làm gì…

　何かの行為をするのが簡単だという時に使う表現です。

Đây là mẫu câu sử dụng khi muốn nói làm gì đó một cách dễ dàng.

B　この本は読みやすいです。（1G）

　　Quyển sách này dễ đọc. (động từ nhóm 1)

M　この本は読みやすい。

　　Quyển sách này dễ đọc.

B　この肉は食べやすいです。（2G）

　　Thịt này dễ ăn. (động từ nhóm 2)

M　この肉は食べやすい。

　　Thịt này dễ ăn.

B　ここまでは電車のほうが来やすいです。（3G）

　　Đi bằng tàu điện đến đây sẽ dễ đi hơn. (động từ nhóm 3)

M　ここまでは電車のほうが来やすい。

Đi bằng tàu điện đến đây sẽ dễ đi hơn.

B　このカフェは冷房（れいぼう）がよくきいていて勉強（べんきょう）しやすいです。（3G）

Máy lạnh ở quán cà phê này rất mát nên dễ học bài. (động từ nhóm 3)

M　このカフェは冷房（れいぼう）がよくきいていて勉強（べんきょう）しやすい。

Máy lạnh ở quán cà phê này rất mát nên dễ học bài.

2　V／いA／なA／N　し～、V／いA／なA／N　し

Không những... mà còn...

　何かをする行為の理由を二、三述べる時の表現です。Vは可能動詞を使うことが多いです。

Đây là mẫu câu sử dụng khi muốn nêu ra hai, ba lý do thực hiện hành động nào đó. Người ta hay sử dụng động từ ở thể khả năng.

B　この牛丼屋（ぎゅうどんや）はおいしいし、やすいのでお勧（すす）めです。

Vì quán gyudon (cơm thịt bò) này vừa ngon lại rẻ nữa nên tôi gợi ý bạn nên ăn thử ở đó.

M　この牛丼屋（ぎゅうどんや）はおいしいし、やすいからお勧（すす）めだよ。

Vì quán gyudon (cơm thịt bò) này vừa ngon lại rẻ nữa nên tớ gợi ý bạn nên ăn thử ở đó.

　「ので」を使い、お勧めだと述べています。では何かをしない理由も紹介しましょう。

Ví dụ trên sử dụng "の　で" để nói về việc khuyên, gợi ý ai làm gì. Chúng ta cùng xem lý do không làm gì sẽ nói như thế nào nhé.

B　この大学（だいがく）は学費（がくひ）が高（たか）すぎるし、教授（きょうじゅ）の質（しつ）が低（ひく）いし、評価（ひょうか）も悪（わる）いので行（い）きません。

Vì trường đại học này học phí vừa đắt, chất lượng giờ học kém, lại bị đánh giá tồi nữa nên tôi không học.

M　この大学（だいがく）は学費（がくひ）が高（たか）すぎるし、教授（きょうじゅ）の質（しつ）が低（ひく）いし、評価（ひょうか）も悪（わる）いから行（い）かないよ。

Vì trường đại học này học phí vừa đắt, chất lượng giờ học kém, lại bị đánh giá tồi nữa nên tớ không học.

3　B　そんなにVません。

　　M　そんなにVない。

　　　　Không làm gì… đến mức như thế

　何かをたくさんしないことを強調した言い方です。「そんなに」相手の質問に対する答えで

よく使います。

Đây là cách nói nhấn mạnh việc không làm gì nhiều. "そんなに" (không đến mức như vậy) hay được sử dụng để trả lời câu hỏi của đối phương.

■ 質問 Câu hỏi

(B 毎日このカフェに来るんですか?) (Ngày nào bạn cũng đến quán cà phê này à?)

(M 毎日このカフェに来るの?) (Ngày nào cậu cũng đến quán cà phê này à?)

B そんなにたくさんそのカフェには行きません。
Tôi không đi đến quán đó nhiều như vậy đâu.

M そんなにたくさんそのカフェは行かないよ。
Tớ không đi đến quán đó nhiều như vậy đâu.

4 B V／いA／なA／Nようですね。

 M V／いA／なA／Nようだね。

 Có vẻ…

これは推測するときなどに使う表現です。

Đây là mẫu câu sử dụng khi người nói phỏng đoán về điều gì đó.

B もう20時ですね。彼は今日は来ないようですね。（V）
Đã 8 giờ tối rồi nhỉ. Có vẻ hôm nay anh ấy không đến đâu. (động từ)

M もう20時だね。彼は今日は来ないようだね。
Đã 8 giờ tối rồi nhỉ. Có vẻ hôm nay anh ấy không đến đâu.

B 予報では、今年の夏はあまり暑くないようですね。（いA）
Theo như dự báo thời tiết thì có vẻ mùa hè năm nay không nóng lắm thì phải. (tính từ đuôi i)

M 予報じゃ、今年の夏はあまり暑くないようだね。
Theo như dự báo thời tiết thì có vẻ mùa hè năm nay không nóng lắm thì phải.

B 今日の赤ちゃんはいつもより元気なようですね。（なA）
Hôm nay em bé có vẻ khỏe mạnh hơn mọi ngày nhỉ. (tính từ đuôi na)

M 今日の赤ちゃんはいつもより元気なようだね。

Hôm nay em bé có vẻ khỏe mạnh hơn mọi ngày nhỉ.

B　テレビでは、明日大きな寒波のようですね。（N）

Theo như tivi nói thì có vẻ ngày mai có đợt không khí lạnh cường độ mạnh nhỉ. (danh từ)

M　テレビでは、明日大きな寒波のようだね。

Theo như tivi nói thì có vẻ ngày mai có đợt không khí lạnh cường độ mạnh nhỉ.

5　B　Vらしいんですよ。

　M　Vらしいんだよ。

　Điển hình, đúng bản chất…

　いつもと同じ様子、典型的な状態にある時に使う表現ですが、「らしくない」と否定的に使うことの方が多いです。

Đây là mẫu câu sử dụng khi nói về tình trạng giống như mọi khi, trạng thái điển hình. Người ta hay dùng "らしくない" mang tính phủ định.

B　今日は夏らしい日ですね。青空がきれいですね。

Hôm nay đúng kiểu thời tiết mùa hè nhỉ. Bầu trời xanh rất đẹp.

M　今日は夏らしい日だね。青空がきれいだね。

Hôm nay đúng kiểu thời tiết mùa hè nhỉ. Bầu trời xanh rất đẹp.

　否定的な表現で、こちらの方が使用頻度が多いです。

Đây là mẫu câu mang tính phủ định. Tần suất sử dụng kiểu nói này sẽ nhiều hơn.

B　今日は彼らしくないですね。全然食べないので。いつもはもっと食べるんですが。

Hôm nay anh ấy chẳng giống anh ấy của mọi ngày nhỉ. Anh ấy chẳng ăn gì cả. Bình thường anh ấy phải ăn nhiều hơn cơ.

M　今日は彼らしくないね。全然食べないから。いつもはもっと食べるんだけど。

Hôm nay anh ấy chẳng giống anh ấy của mọi ngày nhỉ. Anh ấy chẳng ăn gì cả. Bình thường anh ấy phải ăn nhiều hơn cơ.

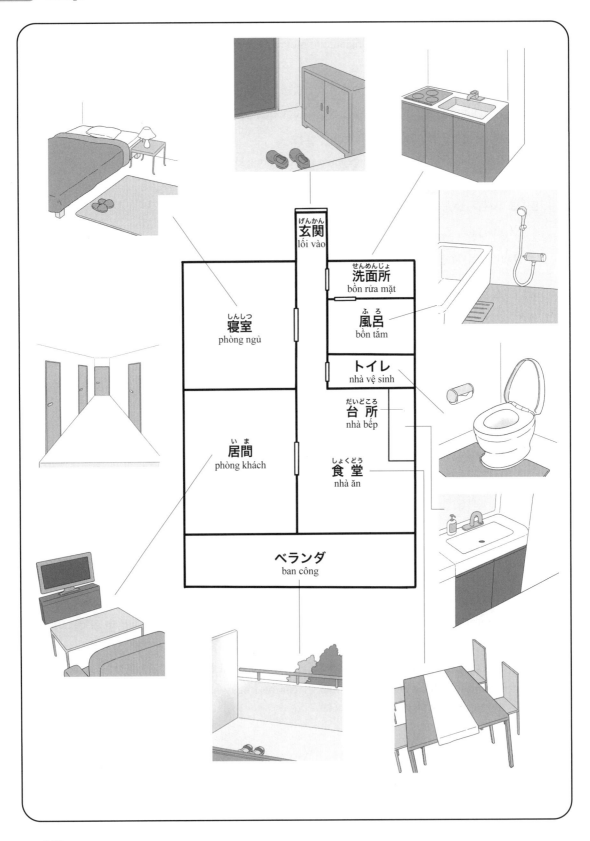

受身形の敬語表現
うけ み けい　けい ご ひょうげん

Mẫu câu kính ngữ với thể bị động

ここでは、受身形と使役形について紹介します。以下は尊敬語です。

Trong bài này, chúng tôi sẽ giới thiệu về thể bị động và thể sai khiến. Các động từ sau đây là động từ được tôn trọng.

B　今日、本田さんはベトナムから日本に帰られます。（1G）

　　Hôm nay, anh Honda sẽ từ Việt Nam về Nhật. (nhóm 1)

M　今日、本田さんはベトナムから日本に帰られる。

　　Hôm nay, anh Honda sẽ từ Việt Nam về Nhật.

B　先輩はレストランでデザートを食べられました。（2G）

　　Tiền bối đã ăn tráng miệng tại nhà hàng. (nhóm 2)

M　先輩はレストランでデザートを食べられた。

　　Tiền bối đã ăn tráng miệng tại nhà hàng.

B　今、先生が学校に来られました。（3G）

　　Bây giờ, thầy giáo đã đến trường. (nhóm 3)

M　今、先生が学校に来られた。

　　Bây giờ, thầy giáo đã đến trường.

■ 動詞「受身形」の活用 Cách chia động từ "thể bị động"

1G　~~ない~~形 + れる

2G　~~る~~　 + られる

3G　~~する~~　+ される

　　~~くる~~　+ こられる

B　（私は）社長に呼ばれました。（受身）

　　Tôi bị/được giám đốc gọi. (bị động)

M （私は）社長に呼ばれた。

Tôi bị/được giám đốc gọi. (bị động)

B 社長は（私を）呼ばれました。（尊敬）

Giám đốc đã gọi (tôi). (kính ngữ)

M 社長は（私を）呼ばれた。

Giám đốc đã gọi (tớ).

B 先生は奥様に信頼されています。（受身）

Thầy giáo được vợ tin tưởng. (bị động)

M 先生は奥様に信頼されている。

Thầy giáo được vợ tin tưởng.

B 奥様は先生を信頼されています。（尊敬）

Vợ thầy giáo tin tưởng thầy. (kính ngữ)

M 奥様は先生を信頼されている。

Vợ thầy giáo tin tưởng thầy.

1G れる

2G られる

3G される（する）

3G こられる（くる）

　これらは受身形でもありながら敬語でもあります。受身形には4つの意味があり、受身、自発、可能、尊敬です。

Những từ này vừa là từ bị động vừa là kính ngữ. Thể bị động có 4 ý nghĩa đó là: bị động, tự phát, khả năng, kính ngữ.

B 友達に殴られました。（受身）

Tôi bị bạn đấm. (bị động)

M 友達に殴られた。

Tớ bị bạn đấm.

　他者から何かをされたという時に用います。被害に遭った時や悪いことが多いです。

Sử dụng khi bị người khác làm gì. Thường dùng với những việc xấu hay khi gặp phải chuyện gây tổn hại cho mình.

B　野菜を残さずに食べられました。（可能）

　　Tôi đã ăn được hết rau mà không để thừa lại. (khả năng)

M　野菜を残さずに食べられた。

　　Tớ đã ăn được hết rau mà không để thừa lại.

可能形は何かができる、そうすることができたという表現です。

Thể khả năng diễn tả việc mình có thể làm hoặc việc mình đã làm được.

B　この景色を見ると、母の記憶が思い出されます。（自発）

　　Cứ nhìn phong cảnh này thì những kí ức về mẹ lại ùa về. (tự phát)

M　この景色を見ると、母の記憶が思い出される。

　　Cứ nhìn phong cảnh này thì những kí ức về mẹ lại ùa về.

自発は自分でそうしようと思ってしたわけでもなく、自然な心の動きを表現したものです。

Tự phát diễn tả diễn biến tự nhiên của tâm lý chứ không phải sự việc mình dự định sẽ làm.

B　部長も飲み会に行かれるそうです。（尊敬）

　　Nghe nói trưởng phòng cũng sẽ đi uống. (kính ngữ)

M　部長も飲み会に行かれるそうだ。

　　Nghe nói trưởng phòng cũng sẽ đi uống.

目上の人に対して彼らの行為を立てて表現します。

Kính ngữ là cách nói kính trọng với những hành động của người trên.

■ 使役形・使役受身形 Thể sai khiến・Thể bị động sai khiến

B　お母さんは子供を学校に行かせます。（1G）

　　Mẹ cho con đi đến trường. (nhóm 1)

M　お母さんは子供を学校に行かせる。

　　Mẹ cho con đi đến trường.

B　子供はお母さんに学校に行かせられました。

　　Con được mẹ cho đi đến trường.

M 子供<ruby>こ<rt></rt></ruby>はお母<ruby>かあ<rt></rt></ruby>さんに学校<ruby>がっこう<rt></rt></ruby>に行<ruby>い<rt></rt></ruby>かせられた。

Con được mẹ cho đi đến trường.

B 先生<ruby>せんせい<rt></rt></ruby>は学生<ruby>がくせい<rt></rt></ruby>に勉強<ruby>べんきょう<rt></rt></ruby>させます。(2G)

Giáo viên bắt học sinh học. (nhóm 2)

M 先生<ruby>せんせい<rt></rt></ruby>は学生<ruby>がくせい<rt></rt></ruby>に勉強<ruby>べんきょう<rt></rt></ruby>させる。

Giáo viên bắt học sinh học.

B 学生<ruby>がくせい<rt></rt></ruby>は先生<ruby>せんせい<rt></rt></ruby>に勉強<ruby>べんきょう<rt></rt></ruby>させられました。

Học sinh bị giáo viên bắt học.

M 学生<ruby>がくせい<rt></rt></ruby>は先生<ruby>せんせい<rt></rt></ruby>に勉強<ruby>べんきょう<rt></rt></ruby>させられた。

Học sinh bị giáo viên bắt học.

B 社長<ruby>しゃちょう<rt></rt></ruby>は社員<ruby>しゃいん<rt></rt></ruby>を出張<ruby>しゅっちょう<rt></rt></ruby>させます。(3G)

Giám đốc cho nhân viên đi công tác. (nhóm 3)

M 社長<ruby>しゃちょう<rt></rt></ruby>は社員<ruby>しゃいん<rt></rt></ruby>を出張<ruby>しゅっちょう<rt></rt></ruby>させる。

Giám đốc cho nhân viên đi công tác.

B 社員<ruby>しゃいん<rt></rt></ruby>は社長<ruby>しゃちょう<rt></rt></ruby>に出張<ruby>しゅっちょう<rt></rt></ruby>させられました。

Nhân viên bị giám đốc cử đi công tác.

M 社員<ruby>しゃいん<rt></rt></ruby>は社長<ruby>しゃちょう<rt></rt></ruby>に出張<ruby>しゅっちょう<rt></rt></ruby>させられた。

Nhân viên bị giám đốc cử đi công tác.

■ 動詞「使役形」の活用 Cách chia động từ "thể sai khiến"

1G　ない形　+　せる
2G　る　　　+　させる
3G　する　　+　させる
　　 くる　　+　こさせる

■ 動詞「使役受身形」の活用 Cách chia động từ "thể bị động sai khiến"

1G　ない形　+　される
2G　る　　　+　させられる
3G　する　　+　させられる
　　 くる　　+　こさせられる

■ 使役文（〜せる、〜させる）Câu sai khiến

①B　お父さんは息子に野菜を食べさせました。（強制）

　　　Bố bắt con trai ăn rau. (ép buộc)

　M　お父さんは息子に野菜を食べさせた。

　　　Bố bắt con trai ăn rau.

相手に何かを強制したり、指示したりする時に用いる表現です。

Đây là mẫu câu sử dụng khi ép buộc, ra lệnh cho người nghe làm gì.

②B　店長、すみません。今日は頭が痛いですから、バイトを休ませてください。

　　　Cửa hàng trưởng, xin lỗi anh. Vì em bị đau đầu nên anh hãy cho em nghỉ buổi làm thêm hôm nay nhé.

　M　みきちゃん、ごめん。今日は頭が痛いから、部活を休ませてね。

　　　Miki ơi, xin lỗi cậu. Vì tớ bị đau đầu nên cho tớ nghỉ buổi hoạt động ngoại khóa hôm nay nhé.

許可を求める表現。ビジネスの場面でよく使われます。

Mẫu câu mong muốn nhận được sự cho phép từ người nghe. Mẫu câu này hay được sử dụng trong ngữ cảnh thương mại.

③B　この写真を見ていると、子供の時の記憶が思い出されます。（誘発）

　　　Mỗi lần nhìn bức ảnh này, ký ức thời còn trẻ thơ lại ùa về. (gợi lại)

　M　この写真を見ていると、子供の時の記憶が思い出される。

　　　Mỗi lần nhìn bức ảnh này, ký ức thời còn trẻ thơ lại ùa về.

意識をしなくても自然と感情が動くことを意味します。

Mẫu câu này có ý nghĩa diễn tả diễn biến tự nhiên của cảm xúc không phụ thuộc vào ý thức của chúng ta.

■ 使役受身（〜される、〜られる）Bị động sai khiến

被害の感情があり、やりたくはないが指示され、強要、強制させられたという表現です。

Đây là mẫu câu diễn tả cảm xúc bị khi bị tổn hại hoặc nói về những việc không muốn làm, việc bị ép buộc, cưỡng chế.

B　子供のころ、よく両親にお使いに行かされました。（1G）

　　Hồi nhỏ, tôi hay bị bố mẹ sai việc. (nhóm 1)

M　子供のころ、よく両親に使いに行かされた。

　　Hồi nhỏ, tôi hay bị bố mẹ sai việc.

B 子供のころ、親によく嫌いな野菜を<u>食</u>べさせられました。（2G）

Hồi còn nhỏ, tôi hay <u>bị</u> bố mẹ bắt ăn món rau mà tôi ghét. (nhóm 2)

M 子供のころ、親によく嫌いな野菜を<u>食</u>べさせられた。

Hồi còn nhỏ, tôi hay <u>bị</u> bố mẹ bắt ăn món rau mà tôi ghét.

B 子供のころ、よく漢字を<u>勉強</u>させられました。（3G）

Hồi còn nhỏ, tôi hay <u>bị</u> bắt học Kanji. (nhóm 3)

M 子供のころ、よく漢字を<u>勉強</u>させられた。

Hồi còn nhỏ, tôi hay <u>bị</u> bắt học Kanji.

B 日曜日、学生らは伊藤先生に学校に<u>来</u>させられました。（3G）

Chủ nhật, các học sinh <u>bị</u> thầy Ito bắt đến trường. (nhóm 3)

M 日曜日、学生らは伊藤先生に学校に<u>来</u>させられた。

Chủ nhật, các học sinh <u>bị</u> thầy Ito bắt đến trường.

ビジネスマン doanh nhân

コラム **倉田伸彦（日本語教師）**

美しい自然な日本語とは

　現在、多くの日本語学校で未だに使用されているバイブルテキストは文法積み立て式で整然としており、練習問題や副教材も多く一見非常に使いやすそうには見えますが、従来の脳の記憶に木を1本ずつ植えていくやり方は、逆にそれが時間もかかり初級学習者の大きな混乱と負担となっています。本来、楽しいはずの語学学習なのにページをめくるごとに毎回、新しい動詞の活用が出てくる学習者の気持ちを考えてください。「どれだけあるの!!」底なし沼のジャングルに足を踏み入れた不安から、誰でもすぐに逃げ出してしまうでしょう。

　まずは森を見せる。神の視点で鳥のように俯瞰し、その学習範囲をイメージしてもらうことが大切です。日本語学習におきまして、動詞の活用は中核になる大きなテーマです。ですが日本語能力検定N1、N2のような上級者であっても、簡単な"て形"の間違いが見られます。またクラスの先生の日本語は分かるし、自分の日本語も確かに日本人には伝わるが、日本人同士の会話、アニメの日本語を半年、1年勉強しても全然理解できないといった奇妙な現象があります。これはあまりにも教科書に書かれてある日常生活に使われている20％のます形による偏った会話を重視するあまり、日本人がメインで普段は使用している80％の普通体を軽視した結果であります。

　実際、日本語の"Business"と"Maruko"の違いは他の言語と言っていいぐらいの違いがあり、その上に男女言葉の違い、地域の方言やイントネーション、オノマトペ、敬語、謙譲語、流行語や若者用語などの語彙の豊富さからも、日本人なら大体それでその人の人となりや性格、性別、年齢、職業や社会的地位、教養まで想像することができますが、初級学習者の外国人には全く分かりません。ベトナム人実習生に会社社長が「ハーさん、ジュースを飲みませんか？」なんてそんな教科書的な聞き方は誰もしません。フレンドリーに「ハーさん、ジュース飲まない？」と話すでしょう。これに対して"飲まない"が分からない。分かったとしても「飲まない？」に対し、「うん、飲まない」と答えてしまう。日本語の間違えではありませんが、ベトナム人を知らない大多数の日本人には小さな誤解を生むかもしれません。人間関係による日本語の使い方の問題です。「すみません、今は大丈夫です。結構です。」と勧誘、提案に対しハッキリ否定しない日本文化をも理解した解答なら100％ですが、少なくとも「今は飲みません。ありがとうございます」と答えられるだけでベトナム人の日本語に対する評価も絶対に上がります。

　恐ろしく多い敬語の数、縦の関係のヒエラルキー、日本語と特に会社のような組織

では、常に会話の中で"ビジネス"と"まるこ"が共存しクロスオーバーしており、その違いを理解しなければなりません。そして音読による記憶の定着の効果は近年、科学的にも証明されており、私達も実証してきました動詞の活用のシャドーイングもこのテキストのメインです。学生時代、意味も分からず言わされたあれです。「こ・き・く・くる・くる・くれ・こい」の導入です。意外と思われますが、非常によくできた規則性を持っており、外国人の日本語学習者にこそ有効な勉強法、教授法です。何十年もたった今でも覚えているのがその証拠です。そしてまたよく聞かれる日本語の誤用で、「ハーさん、ご飯食べた？」「コピーやった？」「漢字、覚えた？」の質問に対し、学生は「いいえまだです。」と言いたいのに「食べません」「やりません」「覚えません」と答える学生が非常に多く見受けられます。その質問は過去のその1点の行動に対する瞬間ではなく、その意図は継続しており、日本語の動詞の種類と特徴、テンス（時制）とアスペクト（時間の流れの焦点）が理解できていない事が原因です。線過去、英語で言うなら現在完了形で、この質問の中には"もう (already)"と言う言葉が隠れています。ここでは「食べていません」「やってません」「覚えていません」と動作の進行継続アスペクトの否定形が正しい答え方ですが、これが日本人が持っている言葉の時間軸の感覚です。

　少し難しくなりましたが、それに少しでも早く近づいて頂くためにも初級者の段階から"食べます・食べました・食べています"のシャドーイングも行います。そしてまたそれと同時平行に"食べます・食べるんです・食べる"の"ビジネス"と"まるこ"のシャドーイングも行います。（ここでは"食べるんだ"はカジュアルな個人の強い意思を表すMarukoで、別の独立したものと考えます。）一般的に"食べます"の"ます形"は"丁寧形"とされており、とり敢えず学生が"ます形"で答えれば問題が無いとされていますが、従来のテキスト会話の"ます形"はあくまでも行動の事象を表すだけで、聞き方によれば無機質で冷たくも感じられます。それに対し"食べるんです"は丁寧でありながらかつ言葉に躍動感やその行動に対しても大きな関心が生まれます。どちらもビジネスで用いられますが、その割合は20対80で圧倒的に"〜んです"が使用されています。私達はそれを"emotional polite""感情丁寧"また"〜んですか"を"感情疑問"と呼んでいます。これこそがベトナム人の日本語に違和感を感じない、感じさせない、美しい自然な日本語の正体です。

Tiếng Nhật đẹp tự nhiên là gì?

Kurata Nobuhiko – Giáo viên tiếng Nhật

Hiện nay, giáo trình kinh thánh đang sử dụng ở nhiều trường tiếng Nhật được sắp xếp theo hệ thống ngữ pháp, nhiều bài luyện tập và giáo trình phụ trợ nên nhìn có vẻ rất dễ sử dụng. Nhưng phương pháp trồng từng cây một trong bộ nhớ của não ngược lại gây mất thời gian, tạo ra sự nhầm lẫn và gánh nặng cho người học ở trình độ sơ cấp. Vốn dĩ việc học ngôn ngữ là vui vẻ nhưng hãy nghĩ đến cảm giác của người học mỗi khi lật từng trang để tìm cách chia động từ mới. Chắc hẳn bất kỳ ai cũng sẽ chạy trốn ngay lập tức vì cảm giác bất an khi bước vào đầm lầy không đáy "Có bao nhiêu vậy?"

Trước hết, hãy để tôi cho bạn xem khu rừng. Điều quan trọng là bằng quan điểm của chúa, nhìn bao quát giống như con chim để họ tưởng tượng ra phạm vi học tập. Chia động từ là chủ đề chính trong việc học tiếng Nhật. Tuy nhiên, có thể bắt gặp lỗi sai "thể Te" đơn giản ở cả những người có trình độ tiếng Nhật cao N1, N2. Ngoài ra, hiểu được tiếng Nhật của giáo viên trên lớp, truyền đạt tiếng Nhật của mình tới người Nhật một cách chắc chắn nhưng có hiện tượng kì lạ là dù học tiếng Nhật nửa năm, một năm lại hoàn toàn không thể hiểu hội thoại giữa người Nhật hay tiếng Nhật trong phim hoạt hình. Đây là kết quả của việc quá chú trọng đến hội thoại thiên về "thể masu" được dùng 20% trong cuộc sống và xem nhẹ thể thông thường mà 80% người Nhật sử dụng chính.

Thực tế, giữa tiếng Nhật "Business" và "Maruko" có sự khác nhau giống như nói một ngôn ngữ khác. Từ sự phong phú của ngôn từ như cách dùng khác nhau giữa nam nữ, từ địa phương hay ngữ điệu, từ tượng thanh tượng hình, kính ngữ, khiêm tốn ngữ, từ thịnh hành, từ của giới trẻ… nếu là người Nhật thì có thể hình dung được đại khái về người đó, tính cách, giới tính, tuổi tác, nghề nghiệp, địa vị xã hội hay đến cả giáo dục; nhưng người nước ngoài học tiếng Nhật ở trình độ sơ cấp thì hoàn toàn không hiểu được. Không ai hỏi theo kiểu sách giáo khoa như giám đốc công ty với thực tập sinh người Việt Nam là "ハーさん、ジュースを飲みませんか？". Nói một cách thân thiện thì phải là "ハーさん、ジュース飲まない？". Nhưng ngược lại thì thực tập sinh lại không hiểu "飲まない". Cho dù có hiểu thì sẽ trả lời thành "うん、飲まない" khi được hỏi "飲まない？". Tuy không phải là lỗi sai tiếng Nhật nhưng có thể gây ra sự hiểu lầm nhỏ với nhiều người Nhật không biết người Việt Nam. Đây là vấn đề của việc sử dụng tiếng Nhật theo mối quan hệ con người. Câu trả lời của người hiểu văn hóa Nhật Bản là không phủ định rõ ràng đối với các lời mời rủ, gợi ý thì 100% sẽ là "すみません、今は大丈夫です。結構です。" hoặc ít nhất nếu bạn có thể trả lời là "今は飲みません。ありがとうございます" thì đánh giá về tiếng Nhật của người Việt Nam chắc chắn sẽ tăng lên.

Với số lượng kính ngữ nhiều khủng khiếp, hệ thống cấp bậc mối quan hệ theo chiều dọc, tiếng Nhật và đặc biệt là tổ chức như công ty thì hội thoại "business" và "maruko" cùng tồn tại, đan chéo nên bạn cần phải hiểu rõ sự khác nhau. Trong những năm gần đây, hiệu quả của việc cùng cố trí nhớ bằng cách đọc to đã được chứng minh một cách khoa học, nói đuổi cách chia động từ đã được chúng tôi thực chứng là phần chính của giáo trình này. Thời học sinh tôi đã bị bắt đọc mà không hiểu ý nghĩa. Đó là việc giới thiệu "こ・き・くる・くる・くる・くれ・こい". Thật bất ngờ khi nó có tính quy luật và chính là phương pháp học, phương pháp dạy hiệu quả đối với người nước ngoài học tiếng Nhật. Bằng chứng là sau chục năm đến bây giờ tôi vẫn còn nhớ. Ngoài ra, một lỗi sai trong tiếng Nhật hay bắt gặp là khi được hỏi "ハーさん、ご飯食べた？", "コピーやった？", "漢字、覚えた？" thì rất nhiều sinh viên muốn nói "いいえまだです"

nhưng lại trả lời "食べません", "やりません", "覚えません". Câu hỏi này không phải là khoảnh khắc đối với một hành động trong quá khứ, mà ý đồ này tiếp diễn. Việc không hiểu được chủng loại và đặc trưng của động từ tiếng Nhật, thì và khía cạnh (trọng tâm dòng chảy thời gian) chính là nguyên nhân. Ẩn chứa trong câu hỏi là từ "もう（already）" – dạng quá khứ tuyến tính mà trong tiếng Anh là thì hiện tại hoàn thành. Ở đây, hình thức phủ định của động từ ở thì tiếp diễn "食べていません", "やっていません", "覚えていません" mới là câu trả lời đúng. Đây là cảm giác về trục thời gian trong ngôn từ của người Nhật.

Hơi khó khăn nhưng nên thực hiện nói đuổi "食べます・食べました・食べています" từ trình độ sơ cấp để nhanh chóng tiến gần đến điều đó. Ngoài ra, thực hiện đồng thời nói đuổi "食べます・食べるんです・食べる" trong "Business" và "Maruko" (Ở đây, "食べるんだ" trong Maruko thể hiện ý định mạnh mẽ của cá nhân bình thường, là thứ độc lập riêng biệt). Nhìn chung, "thể masu" trong "食べます" là thể lịch sự. Trước hết, nếu sinh viên trả lời bằng "thể masu" thì cũng không phải là vấn đề. Nhưng "thể masu" của hội thoại giáo trình cho tới nay chỉ diễn đạt hành vi nên tùy vào cách nghe mà có thể cảm nhận sự vô hồn và lạnh lùng. Ngược lại, "食べるんです"vừa lịch sự lại tạo ra cảm giác năng động hay sự quan tâm lớn đối với hành động đó. Cả 2 đều được sử dụng trong ngữ cảnh thương mại nhưng với tỉ lệ 20 so với 80 thì "～んです"được sử dụng áp đảo. Chúng tôi gọi đó là"emotional polite" , "lịch sự cảm xúc"; gọi "～んですか"là nghi vấn cảm xúc. Đây chính là bản chất của tiếng Nhật đẹp tự nhiên mà không cảm nhận, không bị cảm nhận cảm giác khó chịu trong tiếng Nhật của người Việt Nam.

森本建吾（日本語教師）

ベトナムで日本語教師をして

　数十年前にベトナムに行く機会があり、それ以来ベトナムが好きになり、毎年ベトナムへ旅行で訪れるようになりました。定年後はベトナムで生活をしてみたいと言うたわいない理由で、日本語教師の資格を取り63歳でベトナムにやって来ました。

　年に負けずに燃えていました。学生と接していると年を忘れ、熱血教師でした。自分が一生懸命教えているのだから、学生の日本語力は向上するはずと、自分勝手な考えで指導する半年でしたが、「なぜ」、「どうして」こんな簡単な日本語が覚えられないの?覚えてくれないの?

　イライラの連続でした。自分が外国語を勉強した時はどうだったのか?ふと考えてみると、難しい、一生懸命勉強しているのに覚えられないと自分に都合のいい理由を作って辞めてしまう連続でした。学生は自分の夢の為に、難しい日本語を勉強しています。

　片言でも日本人の私と会話ができる。みんな頑張っているんだと気が付いてから、授業の進め方を自分なりに変えるようになりました。できない事よりもできる事を褒め、一緒に勉強すると言うスタンスに変えました。

　考え方を変える事によって、イライラすることも少なくなっていき、また、ベトナムの人の生活スタンスも理解できるようになってきました。

　日本人の教師は自己満足的に教える、教案通りの授業を行う事も多いと思います。果たしてそれでいいのでしょうか?学生には色々な人がいます。各個人にあった教え方も必要になってくるのではないでしょうか（褒めて伸びる、叱って伸びる等）。

　ベトナム人教師はいつもPCを持ち、見ながら授業を行う方が多いと思います。毎回教案通り授業を行っています。果たしてそれでいいのでしょうか?毎回授業は変化していくものではないでしょうか。

　日本語はあいまい語が多いです。特に断る時に使う言葉に多く見られます。皆さんが、一番理解に悩む言葉だと思います。「YES」・「NO」をはっきり言いません。これは日本人が相手に対して嫌な思いをさせないと言う思いやりの1つなんです。

　「目で話す」「態度で話す」「場の空気を読む」等の言葉があります。会話は口だけではありません。目をみながら、態度をみながら、その場の雰囲気を感じながら会話をします。

　皆さんが日本語を勉強する理由はなんですか?

　留学・仕事等色々あると思います。日本で生活するにあたり、以下の事に注意して

下さい。

わからない時は必ず聞く

　日本語がよくわからないのに解ったふりをする人が多いです。日本語は外国語です。解らないのが普通です。何も恥ずかしい事ではありません。解らない時は必ず聞いて下さい。日本の言葉に「聞くは一時の恥聞かぬは一生の恥」があります。

約束・時間を必ず守る

　時間にルーズな人は嫌われます。約束の時間を守り、5〜10分ぐらい前には着くようにして下さい。約束は守って下さい。約束を守れない人は「信用」・「信頼」を失くします。用事等で断る時は必ず連絡をします。私の経験ですが、ベトナム人は約束、時間を守らない人が多いように見られます。連絡もなく、キャンセルする人がいます。そのような人は信用をなくします。実際私は、そのような人は友達から外しました。信用・信頼が出来ないからです。日本と関わりのある仕事をしている方、ベトナムの日本語センターで働いているベトナム人教師にもよく、見られます（よくそれで、日本語を教えているな?と思ってしまいます）。

「ほう・れん・そう」

　皆さんはもう、ご存じと思いますが報告、連絡、相談です。この言葉はとても重要です。日本人も新入社員の時にこのことを学びます。任された仕事が終わった時は必ず報告します。遅刻、欠席等の場合は必ず連絡をします。解らない、困った時は自分だけで悩まず、友人、上司に相談します。

　会話力も大事ですが、日本人は態度を一番大事にすると思います。日本語が上手でも、態度が悪いと嫌われます。反対に日本語が下手でも態度がいいと、好かれます（両方いいのがベストですが）。

　最後に皆さんは、難しい日本語を一生懸命勉強しています。大変だと思いますが、皆さんの夢実現の為に頑張って下さい。

　解らない事は、遠慮せず日本人に聞いてください。聞く事で第一歩が始まります。

　日本人教師、ベトナム人教師にお願いがあります。日本語（文法・語彙）だけではなく、日本の生活習慣、仕事の仕方等言葉以外の事も学生さんに教えてあげて下さい。また、日本で生活したことがあるベトナム人教師の方は自分の体験（困った事）を話してあげて下さい。日本人もベトナム人もお互いの国の文化・習慣等を理解し合い、一緒に勉強することが大切だと思います。

Làm giáo viên tiếng Nhật tại Việt Nam

Tôi đã có cơ hội đến Việt Nam cách đây mấy chục năm. Cũng từ dịp đó, tôi đã bắt đầu yêu thích đất nước này và năm nào cũng sang đây du lịch. Sau đó, tôi đã lấy bằng giáo viên tiếng Nhật và đến Việt Nam năm 63 tuổi với một lý do đơn giản là tôi muốn sống ở Việt Nam sau khi nghỉ hưu.

Tôi vẫn cháy hết mình dù đã ngần này tuổi. Phải chăng được tiếp xúc với học sinh hằng ngày đã khiến tôi dường như quên đi tuổi tác của mình và trở nên nhiệt huyết như vậy.

Tôi đã từng có một suy nghĩ vô cùng ích kỉ trong suốt nửa năm rằng, vì tôi đã dạy hết mình và tận tình hướng dẫn như vậy nên chắc chắn trình độ tiếng Nhật của học sinh sẽ được cải thiện. Thế nhưng, tại sao học sinh vẫn không thể nhớ nổi, dù chỉ đó mới chỉ là thứ tiếng Nhật cơ bản nhất như vậy ? Tại sao không đứa học sinh nào chịu nhớ giùm tôi ?

Tôi cứ thế bực tức và thất vọng từ ngày này qua ngày khác. Và rồi, tôi chợt nhớ lại những lúc xưa khi mình học ngoại ngữ. Ngẫm ra mới thấy hồi đó mình cũng cảm thấy khó khăn vô cùng, học hành chăm chỉ mà vẫn không thể nào vô đầu, tự bịa ra biết bao lý để ngụy biện cho bản thân rồi bỏ học liên tiếp.

Vì theo đuổi được ước mơ của mình nên học sinh mới chọn việc học tiếng Nhật không hề dễ dàng như vậy. Dù chỉ là những từ tiếng Nhật rời rạc không hoàn chỉnh, học sinh vẫn có thể giao tiếp với một người Nhật như tôi. Khi tôi bắt đầu nhận ra sự cố gắng không ngừng của những em học sinh, tôi quyết định thay đổi cách giảng dạy của mình ở trên lớp. Thay vì chỉ trích những gì không làm được, tôi sẽ khen những điều học sinh có thể làm được và cùng đồng hành với học sinh trên hành trình học tiếng Nhật.

Bằng cách thay đổi cách suy nghĩ của mình, tôi không còn hay bực tức như trước kia nữa. Tôi cũng dần hiểu được hơn về lối sống của con người Việt Nam.

Tôi cho rằng rất nhiều giáo viên người Nhật ngoài kia thường dạy theo kiểu tự thỏa mãn và luôn nhất nhất tuân theo kế hoạch giảng dạy của mình. Liệu rằng làm như vậy có thực sự tốt không ? Học sinh không phải ai cũng giống ai cả (có đứa được khen nên mới tiến bộ, có đứa lại phải bị la rầy mới chịu cố gắng). Chính vì thế, việc linh loạt trong cách giảng dạy làm sao cho phù hợp với mỗi em học sinh là một điều vô cùng quan trọng.

Bên cạnh đo, tôi thấy nhiều giáo viên Việt Nam luôn mang theo máy tính cá nhân bên mình để vừa nhìn vào máy tính vừa giảng bài cho học sinh. Việc giảng dạy trên lớp lúc nào cũng phải dựa trên những giáo án đã được chuẩn bị trước đó. Như vậy cũng ổn sao? Chẳng phải mỗi giờ học lại là một khác hay sao ?

Trong tiếng Nhật có rất nhiều từ ngữ mập mờ, khó hiểu. Đặc biệt, điều đó được thể hiện rõ nét qua việc sử dụng tiếng Nhật khi muốn từ chối điều gì đó trong giao tiếp.

Tôi nghĩ đây là từ mà hầu hết ai học tiếng Nhật cũng thấy khó hiểu. Người nhật không nói "Có" hoặc "Không" một cách rõ ràng. Điều này là bởi họ không muốn đối phương cảm thấy khó chịu bực tức hay bị tổn thương.

Trong tiếng Nhật, có những câu nói như là "nói chuyện bằng mắt", " nói chuyện bằng thái độ" hay " biết đọc được tình hình để hiểu ý đối phương",.... Bởi lẽ, giao tiếp không chỉ là việc nói

ra bằng miệng rồi xong mà bên cạnh đó, cần phải biết quan sát ánh mắt và thái độ của đối phương, nắm bắt được hoàn cảnh và cảm nhận được tình hình.

Lý do học tiếng Nhật của bạn là gì?

Tôi nghĩ có rất nhiều lí do khác nhau, nào là học để đi du học, học vì công việc,....Sau đây là

353

những điều tôi muốn các bạn lưu tâm nếu muốn sống ở Nhật.

*Không hiểu thì phải hỏi

Có nhiều người giả vờ hiểu tiếng Nhật mặc dù họ thật sự không hiểu rõ về nó. Tiếng Nhật là một ngoại ngữ. Không hiểu là một chuyện hết sức bình thường. Không có gì phải xấu hổ cả. Nếu bạn không hiểu, đừng ngần ngại hỏi. Ngạn ngữ trong tiếng Nhật có một câu rất hay nói về điều này "Hỏi một câu chỉ xấu hổ trong chốc lát, không hỏi sẽ xấu hổ cả đời."

* Biết giữ lời hứa và luôn đúng giờ

Ở Nhật, những người thường hay lỏng lẻo, buông thả thời gian sẽ không được ưa thích . Vì thế, khi đến Nhật, hãy luôn tuân thủ đúng thời gian và cố gắng có mặt sớm trước từ 5 đến10 phút khi có cuộc hẹn nào đó.

Hãy giữ lời hứa của bạn. Ai không giữ được lời hứa sẽ mất đi uy tín và lòng tin. Khi có việc đột xuất ngoài ý muốn thì nhất định phải liên lạc trước đó.

Theo kinh nghiệm của tôi, nhiều người Việt Nam có vẻ không giữ lời hứa và không đúng giờ. Có những người tự hủy cuộc hẹn mà không liên hệ trước. Một người như vậy sẽ bị mất đi uy tín rất nhiều. Trên thực tế, tôi đã hủy kết bạn với những người như vậy bởi vì tôi không thể tin tưởng ở họ. Ngay cả những người làm những công việc liên quan đến Nhật Bản hay những giáo viên người Việt làm việc tại các trung tâm dạy tiếng Nhật tại Việt Nam cũng thường xuyên như vậy. (Điều đó thường khiến tôi tự hỏi liệu họ có đang dạy tiếng Nhật không vậy ?)

* 「Ho・Ren・So」

Tôi nghĩ bạn cũng đã biết ý nghĩa của Hourensou là gì rồi. Đó chính là báo cáo – liên lạc – tham khảo ý kiến.

Đây là một nguyên tắc vô cùng quan trọng. Ngay cả người Nhật cũng phải học điều này khi là nhân viên mới vào công ty.

Báo cáo khi hoàn thành công việc được giao.

Liên lạc trong trường hợp bạn đến muộn hoặc vắng mặt.

Khi không hiểu hay gặp vấn đề gì, không được một mình phiền não mà phải chủ động hỏi, tham khảo ý kiến của đồng nghiệp và sếp.

Kỹ năng giao tiếp đương nhiên là rất quan trọng, nhưng tôi nghĩ người Nhật coi trọng thái độ hơn cả. Ngay cả khi bạn nói tiếng Nhật tốt, bạn vẫn sẽ bị ghét nếu bạn có thái độ không tốt. Mặt khác, dù cho bạn không giỏi tiếng Nhật, nhưng nếu bạn có thái độ tốt, mọi người vẫn sẽ thích bạn (dĩ nhiên là có cả hai thì vẫn là tốt nhất).

Cuối cùng, tôi biết mọi người đang nỗ lực rất nhiều trong việc học tiếng Nhật. Tuy là vất vả và khó khăn thật đó nhưng hãy cố gắng hết sức để biến ước mơ của mình thành hiện thực.

Nếu bạn không hiểu điều gì đó, đừng ngần ngại hỏi một người Nhật. Hãy bắt đầu những bước đầu tiên bằng việc hỏi.

Tôi có một mong muốn đối với những giáo viên người Nhật, giáo viên người Việt đang dạy tiếng Nhật ngoài kia. Hãy dạy cho học sinh không chỉ tiếng Nhật đơn thuần (ngữ pháp và từ vựng), mà cả những thứ phi ngôn ngữ như là lối sống hay phong cách làm việc của người Nhật. Ngoài ra, nếu bạn là một giáo viên Việt Nam đã từng sống ở Nhật Bản, hãy chia sẻ những trải nghiệm (những vấn đề mình gặp phải) khi ở Nhật cho học sinh.

Tôi nghĩ điều quan trọng ở đây là chúng ta hãy cố gắng học cách thấu hiểu những văn hóa, phong tục khác nhau của hai nước Việt Nam và Nhật Bản và từ đó học hỏi lẫn nhau.

付録
Phụ lục

動詞の活用

Cách chia động từ

動詞活用のシャドーイング

	3G べんきょう 勉強する	2G お 起きる	2G ね 寝る	1G はたら 働く	1G やす 休む
	Học	Thức dậy	Ngủ	Làm việc	Nghỉ ngơi
a	勉強しない	起きない	寝ない	働かない	休まない
i	勉強します	起きます	寝ます	働きます	休みます
u	勉強する	起きる	寝る	働く	休む
e	勉強できる	起きられる	寝られる	働ける	休める
o	勉強しよう	起きよう	寝よう	働こう	休もう
t	勉強して/た	起きて/た	寝て/た	働いて/た	休んで/だ

	1G お 終わる				
	Kết thúc				
a	終わらない				
i	終わります				
u	終わる				
e	終われる				
o	終わろう				
t	終わって/た				

れいぶん
～～～例文～～～

動詞活用のシャドーイング

	3G 来る Đến	1G 帰る Về [nhà]	1G 行く Đi
a	来（こ）ない	帰らない	行かない
i	来（き）ます	帰ります	行きます
u	来（く）る	帰る	行く
e	来（こら）れる	帰れる	行ける
o	来（こ）よう	帰ろう	行こう
t	来（き）て/た	帰って/た	行って/た

例文

動詞活用のシャドーイング

	3G	2G	2G	1G	1G	1G
	する	食_たべる	見_みる	飲_のむ	吸_すう	聞_きく
	Làm	Ăn	Xem	Uống	Hút	Gặp
a	しない	食べない	見ない	飲まない	吸わない	聞かない
i	します	食べます	見ます	飲みます	吸います	聞きます
u	する	食べる	見る	飲む	吸う	聞く
e	できる	食べられる	見られる	飲める	吸える	聞ける
o	しよう	食べよう	見よう	飲もう	吸おう	聞こう
t	して/た	食べて/た	見て/た	飲んで/だ	吸って/た	聞いて/た

	1G	1G	1G	1G	1G
	書_かく	買_かう	撮_とる	会_あう	読_よむ
	Viết	Mua	Chụp ảnh	Gặp	Đọc
a	書かない	買わない	撮らない	会わない	読まない
i	書きます	買います	撮ります	会います	読みます
u	書く	買う	撮る	会う	読む
e	書ける	買える	撮れる	会える	読める
o	書こう	買おう	撮ろう	会おう	読もう
t	書いて/た	買って/た	撮って/た	会って/た	読んで/だ

～～例文_{れいぶん}～～

動詞活用のシャドーイング

	2G	2G	2G	2G	
	あげる	借りる	教える	かける	
	Tặng 〔quà〕	Mượn	Dạy	Thực hiện cuộc gọi 〔điện thoại〕	
a	あげない	借りない	教えない	かけない	
i	あげます	借ります	教えます	かけます	
u	あげる	借りる	教える	かける	
e	あげられる	借りられる	教えられる	かけられる	
o	あげよう	借りよう	教えよう	かけよう	
t	あげて/た	借りて/た	教えて/た	かけて/た	
	1G	1G	1G	1G	1G
	貸す	習う	貰う	送る	切る
	Cho vay	Học (thời gian dài)	Nhận	Gửi	Cắt
a	貸さない	習わない	貰わない	送らない	切らない
i	貸します	習います	貰います	送ります	切ります
u	貸す	習う	貰う	送る	切る
e	貸せる	習える	貰える	送れる	切れる
o	貸そう	習おう	貰おう	送ろう	切ろう
t	貸して/た	習って/た	貰って/た	送って/た	切って/た

例文

動詞活用のシャドーイング

	1G	1G
	分<small>わ</small>かる	有<small>あ</small>る
	Hiểu	Có 〔đồ vật〕
a	分から<u></u>ない	＊ない
i	分か<u>り</u>ます	有<u>り</u>ます
u	分か<u>る</u>	有<u>る</u>
e		
o	分か<u>ろ</u>う	
t	分かっ<u>て</u>/た	有っ<u>て</u>/た

例文<small>れいぶん</small>

動詞活用のシャドーイング

	2 G
	いる
	Có〔con người, con vật〕
a	いない
i	います
u	いる
e	いられる
o	いよう
t	いて/た

例文
れいぶん

動詞活用のシャドーイング

	1 G
	かかる
	Tốn,Mất (thời gian dài, tiền bạc)
a	かか**ら**ない
i	かか**り**ます
u	かか**る**
e	
o	
t	かか**って/た**

〜〜〜例文〜〜〜

動詞活用のシャドーイング

	1 G	1 G	1 G	1 G	3 G
	遊<ruby>遊<rt>あそ</rt></ruby>ぶ	泳<ruby>泳<rt>およ</rt></ruby>ぐ	出<ruby>出<rt>だ</rt></ruby>す	入<ruby>入<rt>はい</rt></ruby>る	結婚<ruby>結婚<rt>けっこん</rt></ruby>する
	Chơi	Bơi	Rút ra, lấy ra,nộp	Vào trong	Kết hôn
a	遊<u>ば</u>ない	泳<u>が</u>ない	出<u>さ</u>ない	入<u>ら</u>ない	結婚しない
i	遊<u>び</u>ます	泳<u>ぎ</u>ます	出<u>し</u>ます	入<u>り</u>ます	結婚します
u	遊<u>ぶ</u>	泳<u>ぐ</u>	出<u>す</u>	入<u>る</u>	結婚する
e	遊<u>べ</u>る	泳<u>げ</u>る	出<u>せ</u>る	入<u>れ</u>る	結婚できる
o	遊<u>ぼ</u>う	泳<u>ご</u>う	出<u>そ</u>う	入<u>ろ</u>う	結婚しよう
t	遊<u>ん</u>で/だ	泳<u>い</u>で/だ	出<u>し</u>て/た	入<u>っ</u>て/た	結婚して/た
	3 G	3 G	3 G	2 G	2 G
	買<ruby>買<rt>か</rt></ruby>い物<ruby>物<rt>もの</rt></ruby>する	食<ruby>食<rt>しょく</rt></ruby>事<ruby>事<rt>じ</rt></ruby>する	散歩<ruby>散歩<rt>さんぽ</rt></ruby>する	疲<ruby>疲<rt>つか</rt></ruby>れる	迎<ruby>迎<rt>むか</rt></ruby>える
	Mua sắm	Ăn cơm	Đi dạo, đi bộ	Mệt mỏi	Đón
a	買い物しない	食事しない	散歩しない	疲れない	迎えない
i	買い物します	食事します	散歩します	疲れます	迎えます
u	買い物する	食事する	散歩する	疲れる	迎える
e	買い物できる	食事できる	散歩できる		迎えられる
o	買い物しよう	食事しよう	散歩しよう		迎えよう
t	買い物して/た	食事して/た	散歩して/た	疲れて/た	迎えて/た

<ruby>例文<rt>れいぶん</rt></ruby>

363

動詞活用のシャドーイング

	3G	2G	2G	2G	2G
	コピーする	つける	閉める	開ける	始める
	Copy	Bật đèn, châm lửa	Đóng cửa	Mở cửa	Bắt đầu
a	コピーしない	つけない	閉めない	開けない	始めない
i	コピーします	つけます	閉めます	開けます	始めます
u	コピーする	つける	閉める	開ける	始める
e	コピーできる	つけられる	閉められる	開けられる	始められる
o	コピーしよう	つけよう	閉めよう	開けよう	始めよう
t	コピーして/た	つけて/た	閉めて/た	開けて/た	始めて/た

	2G	2G	2G	1G	
	止める	見せる	教える	持つ	
	Dừng lại/dừng xe	Cho xem	Dạy	Mang theo	
a	止めない	見せない	教えない	持**た**ない	
i	止めます	見せます	教えます	持**ち**ます	
u	止める	見せる	教える	持**つ**	
e	止められる	見せられる	教えられる	持**て**る	
o	止めよう	見せよう	教えよう	持**と**う	
t	止めて/た	見せて/た	教えて/た	持って	

例文

動詞活用のシャドーイング

	1G	1G	1G	1G	1G
	急ぐ	消す	話す	待つ	呼ぶ
	Vội vàng	Xóa,tắt	Nói	Đợi	Gọi
a	急がない	消さない	話さない	待たない	呼ばない
i	急ぎます	消します	話します	待ちます	呼びます
u	急ぐ	消す	話す	待つ	呼ぶ
e	急げる	消せる	話せる	待てる	呼べる
o	急ごう	消そう	話そう	待とう	呼ぼう
t	急いで/だ	消して/た	話して/た	待って/た	呼んで/だ

	1G	1G	1G	1G
	曲がる	取る	降る	手伝う
	Rẽ[đường]	Lấy	Rơi	Giúp đỡ
a	曲がらない	取らない	降らない	手伝わない
i	曲がります	取ります	降ります	手伝います
u	曲がる	取る	降る	手伝う
e	曲がれる	取れる		手伝える
o	曲がろう	取ろう		手伝おう
t	曲がって/た	取って/た	降って/た	手伝って/た

例文

365

動詞活用のシャドーイング

	1G	1G	1G	1G	1G
	置く	立つ	住む	座る	作る
	Đặt	Đứng	Sống	Ngồi	Chế tạo
a	置かない	立たない	住まない	座らない	作らない
i	置きます	立ちます	住みます	座ります	作ります
u	置く	立つ	住む	座る	作る
e	置ける	立てる	住める	座れる	作れる
o	置こう	立とう	住もう	座ろう	作ろう
t	置いて/た	立って/た	住んで/だ	座って/た	作って/た
	1G	1G	1G	3G	
	売る	知る	使う	研究する	
	Bán	Biết	Sử dụng	Nghiên cứu	
a	売らない	知らない	使わない	研究しない	
i	売ります	知ります	使います	研究します	
u	売る	知る	使う	研究する	
e	売れる	知れる	使える	研究できる	
o	売ろう	知ろう	使おう	研究しよう	
t	売って/た	知って/た	使って/た	研究して/た	

~~~例文~~~

動詞活用のシャドーイング

	2G	2G	2G	2G	2G
	降りる	乗り換える	浴びる	入れる	出る
	Xuống	Đổi tàu	Tắm	Cho [thẻ] vào	Rời khỏi
a	降りない	乗り換えない	浴びない	入れない	出ない
i	降ります	乗り換えます	浴びます	入れます	出ます
u	降りる	乗り換える	浴びる	入れる	出る
e	降りられる	乗り換えられる	浴びられる	入れられる	出られる
o	降りよう	乗り換えよう	浴びよう	入れよう	出よう
t	降りて/た	乗り換えて/た	浴びて/た	入れて/た	出て/た
	2G	1G	1G	1G	1G
	辞める	出す	押す	乗る	入る
	Từ bỏ	Đệ trình, Rút tiền	Đẩy,ấn	Lên tàu	Vào trong
a	辞めない	出さない	押さない	乗らない	入らない
i	辞めます	出します	押します	乗ります	入ります
u	辞める	出す	押す	乗る	入る
e	辞められる	出せる	押せる	乗れる	入れる
o	辞めよう	出そう	押そう	乗ろう	入ろう
t	辞めて/た	出して/た	押して/た	乗って/た	入って/た

例文

367

動詞活用のシャドーイング

	2G 覚（おぼ）える Nhớ	2G 忘（わす）れる Quên	2G 出（で）かける Ra ngoài
a	覚えない	忘れない	出かけない
i	覚えます	忘れます	出かけます
u	覚える	忘れる	出かける
e	覚えられる	忘れられる	出かけられる
o	覚えよう	忘れよう	出かけよう
t	覚えて/た	忘れて/た	出かけて/た
	3G 心配（しんぱい）する Lo lắng	3G 残業（ざんぎょう）する Làm thêm giờ	3G 出張（しゅっちょう）する Công tác
a	心配しない	残業しない	出張しない
i	心配します	残業します	出張します
u	心配する	残業する	出張する
e	心配できる	残業できる	出張できる
o	心配しよう	残業しよう	出張しよう
t	心配して/た	残業して/た	出張して/た

例文（れいぶん）

動詞活用のシャドーイング

	1G	1G	1G
	なくす	返<ruby>す<rt>かえ</rt></ruby>	払<ruby>う<rt>はら</rt></ruby>
	Làm mất đi	Trả lại	Trả
a	なく**さ**ない	返**さ**ない	払**わ**ない
i	なく**し**ます	返**し**ます	払**い**ます
u	なく**す**	返**す**	払**う**
e	なく**せ**る	返**せ**る	払**え**る
o	なく**そ**う	返**そ**う	払**お**う
t	なく**して/た**	返**して/た**	払**って/た**

	1G
	脱<ruby>ぐ<rt>ぬ</rt></ruby>
	Cởi
a	脱**が**ない
i	脱**ぎ**ます
u	脱**ぐ**
e	脱**げ**る
o	脱**ご**う
t	脱**いで/だ**

<ruby>例文<rt>れいぶん</rt></ruby>

動詞活用のシャドーイング

	3G	3G	3G	2G
	<ruby>運転<rt>うんてん</rt></ruby>する	<ruby>予約<rt>よやく</rt></ruby>する	<ruby>見学<rt>けんがく</rt></ruby>する	<ruby>換<rt>か</rt></ruby>える
	Lái xe	Hẹn trước	Tham quan	Thay thế, đổi
a	運転しない	予約しない	見学しない	換えない
i	運転します	予約します	見学します	換えます
u	運転する	予約する	見学する	換える
e	運転できる	予約できる	見学できる	換えられる
o	運転しよう	予約しよう	見学しよう	換えよう
t	運転して/た	予約して/た	見学して/た	換えて/た

	2G	2G	2G	
	できる	<ruby>集<rt>あつ</rt></ruby>める	<ruby>捨<rt>す</rt></ruby>てる	
	Có thể	Sưu tập	Bỏ đi, vứt đi	
a	できない	集めない	捨てない	
i	できます	集めます	捨てます	
u	できる	集める	捨てる	
e		集められる	捨てられる	
o		集めよう	捨てよう	
t	できて/た	集めて/た	捨てて/た	

<ruby>例文<rt>れいぶん</rt></ruby>

動詞活用のシャドーイング

	1G	1G	1G
	弾<ruby>く<rt>ひ</rt></ruby>	洗<ruby>う<rt>あら</rt></ruby>	歌<ruby>う<rt>うた</rt></ruby>
	Chơi (nhạc cụ)	Rửa	Hát
a	弾<u>か</u>ない	洗<u>わ</u>ない	歌<u>わ</u>ない
i	弾<u>き</u>ます	洗<u>い</u>ます	歌<u>い</u>ます
u	弾<u>く</u>	洗<u>う</u>	歌<u>う</u>
e	弾<u>け</u>る	洗<u>え</u>る	歌<u>え</u>る
o	弾<u>こ</u>う	洗<u>お</u>う	歌<u>お</u>う
t	弾<u>いて/た</u>	洗<u>って/た</u>	歌<u>って/た</u>

<ruby>例文<rt>れいぶん</rt></ruby>

動詞活用のシャドーイング

	3G	3G	3G
	掃除する	洗濯する	練習する
	Quét dọn	Giặt giũ	Rèn luyện
a	掃除しない	洗濯しない	練習しない
i	掃除します	洗濯します	練習します
u	掃除する	洗濯する	練習する
e	掃除できる	洗濯できる	練習できる
o	掃除しよう	洗濯しよう	練習しよう
t	掃除して/た	洗濯して/た	練習して/た
	1G	**1G**	**1G**
	登る	泊まる	なる
	Leo	Nghỉ lại,trọ lại	Trở thành
a	登らない	泊まらない	ならない
i	登ります	泊まります	なります
u	登る	泊まる	なる
e	登れる	泊まれる	なれる
o	登ろう	泊まろう	なろう
t	登って/た	泊まって/た	なって/た

~~~例文~~~

動詞活用のシャドーイング

	3G	3G	2G
	修<ruby>理<rt>しゅうり</rt></ruby>する	電話<ruby>する<rt>でんわ</rt></ruby>	<ruby>調<rt>しら</rt></ruby>べる
	Chỉnh sửa	Gọi điện thoại	Điều tra
a	修理しない	電話しない	調べない
i	修理します	電話します	調べます
u	修理する	電話する	調べる
e	修理できる	電話できる	調べられる
o	修理しよう	電話しよう	調べよう
t	修理して/た	電話して/た	調べて/た

	1G	1G	
	<ruby>直<rt>なお</rt></ruby>す	<ruby>要<rt>い</rt></ruby>る	
	Sửa lại	Cần	
a	直さない	要らない	
i	直します	要ります	
u	直す	要る	
e	直せる		
o	直そう		
t	直して/た	要って/た	

<ruby>例文<rt>れいぶん</rt></ruby>

動詞活用のシャドーイング

	2G		1G	
	負<ruby>ま</ruby>ける		勝<ruby>か</ruby>つ	
	Thất bại, thua		Chiến thắng	
a	負け**ない**		勝**た**ない	
i	負け**ます**		勝**ち**ます	
u	負け**る**		勝**つ**	
e	負け**られる**		勝**て**る	
o	負け**よう**		勝**と**う	
t	負け**て/た**		勝**って/た**	
	1G		1G	
	思<ruby>おも</ruby>う		言<ruby>い</ruby>う	
	Nghĩ		Nói	
a	思**わ**ない		言**わ**ない	
i	思**い**ます		言**い**ます	
u	思**う**		言**う**	
e	思**え**る		言**え**る	
o	思**お**う		言**お**う	
t	思**って/た**		言**って/た**	

例文<ruby>れいぶん</ruby>

動詞活用のシャドーイング

	2G	2G	1G	1G
	生まれる	着る	はく	かぶる
	Ra đời	Mặc	Mặc vào	Đội (Mũ)
a	生まれない	着ない	は**か**ない	かぶ**ら**ない
i	生まれます	着ます	は**き**ます	かぶ**り**ます
u	生まれる	着る	は**く**	かぶ**る**
e		着られる	は**け**る	かぶ**れ**る
o	生まれよう	着よう	は**こ**う	かぶ**ろ**う
t	生れて/た	着て/た	は**いて/た**	かぶ**って/た**

<ruby>例文<rt>れいぶん</rt></ruby>

動詞活用のシャドーイング

	2G	2G	3G
	出る	変える	引っ越しする
	Đi ra[tiền thừa]	Thay đổi	Việc chuyển chỗ ở
a	出ない	変えない	引っ越ししない
i	出ます	変えます	引っ越しします
u	出る	変える	引っ越しする
e	出られる	変えられる	引っ越しできる
o	出よう	変えよう	引っ越ししよう
t	出て/た	変えて/た	引っ越しして/た

〜〜〜例文〜〜〜

動詞活用のシャドーイング

	1 G	1 G	1 G	1 G
	歩く	引く	動く	回す
	Đi bộ	Kéo	Di chuyển	Quay, xoay
a	歩かない	引かない	動かない	回さない
i	歩きます	引きます	動きます	回します
u	歩く	引く	動く	回す
e	歩ける	引ける	動ける	回せる
o	歩こう	引こう	動こう	回そう
t	歩いて/た	引いて/た	動いて/た	回して/た

	1 G	1 G
	渡る	触る
	Vượt qua	Chạm
a	渡らない	触らない
i	渡ります	触ります
u	渡る	触る
e	渡れる	触れる
o	渡ろう	触ろう
t	渡って/た	触って/た

例文

動詞活用のシャドーイング

	3G 紹 介する Giới thiệu	3G 案内する Hướng dẫn	3G 説明する Giải thích
a	紹介しない	案内しない	説明しない
i	紹介します	案内します	説明します
u	紹介する	案内する	説明する
e	紹介できる	案内できる	説明できる
o	紹介しよう	案内しよう	説明しよう
t	紹介して/た	案内して/た	説明して/た
	2G くれる Ai đó cho tôi cái gì	2G いれる Cho vào	1G 送る Gửi
a	くれない	いれない	送らない
i	くれます	いれます	送ります
u	くれる	いれる	送る
e		いれられる	送れる
o	くれよう	いれよう	送ろう
t	くれて/た	いれて/た	送って/た

〜〜〜 例文 〜〜〜

動詞活用のシャドーイング

	3G	2G	1G	1G
	留<ruby>学<rt>りゅうがく</rt></ruby>する	<ruby>考<rt>かんが</rt></ruby>える	<ruby>着<rt>つ</rt></ruby>く	<ruby>取<rt>と</rt></ruby>る
	Du học	Suy nghĩ	Đến	Lấy
a	留学しない	考えない	着かない	取らない
i	留学します	考えます	着きます	取ります
u	留学する	考える	着く	取る
e	留学できる	考えられる	着ける	取れる
o	留学しよう	考えよう	着こう	取ろう
t	留学して/た	考えて/た	着いて/た	取って/た

<ruby>例文<rt>れいぶん</rt></ruby>

　動詞を一括で導入する指導法を確立されたのは海老原峰子先生です。2015年に先生のご著書『日本語教師が知らない動詞活用の教え方』（現代人文社）に出会わなければ、本書で提示したような教え方を思いつきもしなかったと思います。先生はこれで特許も取得されておられますし、〈ます形〉偏重の日本語教育を大胆に批判されたのは革命的でした。〈ヒューマンアカデミー420時間日本語教師養成講座〉で教えてもらうことのなかった画期的な指導法に、目から鱗が落ちる思いでした。学恩に感謝致します。しかしいまいち広がりに欠けるのは、相変わらず効率の良くない積立式の指導法のほうが、多くの日本語学校の運営にとって都合が良いからでしょう。

　2016年、ミャンマーのとあるIT系の会社に就職し、その際上司から

　「今までのような日本語教育じゃだめだ。とにかく話せる指導を現地社員たちにお願いしたい」

　と言われたのがすべての始まりでした。真っ先に参考にと思いついたのは海老原先生の指導法で、世界的に使用されている既存の教科書を採用し、手製の「動詞の活用表」を併用して教えました（本書付録でつけました）。そして同教科書の4課から「起きない・起きます・起きる・起きられる・起きよう・起きて・起きた」

　と、毎朝10分以上学生らにシャドーイングをさせ動詞を一括導入で教えました。これは積立式の動詞指導法を否定する一種の〈禁じ手〉です。こうした〈冒険〉は、海老原式の方法論を参考にしたのは間違いがないのですが、中学時代に国文法で未然・連用・終止・連体・仮定・命令を覚える際に叩き込まれたのと似た方法を日本語教育にも取り入れようと考えたのです。

　すると、まず学生によく見られる、例えば〈て形〉の間違いなどは全くと言っていいほど生じませんでした。また、日本からミャンマーに出張で来ている社員の人々には「今度の学生たちはよく日本語ができるね」と言って頂くことも多くなりました。

　例えば、「何、飲む？」と酒の席で日本人社員から聞かれても、既存の教科書では後半の課にならないと辞書形を習わないので（それ以前は「飲む」の形が分からないのです）、普通は答えられないのですが、その学生は8課までしか勉強しなくても、この質問に対して「ビールを飲みます」と答えられていました。ミャンマーではこの方法で1

年近く教え成果を出しました。

　その後、台湾の小さな新設校に赴任し、本書の第1章の動詞文での質問を繰り返し教え若干の成果を出しました。武者修行は続き、次はインドの大学で教えました。しかし、南インドの広大な大学構内にいわば軟禁状態のようにされ（外出は危険だという理由で）、気分転換に外で散歩していたら本当に若者二人乗りの危険運転のバイクに衝突されるという交通事故に遭ってしまいました。そして事件直前の記憶を失ったのをきっかけに、到底インドには住めないと再びベトナムに戻り、現在に至ります（詳しくは、大井健輔『日本語教師放浪記　ベトナム・ミャンマー・台湾・インド編』kindle をご参照ください）。

　残念ながら、ベトナムではベトナム人教師が教室の運営や指導法のイニシアチブを持っていることが殆どで、日本人教師は〈お飾り〉のような所があるので、私がミャンマーで試みていたような教え方はなかなか発展が難しくなっていました。しかしながら、本書を出版することで日本語教師として存在意義を示せたような気分でおります。

　日本の日本語教育界は外国で日本語教育に従事した人間のキャリアを高く評価しない傾向にあります。それは残念なことです。学校の教育システムを見ますと、どこも似たような教科書を使用し、金太郎飴的であり、硬直した印象を持ちます。自分には馴染めずそれで国外で仕事をしてきたわけですが、このような教科書を多くの方の力をお借りしたとはいえ執筆できたのは、国外で自由闊達に発想でき、実際に試せる位置にいた事が幸いしたと考えています。

　しかしながら、「大会話」、「小会話」の場面設定には頭を悩ませました。一つの思い入れとしまして、工事現場の場面設定は自分が水道工事をしていた経験などが反映されていて、まさか10代のつらい日々がこうして役に立つとは思いませんでした。多くの男性の技能実習生は似たような環境に置かれているので、あえてそのような会話文を作ったわけです。結果的にはユニークな内容に仕上がったのではないかと自負しております。

　また、各課の「説明」の日本文化に踏み込んだ発言は本来の日本思想史研究の経験を生かすことができました。

　本書が斯界の発展に寄与できたらこれに勝る喜びはございません。

　最後になりましたが、この本は多くの方々のお力添えを頂くことにより完成することができました。三省堂出版創英社の高橋淳さんには大変御面倒をおかけしました。皆様のご貢献に対し厚く御礼申し上げます。

代表著者　大井健輔

Lời kết

Người xây dựng phương pháp giảng dạy giới thiệu tất cả động từ cùng một lúc là cô Mineko Ebihara. Năm 2015, nếu không bắt gặp cuốn sách "Phương pháp dạy chia động từ mà giáo viên tiếng Nhật không biết" (Nhà xuất bản Gendai Jinbun) thì tôi không thể nghĩ ra phương pháp giảng dạy được trình bày trong quyển sách này. Cô Mineko Ebihara đã được cấp bằng sáng chế cho phương pháp này và đây cũng là một cuộc cách mạng mạnh dạn chỉ trích nền giáo dục tiếng Nhật quá coi trọng "thể masu". Tôi đã được mở mang tầm mắt bởi phương pháp giảng dạy mang tính đột phá mà tôi không được học ở "khóa bồi dưỡng giáo viên tiếng Nhật 420 giờ của Human Academic". Tôi xin cảm ơn. Tuy nhiên, việc thiếu mở rộng là do phương pháp giảng dạy theo hình thức tích lũy hiệu suất thấp lại thuận tiện cho việc vận hành của nhiều trường tiếng Nhật.

Năm 2006, tôi làm việc cho một công ty IT ở Myanmar. Khởi đầu là việc cấp trên nói với tôi rằng: "Giáo dục tiếng Nhật như từ trước đến nay là không tốt. Tôi muốn trước hết phải dạy cho nhân viên bản địa nói được tiếng Nhật." Điều đầu tiên xuất hiện trong đầu tôi là tham khảo phương pháp giảng dạy của cô Ebihara, sử dụng các sách giáo khoa hiện có được sử dụng trên khắp thế giới cùng với "bảng chia động từ" thủ công (đính kèm trong phần phụ lục của cuốn sách này) để dạy. Sau đó, từ bài 4 của cuốn sách giáo khoa này, tôi cho học sinh shadowing (nói đuổi) "起きない・起きます・起きる・起きられる・起きよう・起きて・起きた" từ 10 phút trở lên vào mỗi buổi sáng, dạy cho họ tất cả các thể động từ cùng một lúc. Đây là một loại "kỹ thuật bị cấm" mà phương pháp giảng dạy theo hình thức tích luỹ phủ nhận. Việc "mạo hiểm" này là do tham khảo phương pháp luận của cô Ebihara. Tuy nhiên, tôi cũng đã nghĩ đến việc áp dụng phương pháp "nhồi nhét" khi nhớ các thể phủ định - liên tục – hoàn thành- liên từ- giả định- mệnh lệnh trong môn ngữ pháp từ thời học trung học vào giáo dục tiếng Nhật.

Làm như vậy, trước hết có thể nhìn thấy ở người học hầu như không mắc lỗi thường gặp như "thể Te". Ngoài ra, ngày càng nhiều nhân viên từ Nhật đến Myanmar công tác nói rằng "Người học tiếng Nhật lần này có thể nói tiếng Nhật tốt".

Ví dụ, khi được nhân viên người Nhật hỏi "Bạn uống gì?" tại bàn rượu, bình thường học viên sẽ không trả lời được nếu chưa học bài nửa sau trong giáo trình hiện có (trước đó không biết dạng "nomu"). Nhưng học viên này chỉ học đến bài 8 đã có thể trả lời "Mình uống bia". Tôi đã đạt được thành quả khi dạy phương pháp này gần một năm ở Myanmar.

Sau đó, tôi được phân công đến một trường nhỏ mới xây ở Đài Loan. Tôi đã đạt được một số kết quả khi dạy đi dạy lại câu hỏi bằng câu động từ trong chương 1 của quyển sách này. Tiếp tục tầm sư học đạo, tôi đã dạy ở trường đại học của Ấn Độ. Tuy nhiên, tôi như bị giam lỏng trong khuôn viên trường đại học rộng lớn ở Nam Ấn Độ (với lý do ra ngoài nguy hiểm). Khi đang đi dạo ở bên ngoài để thay đổi không khí thì tôi bị hai thanh niên đi xe máy nguy hiểm đâm vào. Từ việc bị mất trí nhớ ngay trước vụ tai nạn, tôi nghĩ rằng không thể sống ở Ấn Độ nên đã quay trở lại Việt Nam và sinh sống đến tận bây giờ (Cụ thể tham khảo kindle "Ký sự lang thang của giáo viên tiếng Nhật; Việt Nam- Myanmar -Đài Loan- Ấn Độ" của Oi Kensuke)

Tiếc rằng ở Việt Nam, hầu như giáo viên người Việt nắm quyền chủ động trong việc vận hành lớp học hay phương pháp giảng dạy; còn giáo viên người Nhật ở vị trí giống như "đồ trang trí" nên khó phát triển cách dạy như tôi đã thử ở Myanmar. Tuy nhiên, với việc xuất bản quyển sách này, tôi cảm thấy ý nghĩa tồn tại của mình là giáo viên tiếng Nhật.

Cộng đồng giáo dục tiếng Nhật ở Nhật Bản có xu hướng không đánh giá cao kinh nghiệm của những người làm về giáo dục tiếng Nhật ở nước ngoài. Đó là một điều đáng tiếc. Nếu nhìn vào hệ thống giáo dục của trường học, ở đâu cũng sử dụng giáo trình giống nhau thì sẽ là viên kẹo kintaro, mang lại ấn tượng cứng nhắc. Bản thân tôi không quen với việc này nên đó là lý do tôi làm việc ở nước ngoài. Chắp bút cho cuốn sách giáo khoa này mặc dù là sự giúp sức của nhiều người nhưng tôi nghĩ thật may mắn khi ở nước ngoài có thể sáng tạo một cách thoải mái và được thử nghiệm trong thực tế.

Tuy nhiên, tôi đã đau đầu trong việc xây dựng bối cảnh của "Hội thoại lớn" và "Hội thoại nhỏ". Một trong những điều tôi nhớ là xây dựng bối cảnh ở công trường phản ánh kinh nghiệm của bản thân khi làm công trình đường nước. Và tôi chưa bao giờ nghĩ rằng những ngày khó khăn của tuổi thiếu niên sẽ hữu ích theo cách này. Nhiều thực tập sinh nam được đặt trong môi trường giống vậy nên tôi đã mạnh dạn tạo ra đoạn hội thoại như thế. Kết quả là tôi tự hào rằng đoạn hội thoại được hoàn thành với nội dung độc đáo.

Ngoài ra, tôi còn vận dụng được kinh nghiệm nghiên cứu lịch sử tư tưởng Nhật Bản của mình vào những đoạn về văn hóa Nhật Bản trong phần "giải thích" của từng bài.

Không có niềm vui nào lớn hơn nếu cuốn sách này có thể đóng góp vào sự phát triển trong lĩnh vực này.

Cuối cùng, cuốn sách này có thể hoàn thành nhờ vào sự giúp đỡ của nhiều người. Tôi đã làm phiền rất nhiều đến ông Takahashi Jun của Nhà xuất bản Sanseidosho Tensoei. Tôi xin chân thành cảm ơn sự đóng góp của quý vị.

Đại diện tác giả: **Oi Kensuke**

編集後記

第1章1課から4課は大井が執筆し、4課の名詞文・形容詞文は倉田が執筆した。
第2章の大会話、小会話は大井が執筆し、Q&Aと動詞活用は倉田が原案を出した。Q&Aは大会話及び小会話と齟齬をきたさぬように、協議の上、作成した。21課は倉田が執筆した。第2章の説明は大井が執筆した。第1章5課は三木が執筆した。また石黒が全体の校正を行った。

監修者

三木　淳（みき　じゅん）

1966年生。立教大学卒業後、日商岩井（現双日）に入社。1993年から2年間、ハノイ総合大学に留学。現地駐在の傍ら両国要人のベトナム語の通訳も務めた。2004年独立、現在は経営コンサルタントをはじめ、三社の代表を務める。社会問題化したベトナム人技能実習生の苦境を救う「越日希望の轍プロジェクト」共同代表を務め社会貢献活動も行う。ベトナム在住30年。

著者

大井　健輔（おおい　けんすけ）

1981年生。立教大学大学院後期博士課程中退。専門は日本思想史及び東南アジア論。著書に『津田左右吉、大日本帝国との対決』（勉誠出版）、『日本語教師放浪記―ベトナム・ミャンマー・台湾・インド編―』（大井日本アジア研究所）、『「保守」って何?』（祥伝社　第三部茂木誠氏と共著）。研究の傍ら、日本語教育に従事。大学生、高校生、中学生、技能実習生、エンジニア、社会人に指導。ベトナムハノイ市在住。ハノイ貿易大学講師。
Mail：burke22jp@gmail.com (tiếng Việt ok)

監　　修	三木　淳
著　　者	大井 健輔
ベトナム語翻訳・監修	ディン・ティ・ゴック・クイン（経済学博士：ハノイ貿易大学）
ベトナム語翻訳・入力	ブイ・ラン・フオン
共 著 者	三木　淳
	真部　明
	倉田 伸彦
	森本 建吾
	グエン・レー・トゥオン
校閲協力	石黒　猛
イラスト	黒須 彩恵
本文デザイン	川浦　建

ベトナム人のための日本語会話

2023（令和5）年8月20日　初版発行

監　　修　三木　淳
著　　者　大井 健輔
発行・発売　株式会社 三省堂書店／創英社
　　　　　　〒101-0051　東京都千代田区神田神保町1-1
　　　　　　TEL：03-3291-2295　FAX：03-3292-7687

印刷・製本　大盛印刷株式会社